चौंडकं'ला मिळालेले पुरस्कार

- १९८५चा उत्कृष्ट वाङ्मय निर्मितीचा राज्य पुरस्कार
- १९८५चा श्याम पानघंटी पुरस्कार – पुणे
- डॉ. अरुण लिमये ट्रस्ट, पुरस्कार – पुणे

अभिप्राय

प्रचारी लेखनाला, विषयविस्ताराला, शृंगारिक वर्णनांना पुष्कळ वाव असूनही गवस यांची लेखणी नेमकेपणाने, संयमाने देवदासीची ही होरपळ टिपते. लेखक आदर्शवादाच्याही आहारी गेलेला दिसत नाही.

–प्रतिमा जोशी (महाराष्ट्र टाइम्स)

'चौंडकं' ही एका जोगतिणीच्या परवडीची कथा आहे हे तर खरेच, पण त्याहीपेक्षा ती ग्रामीण जीवनाच्या मुळात पक्के घर करून बसलेल्या भयाची वास्तव, वैविध्यपूर्ण आशयसूत्रांनी व्यापलेली कांदबरी आहे.

–डॉ. सुधाकर गोकाककर (साधना)

चौंडकं हे समाजचित्र आहे. हे समाजचित्र रंगविताना लेखकाची शैली ही इतकी साधी आहे की सत्याचे अनेक आशय सहजपणे सांगत ती अन्याय बोलका करते. देवदासीच्या कोंडलेल्या मनाचा भावनिक स्फोट व्यक्त करताना ती कुठेही आपली सहजता गमावत नाही. आपल्या मूल्यनिष्ठेशी आणि सामाजिक बांधिलकीशी पूर्णपणे इमान राखून लिहिलेली ही कादंबरी महत्त्वपूर्ण स्थान निर्माण करणारी आहे.

–प्रा. विशाखा वडस्कर (लोकमत)

आपल्या स्नेहीजनांना पुस्तके भेट द्या

चौंडकं

राजन गवस

मेहता पब्लिशिंग हाऊस

please contact us at **Mehta Publishing House Pvt. Ltd.**, Pune 411030.
✆ +91 020-24476924 / 24460313 / Mob. No. 9545000513
Email : production@mehtapublishinghouse.com
Website : www.mehtapublishinghouse.com

CHOUNDAKA by RAJAN GAVAS

चौंडकं : राजन गवस / कादंबरी

Email : author@mehtapublishinghouse.com

संस्थापक : सुनील अनिल मेहता

प्रकाशक : मेहता पब्लिशिंग हाऊस प्रा. लि.,
१९४१, सदाशिव पेठ, माडीवाले कॉलनी, पुणे – ४११०३०.

मुद्रक : ट्रिनिटी अ‍ॅकॅडमी फॉर कॉर्पोरेट ट्रेनिंग लिमिटेड

मुखपृष्ठ : चंद्रमोहन कुलकर्णी

प्रकाशनकाल : ११ ऑगस्ट, १९८५ / जानेवारी, १९९९ / जुलै, २००६ / जुलै, २०११ / जून, २०१७ / पुनर्मुद्रण : फेब्रुवारी, २०२६

किंमत : ₹ २८०

P Book ISBN 9788177666878
E Book ISBN 9789386888037
E Books available on : amazonkindle Apple Books Google Play Books

---

...भंडारामाखल्या कपाळाखाली ठुसठुसणाऱ्या

वेदनाग्रस्त रेषा सांभाळत डोंगराची वाट चालणाऱ्या

असंख्य देवदासींच्या

चौंडक्यांतून फुटणाऱ्या हुंदक्यांना...

एक

चिरगुटाची इवलीशी नवरानवरी सुलीच्या हातात ऐटीत बसली होती. बाज्याच्या हातात गणकाटीची केलेली गॅसबत्ती हेलकावत होती. आशानं करवंदीच्या कोवळ्या पानाची केलीली पीपी तालासुरात वाजालती. बाकीची तीन चार पोरं हातात तुरकाट्या घेऊन उगाच नाचल्यागत करत करत सुलीच्या हातातल्या नवरानवरीकडं कौतुकानं पाहात होती. पोरांनी काढलेली वरात दिवाणाच्या चचिंखाली आली. पोरांना चेव चढला.

'वरात हितं तासभर थांबायलाच पायजे ऽऽ' धोंड्या दारू पिलेल्या बापयागत ओरडला.

'आरं ऽ रात लई झालीया ऽऽ घरभरनी एकदा घरात जाऊ देऽऽ' किसन्या लेझमकरी पोरागत बरळलं. बाकीची पोरं पोट धरून हसत होती. सुली उभी राहून कंटाळली, तशी फणकाऱ्यात पुढं सरतच म्हणाली,

'भाड्याणू ऽ चला की. आता माझी नवरानवरी कटाळली ऽऽ' तशी सगळी पोरं पुन्हा खळखळून हसली. सुलीलाबी हसू फुटलं. तिनं दंडानंच तोंडावर झुळझुळणारं केस मागं सारण्याचा प्रयत्न केला. पोरांची वरात हालली. देवरकरच्या घराच्या दिशेनं वळली.

उन्हं कलतीला लागलीती. सावल्या लांबलचक पडलेल्या. पोरांना कशाचीच दाद नव्हती. वरात ठरल्याप्रमाणं देवरकरच्या कट्टीवर पोहचली. सुलीनं नवरा-नवरी भिंतीला टेकून बसवली. त्यांच्या भोत्यानं पोरांनी घोळका केला. सुली आणि कमळी नवरानवरीची सेवा करायला खाली बसल्या. इतक्यात इठल्या ओरडलं,

'आता वरात संपली. नवरानवरीला नाव घ्यायला सांगा ऽऽ'

'व्हय ऽऽ व्हय ऽऽ' म्हणत सगळ्यांनी कल्लोळ केला. पण चिरगुटीची नवरानवरी नाव कसं घेणार? एवढ्यात कुणीतरी सुचवलं. नवऱ्याच्या बाजूनं पोरातल्या एकानं नाव घ्यायचं आणि नवरीच्या बाजूनं कमळीनं न्हाईतर सुलीनं नाव घ्यायचं. सगळ्यांनी होकार दिला. कमळीनं सगळं सुलीवर ढकललं. सुली भांबावली, नाव कसं घ्यायचं...? ती आतल्या आत लाजली, गोंधळली. तिनं हळूच परकर हातात धरला आणि...

'आमी काय डावात न्हाई ऽऽ' म्हणत धुम्म ठोकली ते सरळ घर गाठलं. तिच्या उरात अजूनबी धडधडाय लागलतं. पोरं पाठ लागून घराकडं येतील म्हणून सुलीनं तडक भाईरच्या सोप्यातनं मदघर गाठलं. माचळीवरच्या कणगीच्या आडाला दडून उभी राहिली. तिनं हळूच चुलीकडं कान दिला. म्हातारी चुलीजवळ काय तरी खिडूकमिडूक करत बसलीती. बऱ्याच वेळानंतर सुली कणगीजवळनं भाईरच्या सोप्याला आली. गल्लीत उन्हाचं ठिपूस सुद्धा शिल्लक नव्हतं. रानातली जनावरं घराकडं परतालती. माणसं हळूहळू घर गाठायच्या नादात होती. सुली उंबऱ्यावर ठाण मांडून गल्लीत नजर रुतवून बसली.

'अग ये हुबाले ऽ कातरयेळचं उंबऱ्यावर बसू नगं ऽऽ आत ये ऽऽ' आजीनं मधल्या सोप्यात दिवा ठेवतच म्हटलं. तशी सुली दचाकली. गडबडीनं उठून आत गेली. म्हातारी तिच्या येण्याचीच वाट बघालती. सुली दिव्याजवळ गेली तशी म्हातारी राकंचा ढेकळा तिच्या हातावर ठेवतच म्हणाली,

'उंबऱ्याला इबूत वडून येऽऽ'

सुली हातातल्या राकंच्या ढेकळाकडं बघतच भाईरच्या सोप्याला आली. अजून आई-बाबा कामास्न कशी आली नाहीत...? तिच्या मनात उगचच कायतरी येऊन गेलं. ती उंबऱ्याजवळ आली. पूर्ण अंधारलतं. भाईरच्या बाजूनं या कडंपस्नं त्या कडंपर्यंत लांबलचक राकंचा खडा वडत नेला. उरलेला तिथंच व्हलपटला आणि ती घरात आली. तिन्ही सोप्यात दिवं ठेवलं.

अंधार दाट झाल्यावर बायजा शेताकडनं आली. तिनं भाईरच्या सोप्यातनच अंदाज घेतला. तिनं मधल्या सोप्यात येतच सुलीला हाक मारली, तशी सुली गडबडनं पळतच आईजवळ आली. आईच्या पायाला बिलगली. बायजाच्या तोंडाला हसू फुटलं, तिनं लगबगीनं सुलीला उचललं आणि पटापट मुकं घेतलं. सुली गुदमरली,

बायजा तिला काखत घेऊन परड्यांगाच्या चुलीजवळ आली.

'आज यवढा उशीरा का गऽ?' म्हातारीनं चुलीत फुकतच विचारलं.

'झाला झालंऽ' म्हणतच बायजानं सुलीला काखतनं खाली ठेवण्याचा प्रयत्न केला, तशी सुली अधिकच बिलगली.

'उत्तर की बाई ऽऽ! घोडी एवढी झालीया आणि काकत बसती ऽऽ' म्हणतच बायजानं तिला खास्सकन खाली घेतलं. सुली हिरमुसली, डोळं डबडबलं. घरात आल्या आल्या रडं नको म्हणून तिला परत जवळ घेतली, भित्तीला टेकून बसतच तिच्या डोक्यावरनं हात फिरवायला सुरुवात केली. पोरीच्या केसाचं पिंजार झालतं. अंघोळ घालून आता पाच-दहा दिवस तरी उलाटलतं. आज तरी दोन तांब्यानं पोरीला धुऊन काढावं या विचारानं बायजा गप्पकन उठली. न्हाणीजवळच्या डेऱ्याकडं सरकली. न्हाणीजवळ सगळी वल्लं पसारलीती. आता हे सगळं एकदा सवडीनं सारवून काढाय पायजे, तिनं डेऱ्यात हात घातला. तिच्या कपाळाला आटी पडली. डेऱ्याचा तळ रिकामा झालता. ती माघारी फिरली. एवढ्यात म्हातारी कवाच चुलीम्होरनं पुढच्या सोप्याला गेलती. बायजानं चुलीचा ताबा घेतला. सुली जेवून घरातनं भाईरच्या सोप्याला पळाली.

...सुबाना घरात आला तवा जेवणवकोत झालता. म्हातारीला तेचं हे आसलं वागणं पसंत नव्हतं. त्यानं घरात पाय ठेवल्या ठेवल्या ती ठिसाकली;

'एवढा उशीर कुठं घरं ववसालतास ऽऽ'

'बसलोतो जरा तात्याच्यात ऽऽ' म्हणतच सुबाना मदघरात गेला. अंगावरचा टावेल दांडीवर टाकला. न्हाणी गाठली. हातपाय वल्लं केलं. चुलीम्होरं आला. तशी बायजा कातर आवाजातच म्हणाली,

'उद्याच्या आईतवारी जुंधळं आणाय पायजेत ऽऽ'

'तवर न्हाईत न्हवं ऽऽ' त्यानं तोंडावरचं पाणी निपचत विचारलं. बायजानं मान हलवली. त्यानं पाय वळवले.

म्हातारीजवळ सुली मापटं खेळवत बसलीती. हिकडनं घडघडत सोडलं की मापटं लडबडतच भित्तीला टेकायचं, परत घडाघडतच तिच्याकडं यायचं. सुलीला गम्मत वाटालती. मनातल्या मनात खिदळतच सुलीचा डाव चाललाता. एवढ्यात सुबानानं तिच्या समोरचं मापटं उचललं. दिवळीत सरकलं. सुलीला बाबाचा भलताच राग आला. तिनं डोळं वटरतच त्याच्याकडं बघितलं. सुबानला हसू आलं. त्यानं म्हातारीजवळ टेकतच सुलीला जवळ घेतलं. सुलीनं लांबलचक मानंला हिसडा दिला. ओठांची सोंड केली आणि काळकिट्ट तोंड करून बसली. सुबानानं तिच्या अंगावरनं हात फिरवतच म्हटलं,

'पोरीला एक झग्गा शिवाय पायजे.' सुलीचा चेहरा लगेच बदलला. तिला

बापाचं कौतुक वाटय लागलं. एवढ्यात म्हातारी बरळली,

‘ध्याडभर थाऱ्यावर कुठं आसती घोडी ऽऽ सारखी हुंदडत असती ऽऽ कशानं टिकतील अंगावरची कापडं?’ सुलीला म्हातारीचा राग आला. आता म्हातारीबरोबर आपण बोलायचंच न्हाई असं तिनं ठरवून टाकलं. मानंला हिसडा देतच किलकिल्या डोळ्यानं म्हातारीकडं बघितलं. तोंडानं कायतरी पुटपुटल्यासारखं केलं.

बायजानं जेवायला हाळी मारली तवा सुली पेंगालती. सुबानानं तिला जागं केलं आणि परड्यांगाला दोघं मिळून गेली. म्हातारी आधीच जाऊन बसलीती. सुली ताटावर बसली. तिच्या डोळ्यात झोप आवरायला तयार नव्हती. वास्सकन कावली. सुली पूर्ण भानावर आली. तिनं हळूहळू तुकडा मोडायला सुरुवात केली. बायजानं वाढून घेतलं. म्हातारीचं ताट तिच्याकडं सरकलं. सुबानानं मंद दिव्याच्या वातीकडं बघतच विषय काढला,

‘आई, आज हिराबाईकडं गेलतीस ऽऽ’

‘गेलतो बाबा ऽऽ’ म्हातारी सुस्कारली. सगळी गुमान तुकडं मोडाय लागली. म्हातारीनं हळूच सुरुवात केली,

‘हिराबाई म्हणालती ऽ जरा कोडंच दिसतंय....’ सगळ्यांनी एकमेकांकडं बघितलं.

‘खालच्या घरच्यानी कायतरी केलंय, असं तिच्याकडं निघालंय...’ म्हातारी पुटपुटली.

‘करणाऱ्या रांडंचा वट व्हवू देऽऽ’ बायजा तळतळली. सुली मात्र पुन्हा पेंगाय लागली.

‘उतारा कराय सांगितलाय उद्याच्या पुनवंला....’ म्हातारीनं घास गिळतच सांगितलं. सुबानाच्या कपाळाला आटी पडली. तो स्वतःच्याच विचारात घास चावू लागला....

....ह्यो काय पयलाच उतारा न्हवं... लई उतारं झालं; म्हणून काय सगळं थांबलं. हाय ती किरीकात हायच की... ह्येच्या परास काय घडतंय ते घडू दे तिकडं...

‘आता जरा कळ कमी हाय न्हवं ऽऽ’ म्हातारीनं सहज विचारलं.

‘हाय की, दिवसाचं काय वाटत नाही खरं, एका निजंवरनं परत करक भरतीयाच ऽऽ’ बायजानं ताटात हात धुतच सांगितलं. तिनं पदराला हात पुसतच पाण्याचा तांब्या सुबानाकडं सरकवला. तिला उगीचच वाटाय लागलं - आपला डावा बावटा पुन्हा दुखतोय. ती जाग्यावरनं उठली. सुली समोर ताट तसंच ठेवून भित्तीला टेकून झोपलीती. तिला उचललं. पुन्हा रट्टा दुखल्यागत वाटला. उजव्या हातानंच तिनं सुलीला भुईला पाडलं. चुलीम्होरं इतच म्हणाली,

‘आवघाडला असता तर इतकी दिवस दुखला नसता ऽऽ’

कोण कायच बोललं नाही, म्हातारी आपली आपल्याच विचारात गुतपळली.

...अवघाडतय कुठलं... हे देवाधरमाचंच कायतरी असाय पायजे. न्हाईतर असा एकाएकी बावटा कसा दुखावंल. तोबी सुलीची केसं इचरतानं...? हेच्यात कायतरी आसंलच. त्या एवढ्या देवरश्यांनी सांगितलं ते काय खोटं आसंल... दुखतोय तो दुखतो, तेबी रात्रीचंच कसं... ऽऽ

म्हातारी आपल्याच विचारात वाहात गेली. सुबाना ताटावरनं उठला. त्यानं दांडीवरचं घोंगडं वडलं आणि घर शांत झालं...

....सुलीला जाग आली तवा गल्लीत उन्हं दाट झाली. ती गडबडीनं उठली आणि चुलीम्होरं फतकाल मारून बसली. बायजानं जेवाण आटपत आणलंत. अजून शेणपाणी तसंच होतं. तिची घाईगडबड चाललीती. अशात म्हातारी का वटवटाली बघावं म्हणून इच्यारलं,

'काय झालं ऽ एवढं वटवटायला?'

म्हातारी पुन्हा भडकली. तिचा आवाज वाढतच गेला. तिरमिरीसारखी ती उठली आणि बायजापुढं हात नाचवतच म्हणाली,

'बघ ये ऽ बघ ये ऽऽ माझं त्वांड तेवढं दिसतंय ऽऽ रांडाभाड्यांच्या करण्या तुम्हाला कुठं दिसत्यात...?' बायजा म्हातारी बरबर दारात आली. सारणीकडं म्हातारीनं बोट केलं. बायजाच्या काळाजात धस्स झालं. एकाएकी पायातलं अवसान सपल्यागत वाटाय लागलं. सारणीत कापलेला अर्धा लिंबू, त्यावर काळं तांबडं लावल्यालं, टाचण्या मारलेल्या. बायजाला काय बोलावं हेच सुचेना. तिच्या गळ्यातनं शब्दच फुटंना. म्हातारी मोठमोठ्यानं शिव्या हासडाय लागली. बायजा भानावर आली.

'हे आनी कुठल्या रांडंचं कामऽऽ तिला आनी काय बघवंना ऽऽ' एवढंच पुटपुटत ती घरात आली. तिच्या अंगाची ल्हायी ल्हायी झाली. एकाएकी तिच्या तोंडाचा पट्टा सुरू झाला. दोघींच्या तोंडाचा आवाज गल्लीभर घुमला. सगळी गल्ली एकाएकी दचाकली. शेजारणी-पाजारणी आपोआपच गोळा झाल्या. सगळ्यांनी सगळं दाखवलं. आयाबाया चुकचुकल्या. कायबाय समाधानखातर बोलल्या. निघून गेल्या...

बायजाला कोडं उलघडायला तयार नव्हतं. हे कोणत्या रांडंनं केलं? तिच्या मनात सारख्या पाला चुकचुकत होत्या. कशातच लक्ष लागेनासं झालं. सारखी भिरंबाटल्यासारखी इकडून तिकडून फेऱ्या घालत फिरू लागली. सुलीला मात्र हेच्यातलं कायबी समजंना. ती आपली पिंजारलेली केसं यवदरत हिकडं तिकड हुंदडू लागली. हळूहळू म्हातारीच्या तोंडाचा आवाज कमी आला. बायजाला कामाचा वकोत झाल्यागत वाटाय लागलं. कसाबसा सगळा पसारा तिनं

आवरला. जेवणाकडं तरी तिचं कसलं म्हणून ते लक्ष नव्हतं. गोठ्यातलं श्याण तेवढं कोपऱ्यात गोळा केलं. गोरणीतला चगाळा बाजूला काढून साळोता मारला, एवढ्यात सुबानाचा आवाज गल्लीत आला बायजा दचकली. गडबडीनं गोठ्यातली आवराआवर आटपली. सुबाना म्हसीसंगं गोठ्यात यायच्या आत चुलीजवळ जाऊन ताटली धुऊन घेतली.

शेणाचा कोपऱ्यात तसाच ठेवलेला ढीग सुबानाला म्हशीला बांधता बांधताच दिसला आणि त्याचं मस्तक खवळलं. त्याला बायकोचा भलताच राग आला...मुकं जनावर असलं तरी त्येच्या जागंची निगा ठेवाय नको? नुस्तं घरातलं श्याण परड्यात थापटायला हिच्या हातनं घडत न्हाई, बायको हाय काय भित्ताड....! त्याच्या मनात बायकोविषयीचा राग वाढतच गेला. रागारागातच त्यानं म्हशीच्या समोर कडब्याची पेंडी तोडून टाकली आणि आत येतच बायकोवर खेकसला,

'सकाळपास्नं कुणाच्यात केतलाय गेलतीस...?'

बायजाच्या काळजात धडधडलं. आज दिवसच असला कसला आसंल, असं तिला वाटाय लागलं. तिनं न बोलताच त्याच्यासमोर भरलेला तांब्या सरकवला, तसा सुबाना अधिकच खवळला,

'बोलायला काय त्वांड बींड हाय काय न्हाई...?' सुबानाचा वाढता आवाज म्हातारीच्या कानावर आला. ती चटकन आतल्या सोप्याला येतच म्हणाली,

'कशाला खेसकालास कुत्रं चावल्यानी... आदी हितं काय काय व्हयाय लागलंय बघ आदी...'

म्हातारीच्या आवाजानं सुबाना बसल्याबसल्याच गोंधळला. म्हातारीनं सगळं बयाजवार त्याच्या कानावर घातलं. तवर बायजानं त्याच्यासमोर ताट सरकवलं. एक एक तुकडा मोडता मोडता सुबानाला कसंतरीच वाटाय लागलं... ह्ये आनी काय आपल्या पाठीमागं लागलं... त्यानं तुकडा मोडता मोडताच म्हातारीला इच्यारलं,

'आई, ह्यो आणि कुणाचा कारभार आसंल गऽऽ'

'आनी कुणाचा; ह्या समोरच्या रांडचंच हे काम हाये घेऽऽ' म्हातारी हातबोटं मोडीत कळवळली. बायजानं फडक्यात भाकरी बांधून घेता घेताच शिवी हासडली. सुबाना मात्र तुकडा चावता चावताच विचारात वाहून गेला...

सुली पळत पळत घरात आली आणि सुबानाजवळ फतकाल घालून बसतंच म्हणाली,

'मला बी वाढ..'

सुबानानं सुलीच्या हसऱ्या तोंडाकडं गोड हसत बघितलं. त्याच्या डोक्यातलं सगळं विचारचक्र आपोआप थांबलं. त्यानं सुलीकडं बघतच बायकोला फर्मावलं,

'अगं, पोरीच्या केसाचं पिंजार झालंय. एकादं तेलाचं बॉट तरी पुस..'

'तेल फिल लावून, येणी बेणी घालून तिला कुठं आता नटवाय न्हायची हाय...' सुलीला म्हातारीचा भयंकर राग आला. तिनं फक्त ओठ करकचून चावला...

...बायजा आणि सुबाना जाधवाच्या भावीवर आली तवा सगळी माणसं नुकती कामाला लागलीती. सुबाना गडबडीनं भावीत उतरला. बायजा हातात चुंबळ घेऊन घटकाभर तशीच उभी ऱ्हायली. एवढ्यात जाधवाच्या नजरंला तिची नजर भिडली आणि तिचा जीव चरकला. ती बायकांच्यात मधी घुसली. डोकीवर चुंबळ ठेवली आणि शेजारणीच्या डोक्यावर असलेली खडकाची बुट्टी आपल्या डोक्यावर घेणार एवढ्यात जाधवाची हाळी आली,

'त्या आता आल्याल्या बायजाला शेंड्याला उभा करा. कवाबी इवून मदी उभा ऱ्हायला हे काय घरातलं काम न्हवं म्हणावं..!'

बायजा हाबकली. सगळ्या बायका मनातल्या मनात खुलल्या. बायजा गुमान शेंड्याला गेली. खडकीची बुट्टी डोक्यावर घेतच नशीबाच्या नावानं मनातल्या मनात करकरली.

उन्हाला झेंडू फुटलं तसा भावीतल्या पारींचा आवाज खणखणू लागला. रांगतल्या बायका सुट्टी कवा हुईल हेचाच अंदाज बांधालत्या. बायजाचं मात्र कशातच लक्ष नव्हतं. तिच्या मनात फक्त किड्यांची वळवळ सुरू झालती.

... संसारात कसल्या म्हणून गोष्टीला यॅस न्हाई. अशी कुठं गाडी रीघला लागती न लागती तवर आनी मदीच कायतरी उपाटतंयच....एवढं पार कुठल्या जन्मी केलतं कुणास धक्कल... ती तिच्याच विचारात वाहात होती. एवढ्यात चुकून तिचा हात बुट्टीपास्नं निसटला आणि खडकाची बुट्टी दोघींच्या मधी कोसळली. बायजाच्या अंगावर सर्रकन काटा उभा ऱ्हायला. समोरच्या निकमांच्या लक्ष्मीनं सगळं मघापास्नं हेरलतं. ती घाई साधून म्हणाली,

'का गऽ आज कशात काय बिनासलंयऽऽ?'

'काय न्हाई बाई ऽऽ' एवढंच कसंबसं बायजा बोलली. मनातनं तिला वाटालतं, एकदा सगळं कुणाम्होरं तरी भडाडा वकावं! ध्यायीची समाधानी करून घ्यावी. खरं काय सांगायचं तरी? परतेकाच्यात हेच हाय... आपल्यात तरी येगळं काय घडाय लागलंय असं वाटून ती गुमान बुट्ट्या टाकाय लागली.

आडोळची सुट्टी झाली प्रत्येकानं आपापलं भाकरीचं गठलं घेऊन आंब्याची सावली गाठली. बापयांनी आंब्याच्या बुडक्याला भाकऱ्या सोडल्या. बायकांनी तिथंच जरासं लांब बसत आपल्या भाकऱ्या समोर घेतल्या. बायजानं सुबानाकडं भाकरीवर सुकं घालून दिलं आणि आपल्या म्होरच्या भाकरीकडं तिनं बघितलं. भाकरी खावी अशी वासनाच व्हईना. बाकीच्या बायकांनी तुकडं चावायला सुरुवात

केली. निकमाच्या लक्ष्मीचं बायजाकडं लक्ष गेलं. ती एकदम तोंडातला तुकडा गिळतच म्हणाली,

'अगं ऽ आसं काय आज व्हयालय ऽऽ भाकरीचा तुकडा तरी मोड की ऽऽ'

बायजा गप्पकन भानावर आली, तिनं गडबडीनं तुकडा मोडला पण तोंडात घालाय व्हईना. कशीतरी चतकोर भाकरी खाऊन ती उठली आणि तडक बाभळी बुडी जाऊन आडवी झाली. पाठोपाठ निकमाची लक्ष्मी, ढगाऱ्याची हौशी तिच्याजवळ आल्या आणि खोदून खोदून विचारू लागल्या. बायजाला एकाएकी आवंढा आला. डोळ्यातनं टिपं गाळतच तिनं सगळं सांगायला सुरुवात केली, तशी ढगाऱ्याची हौसा म्हणाली–

'खुळे ऽ असं रोज लिंबू माझ्या परड्यात पडत्यात. कोण करून कुणाचं वाईट व्हईत न्हाई– त्येला देवानंच कराय लागतय...'

'करणारी रांड कुठं हेनं सुखी ऱ्हानार हाय घे ऽऽ' लक्ष्मी तिला समजावतच बोलली.

तशी बायजा जराशी ताळ्यावर आली. सुन्न नजरेनं लक्ष्मीकडं पाहातच म्हणाली,

'न्हाई व्ह ताईसाब ऽ घरात कशालाच यॅस न्हाई ऽऽ जीव तीळ तीळ तुटाय लागलाय जी ऽऽ'

घटकाभर तिघीबी गप्पगार झाल्या. एकमेकीकडं पाहात बसल्या. अशातच ढगाऱ्याची हौसा कायतरी सुचल्यागत म्हणाली,

'येत्या आमोश्याला जरा हिटणीला तरी जाऊन ये ऽऽ तिथली आक्कू जोगतीण जरा चांगलं बगतीया ऽऽ' बायजाला कायतरी सापडल्यागत झालं. तिचं डोळं विस्फारलं. निकमाच्या लक्ष्मीनंबी ह्येला दुजोरा दिला आणि बायजाच्या अंगात हुशारी आल्यागत झालं... जाधवानं सगळ्यास्नी हाळी दिली. बायजा उठता उठताच मनाशी पुटपुटली.

'नशीबाचा भोग असतोय, भोगाय पायजे...'

...आईतवार म्हणून काम बंद होतं. सुबाना बाजारला गेलता. आठवडाभर कसलीती सवड व्हईत न्हाई म्हणून बायजानं तिन्ही सोप्यांचा भुईकाला घेतला. समोरच्या भित्तीची लईच डिवळं निघालती म्हणून उरलेल्या काल्यात माती मिसळली आणि भित्तीला सरकटायला सुरुवात केली. बघता बघता दिस कलंडला. बायजाला व्हईकच वाटलं. कामावर असताना दिस जाता जात न्हाई आणि आजच ह्येला लवकर कलायला काय झालं? तिनं हातातला काला संपवला. गडबडीनं हातपाय धुऊन घेतलं. सुली आणि म्हातारी कुठं घर ववसाय गेलत्या, तिच्या मनात म्हातारीच्या विषयी बरंच काय काय येत गेलं. काम न्हाई धंदा उगच वारवार दुसऱ्याची घरं कशाला

बिचारी ववसतीया कुणास ठावं..' एकदम ध्येनात आल्यागत ती न्हाणीकडं वळली. भराभर न्हाणीच्या चुलीतली राक भरून काढली. जळणाच्या खोपीतनं शेळकुंडं आणि तीन-चार लाकडं चुलीजवळ आणून टाकली. भेनकाट्या आणायला म्हणून ती परत परड्यागत गेली. शेणीखालच्या तीन-चार भेनकाट्या ताकदीनं उसपल्या. शेणीच्या खोपीच्या बाहेर आली. सहज लक्ष समोरच्या चगाळाच्या ढिगाकडं गेलं. बावचाळली. रोज रोज चगाळाचा ढीग कमी कसा व्हयाला लागलाय? तिनं परड्यातल्या कडखोपड्याकडं निरखून बघितलं. घराच्या वळचणीला लागून लाकडाचे तीन-चार कंडे सुस्त पडलेले. घरापास्नं दोन एक पावलावरच्या शेणीच्या खोपीसमोर सगळा चगाळाचा पसारा, बाजूला मांडवाच्या मेढींचा ढीग, तिचा तिलाच राग आला. हे सगळं बयवार लावायला पायगे! हे असंच सगळं पडलं आणि अचानक वळीव पडला तर कसं व्हयाचं. ती त्या विचारातच घरात आली. सर्रकन रागासारखी काडी ओढली आणि दिवा पेटवला.

भेनकाट्या कडाडा मोडून खोपड्यात ठेवल्या. चुलीत शेणी कोंबल्या. रक्कची चिमट शेणीवर घेतली. त्यावर चिमणीतलं राकेल ओतलं. शेणीत शेण ढकलली. दिवा कलता करून लावला. डेऱ्यात हात घालून तिनं पाण्याचा अंदाज बघितला. भाईरच्या सोप्याला आली. घरात अजून म्हातारीबी दिसत नव्हती आणि सुलीबी. तिला सुलीचा भलता राग आला. बिब्याएवढी पोरगी खरं उगच गावभर हुंदडत असती. गप्प आपल्या घराच्या भोत्यानं फिरावं हे ध्यान न्हाई... सारखं आपलं रानोमाळ... गल्लीत उभा राहून सुलीला एखादी हाळी मारावी, असं तिला वाटायं लागलं. पण उगच आताच कशाला म्हणून ती पुन्हा आतल्या सोप्यात वळली. डेऱ्याखाली आता शेणी धुमाय लागल्यात्या. तिनं फुकणी हुडकून काढली. फुकलं. शेणी एकदम भडकल्या. डोळ्यात धुरानं पाणी डबडबलं. तिनं जेवणाच्या चुलीतबी जाळ केला. सुपात तांदूळ निवडायला घेतलं. एवढ्यात पळत पळतच सुली पाठीमागच्या सोप्याला आली आणि दमल्यागत म्हणाली,

'आई आई आजी कुठं गेली ऽऽ?'

'मसणात ...' बायजा ठिसाकली. सुलीचं तोंड गोरंमोरं झालं. तिनं गर्रकन त्वांड वळवलं आणि पुढचा सोपा गाठला. तशी बायजा कडकडली,

'सुली ऽ पाणी तापत ठेवलंय, भाईर कुठं जाशील बघ ऽऽ'

सुलीला आईचा भलता राग आला. त्यात आंगुळ करायची म्हटल्यावर आणि जास्तच. आता पाणी न्हायचं म्हटल्यावर तिच्या अंगावर काटा उभा ऱ्हायला. तिनं पाठीमागं न बघताच धुम्म ठोकली. ती सरळ दिवाणाची चिच गाठली. ही नेहमीची खेळायची जागा. कोण बरोबर असलं सारखं, नसलं सारखं. तिला हितंच खेळावंसं वाटायचं, त्यामुळं ती सारखी दिवाणाच्या चिंचखालीच.

बायजानं भाताचं गाडगं चुलीवर ठेवलं. न्हाणीच्या चुलीवरल्या डेऱ्यात हात घातला. पाण्याचा काटा कवाच मोडलाता. पाणी चांगलंच तापलतं. तिनं भाईरच्या सोप्याला येऊन बघितलं, तर सुली गायब! 'रांड, आंगुळ म्हटलं की, नुस्ती झरझरती....' ती मनातच पुटपुटली. गल्लीत आली. दिवस मावळलाता. सगळ्या गल्लीभर तिनं नजर टाकली. सुली कुठंच दिसायला तयार नव्हती. गल्लीत पोरांनी कसला बसला डाव मांडलाता, त्यात कुठंच सुली नव्हती. तिनं कसाळ्याच्या पक्याला हाळी मारूनच इच्यारलं,

'आमची सुली कुठं दिसली व्हय रं ऽऽ!'

पक्यानं बोटानंच दिवाणाच्या चिचकडं हात केला. बायजानं सुलीला शिव्या हासडायला सुरुवात केली, माणसं बाजारास्नं परतायला लागलीती. बायजानं पुढचं दार वडून घेतलं. दिवाणाची चिच गाठली. सुली एकटीच मातीत खेळत होती. आईला एकदम समोर बघून सुली दचाकली. बायजानं तिच्या बकोट्यालाच हात घातला आणि टराटरा वडतच म्हणाली,

'पाणी तापालय, कुठं जाऊ नको म्हणतानं घोडी हिकडं आलीस व्हय...'

'मी न्हाई जा ऽऽ आंगूळ करत...' म्हणत सुलीनं पळण्याची धडपड केली तशी बायजानं हाताची पक्कड घट्ट करतच पाठीत धप्पाटा घातला. सुलीला एवढंच पायजे होतं. तिनं मोठ्यानं भोंगा पसरला. पाय झाडायला सुरुवात केली. बायजाला ऱ्हावलं न्हाई. तिनं चांगलं धपापा बडवतच तिला उचललं आणि घराकडं झपापा पावलं टाकायला सुरुवात केली. बाजारास्नं येणाऱ्या सुताराच्या कमळाला सुलीचं रडणं बघवना. तशी ती बायजाला म्हणाली,

'कशाला रडवलीस ऽऽ गप्प सोड की बाई ऽऽ'

'काय सांगायचं बाई ऽऽ पंधरा-तीन आठवडं झालं न्हावून ऽऽ आज तरी धुऊन काढीन म्हणतानं रांडनं असं सुरू केलंय बघा ऽऽ' सुलीचा आवाज अधिकच वाढला. तशी कमळा सुतारीण म्हणाली,

'रात्री घाल म्हणस पाणी, सोड तिकडं... आता कुठं भटा बामणाची लागून गेलीया पोर ऽऽ!'

बायजानं कमळाच्या बोलण्याकडं लक्ष न देताच सुलीला दारात आणलं. खाली आपटतच दार उघडलं. तिच्या बकोट्याला धरून पाठीमागचा सोपा गाठला. सुलीला आता समजून चुकलं की रडून बी काय उपयोग न्हाई. तिनं फक्त मुसमुसायला सुरुवात केली. बायजानं चुलीवरच्या भाताकडं बघितलं. अजून मुरायला बराच उशीर होता. तिनं खोपड्याची खोबरेल तेलाची बाटली घेतली. सुलीला जवळ वडलं.

सुलीच्या झिंज्या बुट्टीएवढ्या झालत्या. बायजानं खासकन रेबनी सोडल्या. कुडचाभर तेल तिच्या झिंज्यात वतलं. घसाघसा घासलं. घटकत सगळं तेल

न्हाईनपत झालं. तिनं परत एक कुडचा भरून घेतला. सुलीच्या डोक्यावर घसासा घासला. सुलीलाबी जरा शांत शांत वाटाय लागलं. बायजाला तिच्या केसाचा फुंगुस वास माराय लागला. तशी ती तेल लावता लावताच म्हणाली,

'घोडी ऽ एवदरून एवदरून केसाचं काय झालंय बघ ! आणि म्हणं पाणी घालाय नको ऽऽ वा पडल्या म्हणजे मरशील.'

सुली फक्त मुसमुसली. बायजानं चांगलं डोकं घासून सुलीला तिथंच बसवलं. भाताखाली जाळ सारला. न्हाणीजवळ दिवा पेटवून घेतला. सुलीला झगा काढून न्हाणीत उतरवलं. सुलीला पुन्हा रडावंसं वाटाय लागलं. ती पुन्हा मुसमुसू लागली. बायजानं तिच्याकडं पाहातच डोळं वटारलं. डेऱ्यात तांब्या बुडवला. अंगावर पाणी पडलं आणि सुली न्हाणीतच थायथाय नाचत, रडाय लागली. बायजानं तिला दडपतच खाली बसवलं. भडाडा तीन-चार तांबे वतले. मगच इसवाणासाठी गार पाणी डेऱ्यात वतलं. सुलीला जरासं बरं वाटलं. तिनं नंतर गुमान तोंड मिटून घेतलं.

न्हाणीतनं भाईर पडल्यावर सुलीला जरा मोकळं मोकळं वाटाय लागलं. तिनं स्वतःच्या झिंज्या गारगार फिरवून केसाशी खेळाय सुरुवात केली. एवढ्यात म्हातारी तिथं आली. सुलीचा हा खेळ बघून म्हणाली,

'आसं इंद्राबिद्र्या सारखं करू नको ऽ तिथली फणी घे जरा इचर ऽऽ'

सुलीनं सरळ आडव्या भित्तीवरची फणी घेतली आणि मधल्या सोप्याला दिव्याजवळ बसून हळूहळू इचरायला सुरुवात केली. म्हातारीला ऱ्हावलं न्हाई. तिनं सुलीकडची फणी काढून घेतली. सुलीला जवळ घेतच इचरायला सुरुवात केली. फणी केसात अडली, तशी सुलीची मान गचकं खात होती. सगळीकडनं फणी फिरवून म्हातारीनं बटा सोडवल्या. डाव्या कानाच्या जवळनं फणी फिरवायला सुरुवात केली तर कानाच्या पाठीमागं फणीच शिरायला तयार नव्हती. म्हातारीनं गचकं मारून बघितलं. सुलीला कळ सोसेना. तिचा जीव रडकुंडीला आला. म्हातारीनं फणी टाकली. आणि केस सुटं करायला सुरुवात केली. तरीबी कानाच्या पाठीमागं केसाचं तयार झालेलं बोचकं सुटं व्हायला तयार नव्हतं. सुली गप्पगार बसली. म्हातारी कटाळली. तिनं बायजाला हाळी मारली आणि सुलीच्या केसाचं कानाजवळ तयार झालेलं बोचकं दाखवलं. तशी सुलीला आपल्याकडं वडून घेतच ती ठिसाकली,

'घोडीला इचरून घ्यायला नको ऽ पाणी न्हायला नको ऽ' तिनं फणी हातात घेऊन फिरवण्याचा प्रयत्न केला. फणी पुढं सरकतच नव्हती. फणी टाकली. दोन्ही हातात धरून केसाचा गुंता पेचकटायचा प्रयत्न केला. तिच्या डाव्या दंडात जोराची कळ आली. सुली एकदम कळवळल्यागत ओरडली. बायजाच्या तोंडावर घामाचे थेंब जमा झाले. ती भिन्न होऊन दंड धरून बसली. म्हातारी एकाएकी घाबरली. तिनं बायजाला विचारलं,

‘काय झालं ग ऽऽ’

‘पुना मागच्या सारखीच कळ आली ऽ’ म्हणत बायजा भित्तीला टेकली. लांबलचक सुस्कारा सोडला. म्हातारीचा जीव कावराबावरा झाला. सुलीला काय बी समजंना. एवढ्यात बाजारच्या पिसव्या घेऊन सुबाना घरात आला. त्यानं तिघींच्याही तोंडाकडं बघितलं. त्याला काय बी समजलं नाही. त्यानं हळूच भित्तीला पिसव्या टेकवल्या. खांद्यावरचा टावेल दांडीवर टाकला. आणि अंगातला अंगरखा काढतच म्हातारीला विचारलं,

‘आई ऽ अशा का बसलायसा गऽऽ’

‘हिच्या रट्यात परत कळ भरली बाबा ऽऽ’

‘कवा ऽऽ?’ त्यानं दीर्घ आवाजात विचारलं.

‘आताच, सुलीचं केस इचरतानं...’

त्याच्या कपाळाला आठी पडली. त्यानं तिथं टेकतच लांबलचक श्वास सोडला आणि भगवंताचं नाव घेतच खिशातली तंबाखूची पिशवी काढली...

सकाळी सकाळी बायजानं सुबानाला हलवून जागं केलं आणि विचारलं,

‘आज हिटणीला जायचं न्हवं ऽऽ?’

सुबानाला क्षणभर वाटलं, हिटणीला जाऊन तरी काय करायचं? कसला तरी उतारा टाक, कसला तरी कट करून टाक, हेच्याशिवाय ह्यो देव तरी आनी काय सांगणार? तरीपण हिच्या समाधानासाठी तरी जाऊन यावं असं वाटल्यामुळं त्यानं अंगावरचं घोंगडं झटकलं आणि उठून बसतच लांबलचक जांभई दिली. कडाडा अंग मोडलं आणि बायजाला इच्यारलं,

‘आज मंगळवारचं लई झुंब्बड असती म्हणं गं ऽऽ’

‘मग आडवारी जाऊन तिथं काय करत्यासा ऽऽ? आजच काय ते निघंल म्हणून जाऊ या ऽऽ’ म्हणतच बायजानं चूल गाठली. गडबडीनं न्हाणीच्या चुलीत जाळ केला. डेऱ्यात पाण्याची घागर वतली. कडभानुशीला बोळा मारला. कुंकू हळद लावून चूल पुजली. चुलीत इस्तु केला. भाताचं गाडगं चुलीवर ठेवलं. आता सुलीला उठवावं म्हणून ती अंथरुणाकडं वळली, तवर न्हाणीच्या चुलीतला जाळ भाग ऽ कीऱ्यानं मोठा झाला. ती दचकली. तशीच अंथरुणाकडं सरकली. सुली गाढ झोपेतनं लवकर जागीच व्हईना. तशी ती खेकसली. तिनं सुलीला तसंच उटवून बसीवलं. लगेच सुली पुन्हा कलंडली.

‘उठ की रांडऽ, कशाला दंबवालीस ऽऽ’ म्हणतच बायजानं तिला हिसडा दिला. सुली गप्पकन जागी झाली. आई आज एवढ्या लवकर आपल्याला का उठवाय लागलीया, हेच तिला समजना. तिनं डोळं चोळून चोळून एक लांबलचक जांभई

दिली. तरीही तिला लवंडावं असंच वाटाय लागलं. जीवाच्या करारावर सुली उठली. लवण्या ताटवून लांबलचक आळस देतच आईला म्हणाली,

'कशाला एवढ्या यरवाळी आरडालीस ऽऽ'

बायजानं तिच्या रव्ट्याला हात घातला. चुलीकडं फरकटत न्हेलं. चुलीतली लाकडं आत सरकवत म्हणाली,

'झगा काढ, पाणी न्हायाचं ऽऽ'

सुलीला आता मात्र कसंतरीच वाटलं. तिच्या अंगावर सर्रकन काटा उभा ऱ्हायला. यवढ्या यरवाळी आई आपल्याला का पाणी घालालीया? ती तशीच आईकडं टकामका पाहात उभी ऱ्हायली. बायजानं डोळं वटारलं. सुली जवळजवळ रडलीच. तशी बायजा समजुतीच्या सुरात म्हणाली,

'काढ लेकी झगा ऽ आंघूळ करून मामाच्या गावाला जायचं... शाणी माझी.'

सुलीच्या मनात पुन्हा गोंधळ. आई आजच आपल्याला मामाच्या गावाला कशाला न्यायला लागलीया. काय नुसतं आंगुळ करायपुरतं म्हणाय लागलीया कुणास धक्कल. म्हणून तिनं रडक्या आवाजातच 'मी न्हाई जा ऽऽ' म्हटलं. तशी बायजाच्या मस्तकाची शिर उठली.

'रामधरमाच्या पाऱ्यात रडं नगं ऽ गुमान झगा काढ, न्हाई तर आता ऽऽ' बोलता बोलताच बायजाचा ओठ आवळला गेला. सुलीच्या लक्षात आलं, आता काय धडगत नाही. तिनं गुमान झगा काढला. न्हाणीकडं सरकली...

घरातनं भाईर पडायला दिवस कासराभर आला. हिटणी, गावापासनं चार-पाच मैल लांब. एवढा पल्ला कवा तोडायचा हेच सुबानला समजेना. त्यानं वेशीतनं बाहेर पडता पडताच बायजाला बजावलं, 'पाय झपापा उचलायचं ऽऽ न्हाईतर मधीच बारा वाजतील....' बायजाला बी लवकर हिटणी गाटायची घाई वाटाय लागली. गावाची शिव ओलांडून जरासं अंतर कापल्यावर सुलीला चालायला नको वाटाय लागलं. त्यात मामाच्या गावाला जाणारी वाट सोडून दुसराच रस्ता या दोघांनी धरल्यापास्नं सुलीला चालायला नको वाटालतं. सुली मागं मागं रेंगाळायला लागली. तशी बायजा कावली,

'भराभरा पाय उचल...'

सुबानाला पोरीची कीव आली. पोरीचं पाय दुखले असतील असं त्याला वाटाय लागलं. त्यानं बायजाला हळूच सांगितलं,

'जरासं घे काकंत ऽऽ'

'काकंत घ्यायला काय न्हानं हाय ऽऽ' बायजा ठिसाकली. सुलीचा चेहरा रडकुंडीला आला. बायजानं एवढंच हेरलं. चालता चालता सुलीला काकंत घेतलं. सुलीला जरासं बरं वाटलं. आईच्या काकंत बसून वाटंभोत्यानं वाळलेलं रान बघायला

सुलीला गम्मत वाटाय लागली. बायजा मात्र चालता चालताच विचार करत होती... ह्या येळला तरी सगळं बयवार निघालं तर बरं व्हईल. एकदा सगळी किरकात तरी संपल. किती म्हणून जीवाची वडातान करायची...?

'कल परसू मांगल्या बी म्हणालता गं ऽऽ' सुबाना म्हणून बोलला. बायजा भानावर आली.

'काय म्हणालाताऽऽ' बायजानं विषयाला सुरुवात केली.

'आनी काय, हेच की ऽऽ समोरची सारखी आजऱ्याला पळतीया. तिथं कोणतरी मुसलमानाचा माणूस हाय म्हणं ऽऽ' सुबानानं माहिती पुरविली, तसा बायजाच्या डोक्यात ठणका उठला.

'रांडनं का पाट घेतलीया कुणास धक्कल...' बायजा सहज बोलून गेली. दोघं गप्प झाली. आता उन्हाचा चटका बसायला सुरुवात झालती. बायजाचा हात सुलीला काकंत घेऊन ठणकालता. तिनं सुलीला उतरलं, तशी सुली नव्या दमानं चालाय लागली. रानात चिटपाकरू सुद्धा दिसत नव्हतं. सगळीकडं काळंशार रान. मधीच बाभळीचं न्हाईतर आंब्याचं एखादंच हिरवंगार झाड. बाकी सगळं वाळून कोळक झालेले. बायजाला दमल्यागत वाटाय लागलं. उन्हं अधिकच दाट झालती. तोंडावर घामाचे थेंब जमा झालते. कुठं तरी बसून घोटभर पाणी प्यावं असं बायजाला वाटाय लागलं. दुंडग्याची शिव वलंडल्याशिवाय कुठं पाण्याचा थेंब न्हाई, हेबी तिच्या ध्येनात आलं. तिनं पाय उचलायला सुरुवात केली.

हिटणीच्या शिवंत पाय ठेवला तवा सावली पायात पडालती. उन्हं अधिकच गडद झालती. सुलीचा चेहरा पार नेभळून गेलता. बायजाला आता जरा धीर आल्यागत वाटालतं. तिनं सुबानाला विचारलं,

'तांदळाशिवाय आणि काय न्हायला लागत न्हाई न्हवं ऽऽ?'

'बघूया की ऽऽ आणि काय लागलं तर दुकानातलं आणूया की ऽऽ' म्हणतच सुबानानं खिश्यातली तंबाखूची पिसवी काढली आणि बार भरला. गावाची पानंद आली, तशी सुली जरासं हाराकली. आतातरी बसाय गावणार म्हणून तिला बरं वाटाय लागलं. तिनं आईला विचारलं, 'हेच न्हवं गाव ऽऽ?'

बायजा सुलीकडं बघत पुसट हसली आणि सुलीचा जीव भांड्यात पडला.

आक्कू जोगतीणीच्या दारात पाय टाकला आणि आतली माणसं बघून बायजा अवाक झाली. पोत्यात जुंधळं भरल्यासारखी सोप्यात माणसं भरलीती. बसायला जागा नव्हती. बरीचजण भित्तीला टेकून उभी होती. सगळा सोपा भरून माणूसच माणूस. मध्यभागी आक्कूबाई कपाळभर भंडारा माखून, मांडी घालून

डुलत बसलीती. पाठीमागचा भलामोठा देव्हारा. त्यात मोराची पिसं, यल्लूआईचा टाक, शेजारी लहान लहान दुसऱ्या देवांचे टाक, तांदळाचा ढीग मध्येच. परडीत कवड्याची माळ. सगळं भंडाऱ्यानं माकल्यालं. शेजारीच जग. त्येच्या काटावर खोवलेली मोराची पिसं. लोंबकाळणारी काकणं. मध्ये देवीचा टाक. भोतेभोर तांदूळ आणि भंडारा. सुली हे सगळं बघता बघताच स्वतःला विसरून गेली. सुबाना पायातलं काढून भित्तीला टेकून उभा ऱ्हायला. बायजा उंबऱ्याच्या शेजारीच गळ्यात गुडघं घेऊन बसली.

आक्कू जोगतीणीनं जोराची उचकी दिली आणि सुली कावरीबावरी झाली. तिच्या अंगावर सर्रकन काटा उभा ऱ्हायला. गप्पकन ती आईला धरून उभी ऱ्हायली. एवढ्यात आक्कूबाईनं घुमायला सुरुवात केली. हाताला आळोखे पिळोखे देता देता तिच्या अंगावरचा पदर खाली पडला. केसाचा पुंजका विस्कटला. जट विचित्र हेलकावे खाऊ लागली. गळ्यातल्या पांढरट-तांबड्या मण्यांची हालचाल सुरू झाली. सुली तिचं सगळं रूप बघून चराकली. तिनं डोळं गच्च झाकलं आणि आईला गच्च मिठी मारली.

समोर बसलेल्या एका एका माणसाची इनती सुरू झाली. आक्कूबाई तंद्रीत बोलल्यासारखी त्यांना उत्तर देत होती. एका इनतीनं दुसरी इनती निघत होती. सगळी माणसं चिडीचिप होऊन ऐकत होती. कुणाच्या घरातलं देवाधर्माचं निघायचं. कुणाचं वाऱ्याबिऱ्याचं निघायचं. बायजा सगळं कान देऊन ऐकालती. एक एक माणूस कमी होत होतं. सुबाना मात्र आपल्याच विचारात भित्तीला टेकून तंबाखूची गोळी तोंडात धरून उभा होता.

उन्हं उतरतीला लागली, तवा सोप्यातली गर्दी निम्मी अधिक कमी झालती. तीन-चार बापय माणसं आणि दोघी बाया तेवढ्याच बसल्यात्या. बायजाची पाळी आली. आक्कू जोगतीण जाग्याला बसून जांभया द्यायला लागलीती. बायजा हळूहळू सरकतच आक्कूबाईजवळ गेली. सगळं बयवार सांगू लागली. सुली कान टवकारून ऐकालती. सुबाना मात्र गप्पगार बसून होता.

सगळं ऐकता ऐकता आक्कू जोगतीण मधीच म्हणाली,

'तुमच्या घरात देवस्थानं कुठली कुठली ऽऽ ?'

'जोतिबा, लक्ष्मी, अंबाबाई...' बायजानं यादी पुरविली.

'घरचं पुरूस माणूस कोण बरोबर आलंय काय?'

'व्हय. घरचा मालकच आलाय ऽ' बायजा पुटपुटली.

आक्कूबाई एकदम घुमाय लागली. मध्येच जोरानं उचाकली. घुमता घुमताच ओरडली,

'मला तुमच्या देव्हाऱ्यात बसायचं हाय ऽऽ'

सुबाना एकदम दचाकला. बायजाचं अंग शहारलं. त्यातनं बी धाडस करून बायजा बोलली,

'मग हातात करकच कशाला भरवाय पायजे?'

'काय करतानं करक भरली ऽऽ?'

'पोरीचं क्यास इचरताना ऽऽ'

'मला पोरीचं क्यास आवडल्यात. आता हात लावू नगं. ते माझं हाईत...'

म्हणता म्हणता ती घुमता घुमताच गप्पगार झाली. शेजारच्या माणसांनी हातांची तिट्टी सोडवली. पाणी तोंडात दिलं. झाड सुटलं. सुबानच्या अंगाची मात्र ल्हायी ल्हायी झाली. बायजाला हे सगळं ऐकून गरगरल्यागत वाटाय लागलं. तिला काय सुचंनासं झालं. ती मुडद्यागत गप्पगार बसली. आक्कू जोगतीणीनं सुलीला जवळ बोलीवलं. डोक्यावरनं हात फिरवला. हात फिरवता फिरवता कानामागच्या केसाचा लेप तिच्या हाताला लागला. तशी बायजाला म्हणाली,

'आईला केस आवडल्यात ऽऽ आता ह्येला हात लावू नगं ऽऽ लई वाईट व्हईल. रोज हेला पुजत जा ऽऽ आईला दूध म्हणून वडाच्या चिकाचं बॉट,भंडारा पुसत जा ऽऽ तरच सगळं तरंल ऽऽ'

'खरं ऽऽ ह्ये देवस्थान आमच्या न्हाई ऽऽ' सुबाना न ऱ्हावून बोलला. आक्कू जोगतीण चिडली,

'आमची आई गावाच्या कडंला आणि परतेक आड्याला हाय! असं म्हणूच नको ऽऽऽ' तिचा चढता सूर बघता बघता चिघळला. सुबानला आता काय बोलून उपयोग नाही, असं वाटाय लागलं. बायजाचं डोकं गरगराय लागलतं. सुली मात्र सगळ्याकडं टक लावून बघालती...

गावची वाट धरली, तवा सूर्य पार कलतीला. कोण कुणासी बोलत नव्हतं. सुली चालता चालताच आई-बापाकडं आळीपाळीनं बघालती. दोघं सुली जम्यात नसल्यागत झपाझप पावलं उचलत होती. सुलीला दोघांचा भलताच राग आला. आपल्याला सोडून दोघंबी पळाय लागल्यात, असं तिला वाटाय लागलं. अशातच सुलीचा पाय चुकला आणि जोरानं ठेच लागली. ती कळवळली. जोरानं ओरडली. तशी ती दोघं कावबारून मागं वळली. सुलीच्या डोळ्यांतनं पाणी घळघळाय लागलतं. तिनं वाकून अंगठ्याजवळचं बोट जाम्म आवळून धरलतं. बायजा गडबडीनं सुलीजवळ आली. बघती तर सुलीच्या मधल्या बोटातनं रक्त आलतं. तिच्या काळजात चर्रर झालं. तिनं सुलीला बसवलं आणि बोटाला धरतच सुलीला म्हणाली, 'कुठं धिंदऱ्यागत बघत चाललीस...'

सुबानानं हळूच सुलीला जवळ घेतलं. बायजानं पटाक्कन सुलीचं बोट सोडलं.

चमड्याचा टवका गेलता. सुलीचं रडणं चालूच होतं. सुबानानं टावेलनं बोटाचं रगात पुसलं. हळुवार फुकलं. जरासं बरं वाटलं. तिनं पाय थोडासा सैल सोडला. हळूहळू रक्त थांबलं. सुलीला सुबानानं खांद्यावर घेतलं. पावलं उचलायला सुरुवात केली. बायजाही न बोलताच त्याच्या पाठीमागनं चालली. सुलीला खांद्यावर घेतलेल्या सुबानाची सावली लांबलचक पडायला लागलीती.

'ह्यो देव आमच्या घरात न्हाई. मी त्येला देवाऱ्यावर पुजणार न्हाई...' सुबानाचा आवाज एकदम चढला. जमलेल्या आया-बायास्नी तेचा अवतार काय खऱ्यातला वाटंना पुढं बोलाय कुणालाबी धाडस होईना. असातच जरासा धीर करून निकमाची तानूकाकू म्हणाली,

'असं म्हणून कसं भागंल बाबा ऽऽ मी मी म्हणणाऱ्यास्नी त्ये ह्या देवीनं आक्काम आणल्यागतं, त्यात तुझं तरी काय...? पाटलाचा आबातात्या म्हाईती हाय ऽ दुसरं कोन न्हवं ऽ ऽ'

'ते कायबी आसलं तरी ह्या देवाला मी घरात घेणार न्हाई. काकू ऽ ऽ तू आता मला काय सांगूनेस....' सुबाना पुन्हा डाफरला. सगळी गप्पगार बसली. निकमाच्या तानूकाकूला कुठं बोललो असं झालं. कसाळ्याची आक्कूबाई शेजारणीच्या कानात कायबाय पुटपुटली. कोपऱ्यात बसलेल्या म्हातारीला काय करावं हेच समजंना. बायजानं गुडघ्यात घातलेली मान वर काढली नाही. घरची रया पार बदलून गेलती. कुणाचा पायपोस कुणाच्या पायात नव्हता. दररोज घरात नुसता धुडगूस!

सुबानाला किती किती समजावलं तरी गडी काय पटवून घ्यायला तयार नव्हता. त्याच्या मनात पक्क बसून गेलतं, की ही देवी आपल्या घरात नको! एकदा का ही देवी घुसली की ती लवकर सुटत न्हाई, हे त्याला पक्क माहीत होतं. बायको जीव तोडून सांगण्याचा प्रयत्न करत होती. शेजारी पाजारी घराच्या सुखासाठी देवाला घरात आणा, असं विनवत होत्या. पण सुबानाचं आपलं एकच. 'वाडवडलात ही घरात नव्हती, आता आणायची न्हाई' याच वादातनं आज म्हातारीची आणि त्याची तोंडातोंडी सुरू झाली. अख्खी गल्ली घरात गोळा झाली. गल्लीतलं प्रत्येक बायकोमाणूस समजून सांगत होतं. देवीचं महात्म पटवून देत होतं पण सुबानानं आपला हेका काय सोडला नव्हता.

हळूहळू घरातलं एकएक माणूस कमी होत गेलं. आयाबायांनी आपापलं घर गाठलं. कोण चुकचुकत होतं, कोण सुबानाच्या हेकेखोरपणाला शिव्या देत होतं. बायजा आपल्या संसाराचं कसं व्हणार, ह्याच विचारात गुतपळून गेलती. म्हातारी अजूनबी बार भरूनच बसलीती. अशातच शेणाची बुट्टी घेऊन सुली दारात आली.

आई खोपडा धरून बसल्याली बघितल्यावर तिला कसंसंच वाटलं. आज काय तरी घरात भिनसलंय, हे तिनं मनातल्या मनात ओळखलं. तिला काय करावं सुचंना. चौकटीला गच्च धरून फक्त उभा ऱ्हायली. म्हातारी अजूनबी फुरफुरतच होती. बायजाची गुडघ्यातली मान गुडघ्यातच होती. सुबाना कपाळाला सतरा आठ्या पाडून तंबाखू मळत होता. सुलीला जास्त काळ गप्प बसावं असं वाटेना. तिनं हळूच पाय उचलला. म्हातारीजवळ आली. म्हातारी भिन्न बसलीती. तिनं म्हातारीला हालवतच विचारलं.

'काय झालं ग ऽऽ आजी ऽ ऽ?'

'मसाण झालं ऽ ऽ ' म्हातारी ठिसाकली. गडबडली. तिचा चेहरा खर्रकन उतरला. गप्पगार उभी ऱ्हायली. सुबाना आता हितं काय थांबून उपेग न्हाई, असं वाटून उठायच्या बेतात होता, एवढ्यात बायजानं पुन्हा मुस फोडली.

'एकदा काय तो कंडका पाडल्याशिवाय उठायचं न्हाई...'

'कंडका आणि कसला पाडायचा ऽ ऽ आमच्या घरात त्या देवाला आणायचं न्हाई म्हणजे न्हाई ऽ ऽ' सुबानानं सांगून टाकलं आणि म्हातारी पुन्हा भडाडली.

'हिला एकदा मसणात पोचीव म्हंजे तुझा जीव समाधानी व्हईल ऽ ऽ' म्हणत म्हातारीनं सुलीला त्याच्याचकडं ढकललं. सुली पुन्हा बावचळली. तिच्याकडं पाहताच सुबानाला भडभडून आलं. त्याच्या मनाचा तोल सुटला. तंबाखू लागल्यागत त्याला वाटाय लागलतं. तो तिरमिरीसारखा जागेवरनं उठला. तडक गल्लीत गेला. झपाटल्यागत त्यानं खालच्या दिशेला तोंड वळवलं. झपाझप पावलं उचलायला सुरुवात केली. पायांत पायताण घालायचंही त्याला भान उरलं न्हवतं... सुली चौकटीतनं मान बाहेर काढून त्याच्या पाठमोऱ्या आकृतीकडं टक लावून बघत होती.

एकातनं एक नवीनच कायतरी निघायला सुरुवात झालती. घरात कसल्या म्हणून गोष्टीला यास नव्हतं. सगळ्या घराची रया बदलून गेलती. सुबानाचं कशातच लक्ष नव्हतं. त्यानं एकच मनाला बोचणी लावून घेतलीती, की हे देवस्थान आपण घरात आणावं म्हणतोय हे बरोबर केलं का चूक केलं. आपल्या पोरीचं पुढं कसं व्हनार? त्याचा त्याला गुतपाळा उलघडत नव्हता. त्याचा जीव खराशीला आलाता. कुणाजवळ काय बोलावं तर नवईनच कायतरी निघत होतं. त्याचा धीर सुटलाता.

घरात देवीला आणायचं तर कव्वाच ठरलतं. काय काय सांगून बघितलं. तर कोण ऐकायला तयार नव्हतं. कसं व्हईल तसं व्हईल. ह्या एकाच विचारानं त्यानं सगळ्या गोष्टींना सम्मती दिली आणि म्हातारीचा जीव शांत झाला. तिच्या मनात सगळ्या यवजना पूर्ण झाल्या. आता घरात सगळं रांकीला लागलं असं तिला वाटाय लागलं. तिनं बायजाला पुन्हा हिटणीला पाठवलं. देवी आणायचं ठरवल्याचं कळवून,

काय काय करायचं, कसं करायचं, हे सगळं बयवार विचारून घेतलं आणि पुणवची वाट बघायला सुरुवात केली.

सुलीनं घरात पाय टाकला आणि तिला पाट्यावर कणीक चेचण्याचा आवाज आला. सुली एकदम गदबाळली. काल तर आईनं काय सांगितलं न्हाई. सकाळपास्नबी आई आणि म्हातारी आपल्याच तालात व्हत्यानी. आताच हेंचं पोळ्या करायचं कसं काय ठरलं? मनातल्या मनात तिला बरं वाटाय लागलं. ती तशीच दणका परगड्यांला पळाली. बघती तर वेळगुंदीची मावशीबी आलती. तिला आबजूकच वाटाय लागलं. मावशी आजच कशी आली? तिनं मावशीकडं निरखून बघितलं तर मावशी तिच्याकडं न बघताच कणीक चेचालती. सुलीनं मावशीच्या पाठीमागं जाईतच आईला विचारलं,

'आई, मावशी कवा आली ग ऽऽ'

'आली बघ ग घोडी. कुठं कुठं घर ववासालतीस ग? ऽ ऽ' म्हणत बायजानं सुलीचं बकोट धरलं. मावशी कणीक चेचता चेचता थांबली. तिनं सुलीला जवळ घेतलं आणि म्हणाली, 'आक्का ऽ! वाळली की ग पोरगी ऽऽ'

'हूं ऽ वाळाय तिला काय धाड भरलीयाऽ'

बायजानं चुलीत फुकतच उत्तर दिलं, तशी सुली हिरमुसली. मावशी मात्र तिचं भलतंच कौतुक करायला लागली. एवढ्यात म्हातारी सोप्यात आली.

'आता सरनोबताची शेवंता येतो म्हणालीया.'

'आटपा लवकर ऽऽ सुलीलाबी चार तांब्यानं धुऊन काढा...' म्हातारीनं सूचना केली. सुलीच्या अंगावर काटा आला. आताच ह्या म्हातारीला कशाचा सटका आला, हेच तिला समजंना. तिनं आईचा चेहरा निरखून बघितला. आईच्या चेहऱ्यावरही तोच भाव होता. तिनं मनातल्या मनातच ठरवलं की, आता हितनं धुम्म ठोकायची. तिनं मावशीजवळून आपली हळूच सोडवणूक करून घेतली. पळायच्या नादात होती, एवढ्यात बायजानं तिला दटावणी दिली, 'आता कुठं भाईर जायचं न्हाई ऽऽ' सुलीची आता मात्र पंचायत आली. ह्यातनं आपली सुटका कशी करून घ्यायची, ह्या विचारातच ती मावशीजवळ उभा ऱ्हायली. मावशीनं चेचलेली कणीक भुगुण्यात भरून ठेवली. मुसाळ धुऊन खोपड्याला उलटं उभं केलं आणि बायजाला म्हणाली,

'आता मी काय करूऽऽ'

'सुलीला तेवढं धुऊन काढऽऽ'

बायजानं फर्मावलं सुलीच्या जीवात चर्रर झालं. त्यात मावशी पाणी घालणार म्हटल्यावर तिला जरासं बरं वाटलं. तिनं हिकडम तिकडम न करता मावशीशी लाडीगोडी सुरू केली.

न्हाणीत उतरल्या उतरल्या सुलीला रडावं असं वाटायं लागलं; पण मावशीच्या समोर रडायचं म्हणजे तिला कसंतरीच वाटाय लागलं. तिनं मन घट्ट केलं. हळूहळू पाण्याचा तांब्या आपल्याच हातात कसा येईल, यासाठी कलागत सुरू केली. बायजाला भलतीच गम्मत वाटायला लागली. कार्टी आपण पाणी घालताना कधी गुमान पाणी न्हाली न्हाई आणि आजच तिला कसं गोड वाटाय लागलं. तिनं त्यातनंबी सुलीला डिवचलं.

'आज मावशीच्या हातचं पाणी म्हणून गोड लागलंय व्हय गं मैने ऽऽ'

सुलीला हसू आलं, पण हसता हसताच तिनं आईला दात इचकून यडवान दाखवलं. मावशीला हसू आलं. तिनं हसता हसताच तिच्या डोक्यावर तीन-चार तांबे रिकामे केले. सुलीला लई लई बरं वाटलं, डोक्यातली भगभग थांबल्यागत वाटाय लागलं. तिनं मावशीजवळ पुन्हा हट्ट धरला. मावशीनं तिच्या केसातून हात फिरवतच पाण्याचा तांब्या मोकळा केला. मावशीचा हात जटंजवळ आला आणि एकदम थबकला. ती मनातल्या मनातच सुलीच्या डोकीतल्या जटंला पाया पडली. पण तिच्या मनात कसलंतरी वादळं उठलं. ती भलतीच अस्वस्थ झाली. तिच्या हातातला पाण्याचा तांब्या लडबडाय लागला. ती मनातच पुटपुटली,

'सोन्यासारख्या पोरीच्या नशीबाला काय आलं?' तिचे डोळे डबडबले आणि हातातला तांब्या अधिकच हेलकावे खायला लागला.

सुलीनं पुरणाचा गोळा हातात घेतला गल्लीकडच्या सोप्याला आली. पुरणाची चव तिच्या जिभेवर रेंगाळत होती. ती हळूहळू चाटून पुरणाचा गोळा संपवण्याचा प्रयत्न करीत होती. एवढ्यात सरनोवताची शेवंता गोड हसली हातातली परडी सावरतच परड्याकडंच्या सोप्याला गेली.

सुली तिच्या पाठोपाठ पाठीमागच्या सोप्याला आली. शेवंता आक्कानं हातातली परडी समोरच्या दिवळीत ठेवली. सुलीची नजर परडीत गुंतली. परडीतली कवडीची माळ तिला भलतीच गम्मतशीर वाटू लागली. कडेला लोंबकळणारी लहान लहान काकणं तिला आपल्या हातात असावीत असं वाटाय लागलं. तिनं हळूच शेवंताक्काला विचारलं,

'शेवंताक्का ऽऽ मला त्यातलं काकाण इल काय? ऽऽ' शेवंताक्का फक्त तिच्या प्रश्नानं खोल कण्हली. सुलीला तिचा राग आला. ती फणकाऱ्यासारखी बाहेरच्या सोप्यात आली.

मधल्या सोप्यातला देव्हाऱ्यासमोरची जागा बायजानं गाईच्या शेणानं सारवून घेतलीती. लिंबाच्या फांद्या आणून ठेवल्यात्या. शांताबाईनं आणि काय काय लागणार, ते सगळं सांगायला सुरुवात केली, तशी एक एक वस्तू जमा व्हायला

लागली. बायजाची सगळी धावपळ सुरू झाली. तरी बेलगुंदीस्नं भनीला बलीवलं म्हणून बरं, नाहीतर एकटी सगळी तारंबळा उडाली असती. तिनं देवाऱ्यासमोर येशेल तेलाची तीन ठावकी लावली. समोर एक पाट ठेवला आणि देव्हाऱ्याचा ताबा शांताबाईकडं दिला. तिनं आपल्याला हवा तसा देव्हारा सजवायला सुरुवात केली. सगळ्या गरजेच्या गोष्टी भोत्यानं मांडून ठेवण्यास सुरुवात केली.

सुली उगचच घरातनं हिकडं तिकडं फिरत होती. हळूच रकमा मावशीजवळ जाऊन पुरणाचा गोळा आणून चौकटीला उभा ऱ्हाऊन खात होती. तिला मात्र आज आपली चंगळच वाटाय लागलीती. खरं सकाळपास्न बाबा कुठं घरात नाही, हे कोडं मात्र तिला उलघडत नव्हतं. म्हातारीला विचारावं तर ठिसकणार, म्हणून ती कुणाला विचारावं याच विचारात पुरणाचा गोळा चाटत होती...

म्हातारी घरात आली आणि तिनं शांताबाईबरोबर काय बाय बोलायला सुरुवात केली. मधी मधी बायजानं तोंड घालायला सुरूवात केली. सुली मात्र तिघींचं बोलणं कान देऊन ऐकत होती.

'कोटास्नंच देवाला आणायचं असतंय, ती काय सांगती घेऽऽ' शांताबाई ठणकावून म्हणत होती. आणि म्हातारी सागंत होती,

'तिचं म्हणणं हाय देवीला डोंगरास्नच घरात आणाय पायजेऽऽ'

'ती माप सांगतीया ऽ मी बी जोगतीनच हाय म्हणावं, कितीतरी घरात कोटास्नचंच देवीला आणलंय. तिला माझ्या सल्ल्यानं कराल्यासा म्हणून कडू लागलं असंल घे ऽ' शांताबाईनं पुन्हा म्हातारीची समजूत काढली, पण म्हातारीचं तोंड पूर्वीसारखं कावरंबावरं होतं.

'तसं न्हवं शांता. अशा येळेला मनात किंतू आसू ने म्हणून मी तिला इच्याराय गेलो, तर तिनं प्रत्येक गोष्ट आडवी लावली. म्हणाली, 'पोरीलाबी संगं लावून द्याय पाहिजे व्हत्यासा म्हणजे देवी खुशीनं आली असती. आता हे सगळं अडम ढेंगं झालंय.' म्हातारी सांगता सांगताच गदगदली. बायजाच्या चेहऱ्यावर सुरखुत्यांची जाळकांड पसरली, तशी शांताबाई दम धरून म्हणाली,

'माझ्यावर इसवास हाय न्हवं ऽऽ मी सगळं शिस्तवार करतो. तुमी डोकीत किडं घीऊ नगंसा ऽऽ देव फक्त तिचा हाय आणि माझा न्हाईऽ?'

तशी म्हातारी जराशी ताळ्यात आली. बायजालाबी जरासं समाधान वाटलं. तिघींनी तो विषय तिथंच सोडला. तिघीबी परड्यांगाच्या सोप्याला गेल्या.

दिवस कलतीला लागलाता. सावल्या लांब लांब पडाय लागल्यात्या. गल्लीत माणसाची वर्दळ वाढायला लागलीती. म्हातारी आपली चौकटीला टेकून गल्लीतल्या उन्हाच्या तवंगाकडं बघत उभी होती. वरच्या गल्लीच्या मान्याचं पोरगं पळत पळतच

आलं आणि दारात थांबलं, तशी म्हातारी गप्पकन शुद्धीवर आली. पोरगं चड्डी वर वडतच म्हणालं,

'सुबनुतात्या आणि देववाली गंगूआजी येशीत आल्यात आणि तुम्हासनी बलीवलंऽऽ' पोरगं पुन्हा पळालं. म्हातारी भांबावून आत गेली. तिनं सुनंला पटापट सगळं आवराय सांगितलं. शान्ताबाईला काय काय घ्यायचं ते विचारलं आणि म्हातारी गडबडीनं घरातनं बाहेर पडली, ते तिनं तडक भैरू मोहित्याचं घर गाठलं. भैरू मोहित्या दारात तिची वाटच बघत बसलाता. म्हातारीला बघितल्याबरबर तो गप्पकन उठला आणि म्हातारीला म्हणाला,

'काकू ऽ हालगी काढूऽ' म्हातारीनं मान हलवली. मागं वळली. पाठोपाठ भैरू मोहित्या.

पोळीचा निवद, आंबलीचा मोगा, घुगऱ्या, उदकाड्या आणि कायबाय घेऊन बायजा-म्हातारी घरातनं बाहेर पडल्या. पाठोपाठ सुलीही आलीच. सगळ्यांनी मिळून येस गाठली. सुबाना आणि देववाली गंगूबाई निवांत येशीतल्या चिंचच्या झाडाला टिकून बसलेते. म्हातारीला बघीतल्या बघीतल्या सुबानानं अंग झटकलं. बायजानं पाण्याचा तांब्या दोघांच्या पायावर वतला. गंगूबाईनं जोरानं उचकी देतच 'उदं ग आई ऽ उदं ऽ ' म्हणून जोरानं आवाज काढला. तसा सगळ्यांनी सूर धरला, 'उदं ग उदं आई उदं ऽ उदं!'

भैरू मोहित्यानं हालगीचा ठेका धरला आणि एकाएकी गंगू जोगतीनीच्या अंगात वारं शिरलं. हाहा म्हणताना गावातली पाच-पंचवीस पोरं गोळा झाली. सगळ्यांनी येशीतून गावाकडं चालाय सुरुवात केली. सुबाना मध्येमध्येच मोठ्या आवाजात म्हणत होता, 'उदं गं आई ऽ उदं ऽऽ उदं ऽ ' गावच्या येशीतनं पोरांनी सुद्धा आवाज काढाय सुरुवात केली आणि हालगीचा ठेका गावातल्या घराघरात पोहचला. येशीतलं पहिलंच घोरपड्याचं घर आलं. गंगू जोगतीनीला थोडासा ताव चढला. भैरू मोहित्याच्या हालगीला रंग चढला. घोरपड्यांच्या सुनेनं पाण्याची घागर गंगूबाईच्या पायावर वतली. सुबानानं आपल्या जवळच्या कापराच्या डब्यातला भंडारा तिला लावला. तिनं सुबानाच्या पायाला वाकून नमस्कार केला. सुबानाच्या हातातल्या भंडाऱ्याच्या डब्याचा कब्जा म्हातारीनं घेतला. सगळ्या पोराटोरास्नी भंडारा लावला. वाटंत भेटल त्याला भंडारा लावण्यासाठी ती पुढं झाली. घोरपड्यांचं घर ओलंडलं आणि दोन कासऱ्यानं गावच्या गल्लीची सुरुवात झाली. माणसं कुणाचं काय वाजायलंय म्हणून कौतुकानं बघत होती. गंगू जोगतीन शिणल्या अंगानं, पण जोमानं नाचत होती. भैरू मोहित्याच्या हालगीचा ठेका क्षणाक्षणाला बदलत होता. जमलेली सगळी पोरं जोरानं ओरडत होती, 'उदं ग आई उदं ऽ ग ऽ उदं!'

वाजत गाजत सगळीजण लक्ष्मीच्या देवळाजवळ आली. एवढ्यात सुताराची

तानू जोगतीन घरातनं घुमतच हालगीच्या ठेक्यावर ताल धरून गंगू जोगतीनीजवळ येऊन नाचू लागली. म्हातारीच्या काळजात धस्स झालं. ती जीवाच्या करारावर ओरडली, 'उदं ग आई उदं ऽऽ'

सुबाना देवळातनं पाया पडून बाहेर पडला. सगळ्यांनी खालच्या गल्लीचा रस्ता धरला. भैरू मोहित्याची हालगी आता धावत्या गतीनं ठेका धरू लागली. पोरं कौतुकानं सगळं डोळं ताणून बघत होती.

वाजत गाजत हालगी घराजवळ आली. रकमा मावशीनं आरती पेटवली. पाण्याची घागर भरून दारात ठेवली. भाताची मूद आणि भाकरीचा तुकडा हातात घेतला. ती दारात आली. आता पाठीमागनं येणारी बरीच पोरं पांगलेली होती. भैरू मोहित्या, गंगू जोगतीन, तानू सुतारीन आणि ही घरातली तिघंचौघं सोडून पाच दहाच पोरं सोबत होती. सुबाना घरात आला. गंगू जोगतीन फक्त हाताला आळोखे पिळोखे देत त्याच्या शेजारी उभी ऱ्हायली. पण तानू सुतारीन गल्लीतनं दारात येईना. भैरू मोहित्यानं हालगी कमी कमी करत दाराच्या कडेला वाजवायला सुरुवात केली. तरी तानू जोगतीन गल्लीतच घुमू लागली. कुणाला काय समजंना. म्हातारीच्या काळजात कालवलं. सुबानाच्या कपाळाला आठाr पडली. बायजाचा चेहरा खर्रकन् उतरला. कुणालाच काय करावं समजेना. एवढ्यात कसाळ्याची लक्ष्मी सरसावून पुढं आली आणि घुमणाऱ्या तानू सुतारनीचं पाय धरतच म्हणाली,

'आई ऽऽ घराकडं चल ऽ ऽ'

'मी न्हा ऽ ई येणार' तानू जोगतीन घुमता घुमताच फुत्कारली.

'का न्हाई येणार? काय चुकलं आसल तर मान्य करून घे. खरं घराकडं वळ.' लक्ष्मी कसाळनीनं तिच्यासारखाच सूर काढला आणि तानू सुतारीन फक्त घुमाय लागली. थोड्या वेळाने म्हणाली,

'मी घरात येणार नाही. ह्या घरात मला डोंगरास्नच आणाय पायजे.'

सगळ्यांच्या चेहऱ्यावरचं पाणी पळालं. सुबानानं ओठ चावला आणि शेजारी घुमणाऱ्या गंगू जोगतीनीकडं पाहिल. तशी गंगू जोगतीन घुमण्याच्या तालातच ओरडली, 'खोट्टं ऽ खोट्टं.' आणि ती आतल्या सोप्यात जाऊन पडली. तिची एकदम दातखिळीच बसली. तानू सूतारीन आपोआपच घरात आली. रकमा मावशीनं हातातली भाताची शीतं आणि तुकडा दोन्ही बाजूला टाकला आणि सुबानाच्या पायांवर पाणी ओतून गडबडीनं आत आली.

गंगूबाईची दातखिळी सराईतपणे शांताबाईनं काढली आणि तिच्या तोंडावर पाणी शिंपडलं. तानू सुतारीनीचं झाड कवाच्या कवा सुटलतं. सगळ्यांनी गंगूबाईला वारा घालायला सुरुवात केली. हळूहळू गंगूबाईची पापणी उघडत गेली.

सगळीकडं अंधार दाट झालता. गल्लीतलं दिवं लागलतं. माणसांची गल्लीतली

वर्दळ कमी झालती. सुबाना भित्तीला टेकून डोळे मिटून गप्प गार बसलाता. सरनोबताची शेवंता बायजाला मदतीला घेऊन पडल्या पुजायला लागलीती. देववाली गंगूकाकू मधी मधी चुकलं ते सांगत होती. सुताराची तानू मात्र गप्पगार बसलीती. रकमा मावशीनं पोळ्या आटपून पापड भाजायला सुरुवात केलती. म्हातारी तेवढी हिकडनं तिकडनं येरझाऱ्या घालीत होती. आजून जवळापाची आक्काताई व गुडपाची सोना घराकडं कशा आल्या नाहीत, हेचाच तिला घोर लागलाता. परत घराकडं बलवाय जावावं म्हटलं तर आताच त्यांच्या घरातनंच ती आलती. त्यामुळं सारखं उंबऱ्या पर्यंत जाऊन ती बाहेर डोकावत होती. एकदासा त्या दोघींनी घरात पाय टाकला, तसा म्हातारीचा जीव भांड्यात पडला.

बायजानं लिंब नेसालता. शांताबाई परड्यांची पूजा करालती. गंगूकाकू शेजारीच बसून सगळं बघालती. बायजाला परडीची पूजा कराय सांगितली. पाच परड्या समोर ठेवल्या. गंगूकाकूचा जग शेजारीच पुजला आणि सुलीला देव्हाऱ्याजवळ बोलावलं. सुली गदबाळली. देव्हाऱ्याचं रूप पार पालटलतं. पाच जोगतीनींच्या पाच परड्या, नवी करकरीत बाबानं आणलेली एक परडी ओळीत होती. जगातलं मोरपीस नजर रुतवून पाहात होतं. ठावक्यातल्या मिणमिणत्या वाती मंद नजरेनं सुलीला न्याहाळत होत्या. सगळ्याजणी देव्हाऱ्याभोवती जमा झाल्या. सुलीला मधी घातली. सगळ्यांनी परडीला हात लावला आणि 'उदं ग आई उदंऽ' म्हणून पाचही परड्या हालवल्या आणि जाग्याला ठेवल्या. एकमेकीला भंडारा लावला. बावचाळलेल्या सुलीचं कपाळ भंडाऱ्यानं भरून गेलं.

घरात देवी आल्यापास्नं सगळ्यांच्या तोंडावर पाणी आलं. प्रत्येकाच्या मनाला नवी नवी पालवी फुटू लागली. कामाला हुरूप येऊ लागला. सुबानाच्या हिटणीच्या चकरा वाढू लागल्या. बायजाच्या हातातली करक न्हाईनपत झाली.

कोंबडा आरडायच्या टायमाला बायजाला जाग आली. उठावं आसं वाटत नव्हतं, खरं उठल्याशिवाय बी इलाज नव्हता. तिनं तोंडावरची वाकाळ बाजूला केली. जड झालेल्या पापण्या उघडण्याचा प्रयत्न केला. अजून घटकाभर झोपावं असं तिला सारखं वाटाय लागलं. तिनं लांबलचक जांभई दिली. बाजूला झोपलेल्या सुलीचा अंदाज घेतला. सुली बिनघोर झोपलीती. बायजा उठून बसली. कडा कडा हाडं मोडून तिनं अंग झटकलं. तिच्या हालचालीनं सुबानाला जाग आली. त्यानं वाकळंतनं तोंड बाहेर काढतच विचारलं,

'भगाटलं ऽऽ'

'व्हय ऽऽ' म्हणतच ती अंथरुणातनं बाहेर पडली. उशालगतची काडीपेटी हातात

घेतली. दिवा पेटवून चुलीम्होरं आली. तिच्या पायाची चाहूल लागताच चुलीच्या रक्कत उबीला बसलेलं मांजर झर ऽ कन पळालं. तिनं चुलीतली रक्का काढायल सुरुवात केली. तिचा हात सरकन वल्ल्याकिच रक्कत घुसला.

'माझ्या हाट्याचं रक्कतं हागूनबी गेलंय वाटतं,' म्हणत बायजानं शेळकुंडाच्या तुकड्यानं सगळी चूल रिकामी केली. न्हानीत हात पाय धुतलं, तरीबी हाताला कसला तरी वास येत असल्यासारखं तिला वाटाय लागलं. तिनं पुनः पुन्हा हात घासून पुसून धुतला. चूल पेटवली.

बायजाला सगळं आटपायला पाक्क भगाटलं. तरीबी अजून पाणी आणायचं न्हायलंतंच. तिनं मनातल्या मनात ठरवलं... त्यास्नीचं दोन खेपा आणाय सांगावं. तिनं म्हातारीला हाळी मारून सांगितलं, 'मी इंचनाळला जाऊन येतो.'

म्हातारीला व्हईकच वाटलं. ह्या बयेनं राती कायबी सांगाय न्हाई, बोलाय न्हाई आणि हिच्या मनात आताच कुठनं उठलं... म्हातारीनं चुलीतला रसरसता इंगळ भाईर काढला. त्यावर भला कुढचाभर तंबाखू घातला. आणि मग बायजाला म्हणाली,

'अगं ऽ असं एकदमच तुझ्या काय मनात उठलं?'

'एकदम कुठलं... आईतवारीच घरात बोलणं झालतं न्हवं ऽ' बायजानं माहिती पुरविली. म्हातारीच्या डोक्यात झगमगीत प्रकाश पडला.

बायजानं घरातनं भाईर पाय टाकला तवा दिवस कासराभर आलता. इंचनाळ काय तसं गावापास्नं लांब नव्हतं. तासा दोन तासांचा रस्ता. ती वाटंला लागली. आणि मग तिच्या ध्यानात आलं, ह्या गडबडीत चुलीवरच्या कोरड्यासात मीठ टाकायचं न्हाईलं. ती जागच्या जाग्याला थांबली. घराकडं परतावं असं तिला वाटलं. एवढ्यात पेगूची सून पाण्याला येत असताना दिसली. तिनं झपाप्पा पाय उचलून तिला गाठलं. तिच्याकडनं म्हातारीला सांगणं पाठवलं. तिचं तिलाच हसू आलं... गावाची शिव वलांडली. तिच्या मनात म्हायाराचं घर गडद व्हायला लागलं.

लई दिसानं आईकडं चाललोय. खरं सुलीला आणाय पायजे व्हती. मधलाबी नोकरीच्या गावास्नं आलाय म्हणं. त्येनंबी लई दिस पोरीला बगाय नव्हतं. सगळ्यास्नी पोरीला बघितल्यागत झालं असतं. पोरगीबी सगळ्यांच्या नजरंला पडली असती...

ती तिच्याच विचारात पाय उचलत होती. बेळगुंदची शिव कवाच मागं पडलीती. इंचनाळची घरं आदा लांब लांब दिसाय लागलीती. तिला कितीतरी वर्सानं गाव बघाय लागलोय, असं वाटाय लागलं. देसायाचा मळा आला आणि तिचं पाय घुटमळायला लागले... ह्या मळ्याच्या बांध्यावरच डुईची निम्मी अर्धी केसं गेली. कामाला यायला जरासा उशीर, तर देसाया आईल बाईल करायचा.... कवा कवा बांधावरनंच परत

लावून द्यायचा. आसंच परत जाताना कितीतरी वेळा रडून रडून पदर भिजायचा... सगळं आठवून तिचं तिलाच हसू यायला लागलं.

इंचानाळच्या पांदीत आल्यावर तिच्या आठवणींनी पुन्हा फुगडी घालाय सुरुवात केली. तिला सारखं वाटाय लागलं, आजच असं कशानं व्हयाला लागलंय? गावाला काय आज पहिल्यांदाच यायला लागलोय..? अशा आठवणी मागं कधी व्हयाला नव्हत्या, मग आजच कशानं...? ती भलतीच विचारात वाहात गेली. तिचं तिलाच कोडं उलघडंना झालंतं. ती भानावर आली, तेव्हा तिचं पाय गावाच्या गल्लीत पडले होते.

'आता आदीमदीच कशी ग ऽ?' पाठीमागनं आवाज आला. ती थांबली. मान्याची सुनंदा पाठीमागनं शेणाची रिकामी बुट्टी घिऊन यायला लागली होती. ती पार वाळल्यागत दिसालती.

'लई दिवस झालं भेटून सगळ्यास्नी. म्हटलं जावं भेटून...' ती तिला निरखून बघतच म्हणाली. सुनंदाच्या अंगावर मुठभरबी मांस शिल्लक ऱ्हायलं न्हवतं. तिला पाठीमागं बघितलेली सुनंदा आठवली. मान्याच्या घरात पहिल्यांदा आलेली सुनंदा आठवली आणि ती एकदम शहारली. चटकन बोलून गेली,

'एवढी कशानं ठकलीस ग?'

'कुठं काय ऽऽ?'

म्हणत फक्त हसली. तिचं हसणं बायजाच्या काळजाला भिडलं. सुनंदाच्या डोळ्यात झालेली कालवाकालव तिच्या नजरेतून सुटली नाही. दोघीबी इकडचं-तिकडचं बोलत गल्लीतनं चालू लागल्या.

...बायजानं दारात पाय ठेवला आणि घरातली सगळी बारकी-बारकी पोरं 'आत्ती आली ऽ आत्ती आली ऽऽ' म्हणत तिच्या भोवती गोळा झाली. थोरल्याच्या पोरानं तिच्या हातातली पिसवी काढून घेतली. पिसवी भोत्यानं तिघं-चौघं घुटमळली. मधल्याच्या पोरीनं तिच्या पायाला मिठ्ठी घातली. त्यातल्या लहानगीला उचलून बायजानं पटापटा मुके घेतले आणि ती बाहेरचा गोठा ओलांडून वट्टीवर आली. आत म्हातारीला बायजा आल्याचा सुगावा लागला. म्हातारी पदरानं हात पुसतच वट्टीवर आली आणि पोरांच्यावर खेकासली,

'आरंऽ असा काय गोंदोळ कराल्यासा? आत्तीला पाणी तरी आणून देवा ऽ'

एवढंच ऐकून धाकट्याची थोरली पोरगी आत पळाली. बायजानं आईच्या पायाला हात लावला आणि मायलेकी कडकडून भेटल्या. बायजाला आई लई लई ठकल्यासारखी वाटली. इतक्यात धाकल्याची पोरगी पाण्याचा तांब्या हातातनं बडबडतच घेऊन आली, तशी म्हातारी म्हणाली,

'घे गं ऽ ऽ लई श्याणी हाय. आत्तीला पाणी आणून दिली नं ऽऽ'

धाकल्याच्या थोरल्या पोरीनं पाण्याचा तांब्या खाली ठेवला, तशी म्हातारीनं तिला जवळ वढून घेतलं आणि तिच्या गालावर कडा ऽ डा बोट मोडली.

मायलेकीची हिकडतिकडची बोलणी चाललीती, एवढ्यात म्हातारा बाहेरनं आला आणि बायजा जाग्यावरची हालली. म्हाताऱ्याच्या डोळ्यात बायजाला बघताच कौतुक दाटून आलं. त्यानं हसत हसतच बायजाला डिवचलं,

'तरी लवकर सवड गावली बाई तुला.'

बायजा कायबी बोलली न्हाई. फक्त बाबाकडं बघून हसली. ख्याली खुशालीच्या गोष्टी निघाल्या. जेवण झालं. म्हातारा लवंडला. अजून एकबी भाऊ जेवाय घराकडं परताय नव्हता. तिघंबी ज्येच्या त्येच्या कामात गुतपाळलंतं. म्हातारी सगळं मनात साठल्यागत पोरीजवळ वकत होती. तुका घरात आला तवा संभा आणि यशवंता आक्काशी गल मारत बसलीती. तुकाला आक्का लईलई ठकल्यासारखी वाटली. चेहऱ्यावरचं पाणी पार गेल्यासारखं वाटलं, म्हणून त्यानं आक्काला आत येताच प्रश्न केला,

'एकदम असं कसं नेभाळून आलीस ऽ'

'आले झालं ऽ' म्हणत बायजानं त्याच्याकडं हसतच पाहिलं. ती पुन्हा बोलण्यात गुंतली. तुकाबी त्येंच्या जवळच टेकला. तो सगळं बोलणं कान देऊन ऐकलाता.

सगळ्या बायकांबरबरचं बोलणं आटपत आलं आणि तुकानं विषयाला हात घातला,

'पुणवंला दाजी कोटाला गेलता म्हण ऽऽ!'

'व्हय ऽऽ' बायजा फक्त पुटपुटली.

'खरं हे देवस्थान तुमच्यात नव्हतं नव्हं?'

तुकानं विषयाला मुस फोडली आणि सगळं बायजाला सांगावं लागलं. ती बडाबडा बोलतच राहिली.

'खरं, त्यात पोरगीच्या बाजूनं तुम्ही काय विचार केलाय काय?' तुका गंभीरपणे बोलला आणि बायजा दचकली. पोरगीच्या बाजूनं आपूण काय विचार करायचा? ती स्वतःचा लहरीतच वाहात गेली.

'तसं न्हवं. आज न्हान हाय, काय वाटत न्हाई. खरं उद्याचं काय?' तुकानं पुन्हा बायजाला छेडलं आणि तिच्या गळ्यात आवंढा आला. काय बोलावं हेच तिला सुचेना. ती फक्त डबडबल्या डोळ्यानं तुकाकडं पाहात बसली. शेवटी मन भलतंच वझावल्यागत झाल्यावर म्हणाली,

'तिच्या नशीबात काय आसंल तसं व्हईल.' आणि तिच्या डोळ्यातनं चटकन पाणी घळघळलं. तिचं तिला स्वतःला आवरायला झालं नाही. तुकानं सगळी भावना हेरली आणि तो गप्पगार बसला. त्यानं तोंडातनं चक्कार शब्दसुद्धा काढला नाही.

आता बायजाला घरात जास्त वेळ थांबावं असं वाटेना. तिचं भरलेलं मन मोकळं व्हायला तयार न्हवतं. सारखं सारखं तुकाचं बोलणंच कानात घुमायला लागलतं. सारखी गडबडलेल्या मनानं हिकडं तिकडं भिरभिरालती.

दिवस मावळतीला कलला आणि बायजानं सगळ्यास्नी जातो म्हणून सांगितलं. यशवंतानं रहा-रहा म्हणून लई मिणत्या केल्या. तेचं मनबी मोडवेना. खरं हितं ऱ्हावावं असंही तिला वाटंना. शेवटी निकरानं तिनं उंबऱ्यातनं पाय बाहेर टाकला आणि गळ्यातला हुंदका मोकळा करतच आईला निरोप दिला तेव्हा घराच्या पाकाड्याच्या सावल्या एकमेकात गुतपाळून पडल्यात्या.

म्हाईची पुणव जवळ यायला लागली, तशी सुबानाची वडातान वाढायला सुरुवात झाली. न्हाई न्हाई म्हटलं तरी म्हाईच्या पुणवला शे-पाचशेचा खरच व्हता. एवढं पैसं कशाकशानं गोळा घालायचं हेचीच काळजी. घरातलं धान्य पैश्यासाठी घालावं म्हटलं तर ऐन पावसाळ्यात सगळी पंचायत येणार व्हती. काय म्हणायला घरात पैश्याचा माल म्हणजे फकस्त म्हस तेवडीच सगळ्याच्या नजरंला दिसालती. खरं म्हस इकून आणि दावणीला जनावर येईल, असं सुबानाला वाटत नव्हतं. त्यामुळं त्याचा जीव सारखा झरझर व्हायला लागलाता. अशात म्हातारीची सारखी ढुसणी सुरू व्हती. कायबी करून या म्हाईच्या पुणवंला डोंगराच्या बाईच्या रीनातनं मोकळं व्हायचं. कशा कशातनं काय काय उभं करायचं हेच त्याला समजत नव्हतं. त्याच झुरणीत तो खंगालता. आजबी त्याच्या डोस्क्यात तोच विचार रेंगाळलता. बायजा मोहित्याच्यात सड येचायला गेलती. म्हातारी आणि सुली हिकडनं तिकडनं फिरालती. सुबाना भिरंबिटी आल्यासारखा गप्पकन अंग झटकून उठला. घरातनं बाहेर पडला.

सुबाना मिसाळाच्या दारात आला. त्याच्या पायाचा वेग मंदावला. घरात कोण हाय हेचा, त्यानं नजरंनं अंदाज घेतला. चौकटीला हात धरून हातावर भार टाकत मिसाळला हाक मारली. तशी त्याची बायको हळूवार आवाजानं साद देतच बाहेर आली. तसा सुबाना बोलता झाला,

'गणपुतात्या कुठं गेलाय ऽ ऽ?'

'हाईत, झोपल्यात. काय काम आसलं तर उठवतो वाटलं तर ऽ ऽ' म्हणत मिसाळची बायको आत गेली. सुबानानं उंबऱ्याच्या आत पाय टाकला. त्यानं कट्टीवर बुड टेकला आणि घरभर नजर फिरवली. सगळीभर अंधुक अंधार. त्यात कापडं टाकायला, वाकळा ठेवायला बांधलेल्या लोबकळणाऱ्या दांड्या. मधीच एका कडेला भित्तीलागत माचळीवर टोपल्यांची गर्दी. दिवळीतनं कायबाय चोंदल्यालं. सगळ्या सोप्याभर नजर फिरवता फिरवता त्याची नजर उजव्या कोपऱ्यात लावलेल्या

भाताच्या तट्ट्यावर स्थिरावली आणि तट्ट्यावर त्याचंकडं पाहात बसलेली पाल त्याच्या डोळ्यात रुतली.

गणपू मिसाळ डोळं चोळतच बाहेर आला. त्याचे तारवटलेले डोळे, विस्कटलेल्या मिशा, अशात उभे असलेले लांबसडक नाक सुबानाला गमतीशीरच वाटलं. सुबानानं तोंडावर हसू आणतच गणपू मिसाळकडं पाहिलं. ढुंगणाखाली दांडीवरचं पोतं घेऊन बसतच गणपू मिसाळ म्हणाला,

'काय काम काढलातास?'

'आलतो आपलं सहज ऽ ऽ' म्हणत सुबानानं पुन्हा हसण्याचा प्रयत्न केला.

'सहज कसं ऽ काय तरी आसलंच की...'

'व्हय. तसं काम बी हाय म्हण खरं.' म्हणत सुबाना थोडा वेळ गप्प ऱ्हायला मग म्हणाला,

'म्हाईच्या पुणवंला डोंगराला जायचं हाय. पोरगीचं देवाचं काय काय तरी करायचं हाय, तवा म्हटलं यावं.' सुबाना बोलतच ऱ्हायला. गणपू मिसाळच्या ध्येनात सगळा विषय आला. त्यानं सुबानाच्या बोलण्याकडं दुर्लक्ष करतच लांबलचक जांभई दिली आणि म्हणाला,

'मागं मी एकदा ऐकलंतं. तुझ्या पोरगीला जट आलीया असं. मग आता देवाला सोडाय पाहिजे की गा.' म्हणतच गणपू मिसाळनं आणखी एक लांबलचक जांभई दिली. सुबानाला मूळ विषयाकडं वळावं असं वाटाय लागलं. त्यानं थोडा वेळ कसला-बसला मनातल्या मनात विचार केला. डोळं चोळलं आणि मग

म्हणाला,

'त्यासाठी जरा पैशाची नड होती म्हणून आलतो!' गणपू मिसाळचा चेहरा खर्रकन उतरला. त्याला परत जांभई आली. त्यानं लांबलचक निःश्वास सोडला आणि सुबानाला म्हणाला,

'माझं बी सगळं अवघड होऊन बसलंय गा ऽ, या वरसी पोरगीचं लगीन आटपायचा बेत व्हता खरं. दातात धराय गिन्नी नाही, काय करतोस?'

सुबाना फक्त ऐकत ऱ्हायला. त्याला पुढं कसा मार्ग काढावा हेबी समजंना. त्यानं घटकाभर डोक्याला हात लावला. आपल्याच तंद्रीत गुरफटून गेला.

...ह्यो असा वाळल्या येजावर पैसं देणार नाही... दुसरं कुळ शोधावं म्हटलं तर तेबी हेच्यापेक्षा झेंगट असणार हाय. उभ्या गावात आपल्या परसंगाला कोण उभा ऱ्हाणार नाही, त्यापरास, जळकीच्या वड्याची दोन टपणी यंदाच्या वर्सी येजात घालावी तिकडं...

सुबाना एकदम मनातल्या मनात गोंधळ थांबवतच भिन्न बसला. त्यानं मनानं सगळं परत एकदा ठरवलं, जळकीची दोन्ही टपणी यंदाच्या वर्षी घालायची. मग म्हणाला,

'तसं न्हवं गणपूदा ऽ जळकीच्या वड्याची दोन टपणी घालावी म्हणतोय कुणाला तरी ऽ'

गणपू मिसाळचा चेहरा पालटला. जळकीचं रान म्हणजे अस्सल रान सोडून कसं भागंल?

त्यानं स्वतःशीच विचार केला आणि सुबाना पुढं काय बोलतोय याच विचारात तो थंडगार बसला.

'तीच टपणी तुम्हाला घालावी म्हणतोय ऽ ऽ बघा. पाच-सहाशे जमत्यात काय ते.'

'काय जमत्यातऽऽ?' गणपू मिसाळ स्वतःलाच प्रश्न विचारून स्वतःच्याच तंद्रीत गुंतला. त्याला सुबानाला होकार कसा द्यावा हेच कळेनासं झालं, घटकाभर गच्च डोळं मिटलं आणि तो स्वतःच्याच तंद्रीत बुडाला. सुबाना फक्त त्याच्या चेहऱ्याकडं पाहात बसला. सुबानाच्या मनात सारखं यायला लागलंतं, ह्या बाबानं येवढं व्हय म्हटलं की देव पावला. मग कुणाचं पाय धराय लागत न्हाईत. खरं हितंच न्हाई-व्हय झालं तर गावात सगळी म्हादेवाची कुळंच!

अखेर गणपू मिसाळनं डोळं किलकिलं केलं. म्हणाला, 'व्हय रं सुबाना? डोंगराला जायला पाच-सहाशे कशाला? तीन-चारशेत भागंल की!'

सुबानाला पुन्हा कोडं पडलं. आपण तीन-चारशेला होकार दिला आणि तीन-चारशेत न्हाई भागलं तर काय करायचं? मनाचा निश्चय करून तो म्हणाला,

'हे देवाचं काम हाय. काटकसर करून कसं भागंल? त्यात हे देवस्थान लई कडक हाय म्हणं ऽ' सुबानानं सांगायला सुरुवात केली आणि गणपू मिसाळच्या लक्षात आलं की, यात काय कमी जास्त व्हयाची बोलावा न्हाई. तवा गप्प कबूल करावं. त्यानं परत जरा पागाला पागोर लावून बघीतला खरं सुबानानं आपला हेका काय सोडला नाही. तसा गणपू मिसाळ गप्पगुमान तयार झाला. सुबाननं डोकं झटकतच मिसाळच्या उंबऱ्यातनं बाहेर पाऊल टाकलं.

म्हाईच्या पुणवंला न्हाई म्हटलं तरीबी गावातनं तीन-चार बैलगाड्या दरवरसी हमखास जायाच्या. शिंद्याची गाडी तरी वरसाला चुकत नाही. ह्या वर्षी पाटलाच्या गाडीची आनी भर पडणार होती. सुबाना सगळ्यांच्या मागावरच व्हता. शिंद्याच्या घरचीच पाच-सहा माणसं व्हती. त्यामुळे ह्या वर्षी त्या गाडीत काय जागा ऱ्हाईल, असं वाटत नव्हतं. लकानाच्या घरची भाईरनंच चौकशी केलती तर त्यांच्या गाडीतबी पावणं पै मिळून आठ माणसं झालती. मोहित्याच्या गाडीत काय जागा मिळायची बोलवा नव्हती. काय म्हणायला भिमा पाटलाच्या गाडीतच जागा मिळाली तर मिळंल, असं सुबानाला वाटलं होतं.

बैलगाडीतनं जाण्यापरास एस. टी.नंच जाऊन आलं तर कसं व्हईल? न्हाई

म्हटलं तर गावातनं दरवर्षी शंभर सव्वासे माणूस एस. टी. तनं जाऊन येतंच. त्यातनं आपण मिसळावं. खरं ह्येची चौकशी केल्याशिवाय मनानंच सगळं कसं जमंल असं त्याच्या मनात येऊन गेलं. त्यामुळे तडक त्यानं शेवंताचं घर गाठलं.

सरनोबताची शेवंता गल्लीतल्या तिघीचौघी बायका घेऊन आगळपगळ गप्पा मारत बसलीती. अशात सुबाना तिथं टपकला. शेवंतानं वळीकलं, हेच्या डोस्क्यात नवीन कायतरी घुमाय लागलंय. तिनं सरळ सावरून बसतच सुबानाला आत बलीवलं. बसायला पोतं सरकवतच विचारलं,

'आज कशी काय सवड मिळाली?'

'आलो आपलं काही तरी काम काढून.' म्हणत सुबानानं सरळ विषयाला सुरुवात केली,

'कुणाच्याच बैलगाडीतनं जागा मिळेल असं वाटत नाही. ह्येच्या परास एस. टी.नंच डोंगराला जाऊन आलं तर कसं व्हईल?' सुबानानं प्रश्न केला. शेवंता चिंतेत पडली.

'पयल्यानं डोंगर चढायचा हाय ऽऽ एस टी. नं जाऊन कसं भागंल... पयल्यानं चालत तरी जावावं एक, न्हाईतर बैलगाडीतनं गेल्यालं बेस. एस. टी. नं जाऊन ते सगळं बयवार व्हईल, आसं मला काय वाटत नाही. तवा बघा बाबा ऽऽ

म्हणतच शेवंतानं मानंला हिसडा दिला आणि सुबानाच्या मनात पाल चुकचुकली. हिच्या म्हणण्यात बी जरासं खरंखोटं असावं, असं त्याला वाटाय लागलं. त्यानं आपलंच म्हणणं काय जास्त वेळ ताणलं न्हाई. एवढ्यात शेजारी बसलेली मुक्ता शेवंताला म्हणाली,

'ह्या वरसी तू कसं जाणार ग ऽ ऽ?'

'पाटलाच्या गाडीबरबर. कालच भिमा पाटील येऊन गेला. म्हणाला, गाडीबरबर यायला पायजे, तेची गाय सोडायची हाय या वरसी देवाला' त्याच्या गाडीतनं जायाचं शेवंता बोलली, तसा सुबाना पटाकन म्हणाला,

'त्याच गाडीत सुलीपुरती जागा व्हतीया काय बघा की ऽ ऽ म्हणजे सगळीच काळजी मिटली. मी आणि मालकीण काय चालत येऊ की गाडीबरबर ऽ ऽ म्हणजे संगसंगं सगळंच व्हईल ऽ ऽ' शेवंतालाबी हेच पटलं. तिनं मान हालवली, खरं आपण त्याच्या गाडीचं कसं सांगणार? असंही तिला वाटून गेलं. त्यामुळं ती म्हणाली,

'माझ्यापेक्षा तुमचं तुमीच इच्यारून बघा की.' सुबानाचा चेहरा जरासा उतरला. शेवंताचं म्हणणंबी खरं वाटाय लागलं. त्यानं तिचं घर सोडलं आणि त्याच विचारात गल्लीतनं चालायला सुरुवात केली...

किनीट पडत आलती. बायजा अजून कामावरनं घराकडं परताय नव्हती.

सुली एकटीच घरातनं हिकडनं तिकडनं घिरट्या घालायला लागलीती. म्हातारी बाहेरच्या सोप्यातनं चुलीकडच्या सोप्याला वळली. दिवा पेटवला आणि बाकीचं दोन दिवं हुडकून काढलं. तेल वात बघितली. दोन दिवं पेटवून दोन सोप्याला ठेवलं. पाठीमागच्या चपरात म्हशीचं पाऊल वाजलं आणि म्हातारीनं सुबाना आल्याचं वळीकलं. ती सुलीला म्हणाली, 'आगं ऽ म्हस आली वाटतं, दिवा घेऊन चपरात जा.'

सुली जागा सोडून हालली. म्हातारीनं भाताचं गाडगं चुलीवर चढिवलं.

बायजा घरात यायला पाक्क अंधार पडलाता. म्हातारीनं कोरढ्यास चुलीवरनं उतरलतं. सुबाना मधल्या सोप्याला तंबाखू चोळत बसलाता. बायजानं उभ्याउभ्याच चुंबळ खोपड्याला टाकली. त्या आवाजानं सुली म्हातारीजवळनं उठून मधल्या सोप्याला आली आणि आईकडं बघतच म्हणाली,

'आज एवढा उशेर कसा झाला ग ऽ ऽ ?'

'झाला बाई ऽऽ' म्हणतच बायजा मागच्या सोप्याला आली. तिनं कडखोपडा नजरंखालनं घातला. म्हातारीनं निम्म अधिक जेवन आटीपलतं हे बघून तिला बरं वाटलं. न्हाणीत जाऊन तिनं घसासा हाय पाय धुतलं. पदरानं तोंड पुसतच चुलीचा ताबा घेतला. भाकरीचं पीठ मळायला सुरुवात केली.

जेवान आटोपलं, तशी बायजानं सगळ्यास्नी ताटं केली. म्हातारीला हाळी मारली. सुबाना पयल्यांदाच येऊन बसलाता. म्हातारी ताटावर बसली आणि बायजानं विषय काढला,

'आवंदा पाटलाची बी गाडी जाणार हाय म्हणं ऽ'

'हं ऽ ऽ मघाशी गेलेतो भिमादाकडं ऽऽ' सुबानानं अधिक माहिती पुरवली, तशी म्हातारीची उत्सुकता वाढली.

'मग काय म्हणाला ऽऽ?'

'जाऊ या ऽऽ म्हणायला संग ऽ संग ऽ' सुबाना म्हणाला.

'तेची गाय सोडत्यात वाटतं डोंगराला, म्हणजे गाडीसंगं बाळ जोगतीन बी आसलं की?' बायजानं विचारलं.

'शेवन्ताच हाय त्या गाडी बरबर ऽऽ' सुबानानं तुकडा मोडताच सांगितलं. बायजाला लई लई बरं वाटलं. तिच्या मनावरचा सगळा कामाचा शीण निघून गेला. ती उत्साहानं म्हणाली.

'ह्या आयीतवारी सगळा बाज्यार कराय पाहिजे. ऽऽ' गाड्या मंगळवारी हालत्यात वाटतं ऽऽ'

सुबानानं मान हालवली, बायजा काय काय घ्यायला सांगितलंय ते आठवायला लागली. एवढ्यात म्हातारीनं मनातला किन्तू बोलून दाखवला,

'पैस्याचं जमंल न्हवं तवा पत्तर ऽऽ' सुबानाच्या समोर नको नको तोच विषय आला. त्यानं म्हातारीला अजून बी पत्ता लागू द्यायला नव्हता की, आपण जळकीच्या टपण्यावर पैसे काढल्यात. पण हे किती दिवस तिच्यापास्नं लपवून ठेवायचं? कधी तरी समजणारच, ह्यापरास आताच सांगून टाकल्यालं बेस, त्यानं मन आवरलं. बायजाच्या तोंडाकडं बघितलं, तिच्या डोळ्यात बी तसंच दिसलं. त्यानं काय न बोलताच हात धुतला आणि मधला सोपा गाठून तंबाखूची पिशवी काढली. म्हातारी मात्र तुकडा मोडता पोरगं पैसं कसं गोळा करील ह्येच्याच विचारात होती.

❑

दोन

घरात सगळी धांदल उडालती. बांधून घेतलेलं सगळं ठाकठीक हाय का न्हाई हे बघण्यात बायजा गुतपाळलिती सुबाना हिकडणं तिकडणं हवं नको काय काय गोळा घालत होता. म्हातारी प्रत्येक गोष्टीची आठवण करून देत होती. पिसवाट भरून शिवण्याला मदत करत होती. सुली मात्र नवा परकर घालून घरभर मिरावलती.

उन्हं कलतीला लागली. बायजाच्या घरात गल्लीतल्या माणसांची वर्दळ वाढली. आयाबाया येऊन बायजाला 'जपून येवा ऽ ऽ शिस्तीत जावा ऽ ऽ आमचाबी येवढा कापूर जाळा ऽ ऽ नारळ द्या ऽ ऽ' असं कायबी सांगत होत्या. पाया पडून निरोप देत होत्या. एवढ्यात घाईगडबडीनं सुबाना घरात आला. गठळ्याला हात घालतच म्हणाला,

'पडा भाईर ऽऽ सगळी देवळाला जमल्यात.' पुन्हा बायजाची धांदल उडाली. म्हातारीनं परत एकदा धीरानं सगळ्या जिन्नसा पारखून बघितल्या. बायजाला घरातनं भाईर काढलं. गल्लीत आया बाया वाट बघत होत्या. सगळ्याजनी पुन्हा बायजाला कडकडून भेटत होत्या. काय बाय सांगत होत्या. सुलीच्या गालावर कडाकडा

बोटं मोडून तिला खेळवत निरोप देत होत्या.

बायजासह सुबाना देवळाजवळ आला. त्यानं आपलं गठळं भिमा पाटलाच्या गाडीत टाकलं. आता फक्त शिंद्यांची गाडी तेवढी यायची ऱ्हायलीती. सगळ्यांच्या नजरा मधल्या गल्लीला खिळल्याल्या. ऱ्हाई म्हटलं तरी पाचपन्नास माणूस देवळाजवळ गोळा झालतं. भैरू मोहित्या हालगी शेकून तयारीतच बसलाता. सगळ्यांच्या अंगात भलताच उत्साह संचारलाता.

कसाळ्याच्या चिंचंखाली हालगीचा आवाज झाला आणि सगळ्यांच्या मनाची शांताई झाली. जमलेली निम्मी-अधिक पोरं मधल्या गल्लीनं पळाली. बायाबापड्या मधल्या गल्लीवर नजर रुतवून बसल्या. बापयमंडळी उभ्या असलेल्या गाड्यांच्या भोत्यान कमी-जास्त बघत होते. बांधलेली सवारी पुन्हा पुन्हा तपासत होते. गाडीच्या बावकाडाला बांधलेले गवताचं भारं आवळून जाम्म करत होते. आपल्या गठळ्यांना एकाकडंनं जागा करत बायामानसं तेवढी बसतील असं बघत होते, एवढ्यात शिंद्यांची गाडी देवळाला आली.

शिंद्यांच्या गाडीला रंगीत बोऱ्याची भलीमोठी गोलाकार सवारी बांधलती. बैलांच्या अंगावर रंगीत झुल्ला टाकलेल्या. गाडीच्या पुढ्यात तानू जोगतीन, बाळू म्हाराच्या हालगीवर भान हारपून नाचत होती. बाळू म्हाराच्या हालगीच्या ठेक्यात भैरू मोहित्याच्या हालगीचा ठोका मिसळला. जमलेल्या पाचही गाड्या लक्ष्मीला पाया पडून हालल्या. सगळ्यानी बेंबीच्या देटापस्नं आवाज काढला, 'उदं गं आईऽ ऽ उदं ऽ ऽ उदं ऽ ऽ' कपाळाला भंडारा लागला. पाची गाड्यांच्या पुढं दोन हालगींचा ठोका चढत्या आवाजात एकमेकाशी हुज्जत घालत होता. नाचणाऱ्या तानू सुतारणीबरबर आता गावातल्या तिघीचौघी जोगतीनी नाचालत्या. गल्लीतल्या प्रत्येक घरातनं पाण्याची घागर बाहेर येत होती. प्रत्येकाच्या कपाळावर भंडारा लावण्यात सुद्दा चढाओढ चाललीती. सुली मात्र सुबानाच्या खांद्यावर बसून सगळं आप्रूप बघितल्यागत समोर बघत होती.

गाड्या वडराच्या घराजवळ आल्या आणि तानू जोगतीन नाचता नाचताच मोठ्यानं घुमाय लागली. जाणकार म्हाताऱ्या बायकांनी वळीकलं, झाडाला काय तरी सांगायचं हाय ऽऽ. शिंद्यांची म्हातारी पुढं झाली. बाळू म्हाराच्या हालगीचा ठेका रेंगाळला. भैरू मोहित्याची हालगी मात्र ठेका टिकऊन होती. शिंद्याच्या म्हातारीनं तानू जोगतीनीचं पाय धरलं इनती घातली. तशी तानू जोगतीन किंचाळली,

'ह्या गावातनं आज एक नवं झाड ऽ ऽ हूँ ऽ ऽ हूँ ऽ ऽ आईकडं चाललंय ऽऽऽ त्येची पूजा करून– पाठवा ऽऽ' शिंद्यांच्या म्हातारीला ह्येच्यातला काय उलघडा झाला ऱ्हाई. एवढ्यात शेवंता सरनोबतीन म्हणाली,

'येशीत पुजताव ऽ ऽ आईनं काळजी करू ने' तशी तानू जोगतीन पुन्हा तालात

आल्यागत नाचाय लागली. बाळू म्हाराची हालगी पयल्यागत ताळ्यावर आली.

जवळ जवळ वडराची घरं सपली. म्हारोडा आला. आता मात्र बाळू म्हाराच्या हालगीला पुन्हा चेव चढला. त्याच्या शरीराच्या हालचाली वेधक होऊ लागल्या आणि हालगीच्या तालानं संपूर्ण वातावरण पुन्हा नव्यागत भारलं गेलं. गाडीतनं उभी असलेली पोरं हालगीच्या तालावर ठेका धरून ओरडत होती, 'उदं ऽ गं ऽ आई उदं ऽ ऽ उदं ऽ ऽ.'

गाड्या येशीत आल्या आणि प्रत्येक गाडीच्या समोर लिंबू कापला गेला. बैलांच्या अंगाला पुन्हा पुन्हा काळा ठिपका लावण्याचा प्रयत्न झाला. ज्यानं त्यानं आपआपल्या गाडीतल्या सामानावर नजरा फिरवल्या. बाळू म्हाराच्या हालगीचा ठेका मंदावत गेला. झाडं पटापट सुटली. त्यास्नी पाणी शिंतडून सोडवून घेतलं. सगळ्या जाणाऱ्या माणसास्नी वळीत उभं करून त्येंच्या पायावर पाणी वतलं, ओवाळलं आणि सगळ्यांनी सुलीला मध्यभागी उभं केलं. अनुभवी तानू सुतारीन पुढं आली. तिनं सुलीच्या पायावर तांब्याभर पाणी वतलं. डोक्यावरनं हात फिरवला. सुलीच्या डोक्यातल्या जटंला भंडारा लावला आणि 'उदं गं ऽ आई उदं ऽ ऽ' म्हणत ती सुलीच्या पाया पडली. बाकीच्यानी तोच ताल धरून आईच्या नावाचा उदो ऽ ऽ उदो ऽ ऽ केला. पुन्हा एकदा भेटणं, निरोप देणं झालं आणि गाड्या जागच्या हालल्या.

सगळी माणसं गाड्या दृष्टिआड होईपर्यंत थांबली. नंतर आपआपल्या घराकडं वळली. म्हातारी मात्र तिथंच भिन्नाटल्यागत उभी ऱ्हायली. तिनं मनातल्या मनात यल्लूआईला हात जोडले आणि विनवणी केली, 'आई ऽ ऽ तुझ्या दरबारातनं सगळ्यांस्नी सुखात पाठीव. ती घटकाभर हात जोडून उभा ऱ्हायली आणि मग घराकडं वळली. किनीट पडलीती. कावळं थव्यानं आपापल्या घराकडं परतालतं... वारं खुळ्यागत सुटलतं...

गाड्यांनी गिजवणं गाठलं तवा पाक्क अंधारलतं. माणसाचं माणसाला तोंड दिसत नव्हतं. बैलांच्या गळ्यात बांधलेलं चाळ तालासुरात वाजालतं. बायकामाणसं गाडीत बसलीती. बापय गाडीच्या पाठीमागनं चुनातंबाखू मळतच वाट तोडलाते. शिंद्यांच्या गाडीबरबर तुकूदा आणि बाळूदा आलती. मोहित्याच्या गाडीत निवरू आणि तात्या व्हते. भिमा पाटील आपल्या गाडीत एकटाच पुरुष व्हता. त्यामुळं सगळ्यांची बघता-बघता बोलणी वाढत गेली. गाडीवान तेवढंच किणी किणी आपल्याच तालासुरात बसलतं. गाडीतल्या बायका मात्र दमादमानं तालात म्हणत व्हत्या, 'उदं गं ऽ आई उदं ऽ ऽ.'

गाड्या हिंग्लजात आल्या तशी सगळ्या बापयास्नी चहाची तलप आली. गाड्या एस. टी. स्टँडजवळ थांबवून सगळ्यांनी गरगाचं हाटेल गाठलं. एवढ्यात शिंद्याच्या गाडीतली पोरगी पाण्यासाठी रडायला लागली. सगळ्यास्नी तिच्या ताणंची गम्मतच

वाटायला लागली. एवढ्यात बापय चहा घेऊन आले. शिंद्याच्या म्हवनानं पाण्याचा ग्लास भरून आणायला तुकूदाला पाठवलं.

हिंग्लजात विजेच्या दिव्यांचा झगमगाट पसारलाता. माणसांची वर्दळ अजूनबी रस्त्यावर जाम्म व्हती. स्टँडवर माणसं मावत न्हवती. सगळीकडं झाक्क पाक्क. गाड्यास्नी हिंग्लज सुटायला आठ-नऊ वाजले. गाड्या हिंग्लजातनं जातानं बायका भलत्याच चेव आल्यागत आईचं उदं घालीत व्हत्या. लहान-लहान पोरं गम्मत वाटून भलतीच चेकाळून आरडालती. सगळ्यांचं आवाज मार्केट यार्डात गाड्या आल्यावर आपोआपच बंद झालं. गाड्या एका सुरात चालायला लागल्या. संकेश्वरात गाड्या आल्या तवा निम्मी रात झालती. दरसाली गाड्यांचा पयला मुक्कम संकेश्वरात असतोय. त्यामुळं नेमाच्या जाग्याला तुकू शिंद्यानं गाडी उभा केली. बाकीच्या गाड्या भोत्यानं सोडल्या. बैलास्नी गाडीच्या जुवाजवळच प्रत्येकानं गवत टाकलं. तवर बायकांनी गाड्यातनं उतरून भाकऱ्यांची गठळी खाली घेतली.

पाची गाड्यातली सगळी बायामानसं आणि पोरं मिळून पंधरा-वीसाचा घुपळा झालता. बापयानी गाडीस्नी बांधलेल्या बादल्या सोडून पाण्याची शोधाशोध सुरू केलती. बैलास्नी पाणी दाखवून रिकामं झाल्यावर बापयानी बादल्या भरून आणल्या आणि बायकांच्या घोळक्यात ठेवल्या. भुका कुणालाच नव्हत्या. पोरांसाठी सगळ्यानी गठळी सोडली. एवढ्यात मोहित्याचा तात्या आता येतो म्हणून गुल झाला. तुका शिंद्यानं वळीकलं, गडी नवटाक हुडकाय उधाळला.

सगळ्यांनी एक एक तुकडा मोडून उठायला बराच वेळ गेला. खरं तात्याचा काय पत्ता नव्हता. सगळ्या बापयांनी तंबाखूच्या पिसव्या काढल्यात्या. निवरू मोहित्या तेवढा चिलमीला छापी गुंडाळून तंबाखू भरण्याच्या नादात लागला. एवढ्यात डुलत डुलतच तात्या आला. तात्याच्या भावजनं हेरलं ती सगळ्यासमक्ष वस्साकनं अंगावर आली,

'देवधरमाला चाललासा, आता तरी माणसासारखं चला कीऽऽ'

'म ऽ ग ऽ, मी कुठं ढोरागत चाललोय.'

तात्या लडबडत बोलला. सगळी खळखळून हसली. तात्यानं अर्धी भाकरी मोडली आणि लवांडला तो तिथंच. पोरं गाडीत आडवी झाली. बायका आपल्या आपल्यात बोलत बसल्या. तानू सुतारीन सगळ्यास्नी भोत्यानी बसवून घेऊन काय बाय सांगत बसली.

कवा भगाटलं समजलंच न्हाई. तानू सुतरनीनं सगळ्या बापयास्नी उठीवलं आणि गाड्या जुपायला लावल्या. दिवस उगवायला व्हळेव्हा गाठायची होती. पोरं गाडीत गडद झोपलीती. बायकांचं डोळं तरवटलतं. प्रत्येकीनं जांभया द्यायला सुरुवात केली होती. पदर गच्च अंगाभोवती लपेटून सगळ्याजनी आपआपल्या घुडूप झालल्या.

तानू जोगतीन तेवढी एकटीच जांभया देत गाडीवानाबरबर बोलत बसलीती.

गाड्या हळेव्वावर आल्या. सूर्य रानभर झालता. रस्त्याच्या आजूबाजूला जवळ-जवळ पन्नास-साठ गाड्या पूर्वीच येऊन थांबल्यात्या. न्हाई म्हटलं तरबी शंभर-सव्वाशे माणूस नदीच्या काठावर जमलतं. काय-बाय आटपालत्यानी. तुका शिंद्यानं रस्त्याच्या बाजूला गाडी घेऊन फैस जाग्याला सोडली. तिथंच सगळ्या बैलांचं जू सोडलं. पोरं अजूनबी झोपतच व्हती. बायकांनी आपआपल्या हातात भाजलेल्या तंबाखूची मशरी घेतलीती. तानू जोगतीन आता भलतीच आळसावलीती. भिमा पाटलाच्या गाडीत शेवंता सरनोबतीन मेल्यागत पडलीती. बापय माणसानी आटपायला सुरुवात केलती. बायकानी नेहमीच्या सवयीप्रमाणं आपलं सावकाश खिडूक-मिडूक करायला सुरुवात केलती. भिमा पाटलाची लहानगी पोरगी तुळशी जागी झाली आणि एकाएकी चळ भरल्यागत रडाय लागली. शेवंता सरनोबतीन काचबरून जागी झाली. भिमा पाटलाची बायको शान्ता पाटलीन घाबरी-घुबरी व्हवून तुळशीपाशी गेली. तिला उचलून गाडीतनं खाली घेतली. तरीबी तुळशी टाळा मिटायला तयार नव्हती. 'काय झालं-काय झालं' म्हणून सगळ्या बायकांचा घुपळा जमा झाला. तुळशी अधिकच चळ धरून रडायला लागली. शान्ताबाई तिला मांडीवर घेऊन थापटत समजावायला लागली. हळूहळू तुळशी जरासं शांत होऊ लागली. तिचा हात पायाभोत्यानं हळूवार फिरू लागला. शान्ताबाईला संशय आला. तिनं तुळशीचं पाय निरखून बघितलं तिच्या काळजात चर्र झालं. पायाच्या चंप्याला भला मोठा फोका उठलाता. तिनं सगळ्या आयाबायास्नी फोका दाखवला. तशी तानू जोगतीन म्हणाली,

'येतानं काय तरी चुकलं बाई ऽ ऽ !'

शांता पाटलीन तिच्याकडं टाळा पगळून बघतच ऱ्हायली. तिचं काळीज केळीच्या पानागत फाटत गेलं. बायजानं सुलीला जवळ बलवून सगळं अंग निरखून बघितलं. एक लांबलचक निःश्वास टाकला.

व्हळेव्वाची पूजा बायकाबायकांनी आटीपली. नदीत वाळला निवद टाकला. तानू जोगतीन हात जोडून व्हळेव्वाला नवस बोलली, 'सगळ्यास्नी खारकंगत परत आण ऽ नारळ तुझ्या पाण्यात दान करतो ऽ ऽ.' सगळ्यानी मनातल्या मनात हेच पुन्हा पुन्हा उच्चारलं. सरनोबताच्या शेवंतानं भिमा पाटलाच्या तुळशीला नदीच्या काटावर उभी केली. डोंगराकडं तोंड करायला लावलं आणि यल्लूआईच्या नावानं उदं ऽ ऽ करत तुळसीच्या पायावरल्या फोक्यावर भंडारा लावला. शांता पाटलीनीला धीर दिला. शेवंता पोरीच्या पायाला फोका कसा आला? बसून बसून फोका ईल तरी कसा ऽ ऽ येताना खरंच काय तरी चुकलच असणार...' ती मनातच काय चुकलं आसंल, हे आठवत बसली. तुका शिंद्यानं गडबड करायला सुरुवात केली. वडरगे, उत्तूर,

धामण्याच्या गाड्या वाटंला लागल्यात्या. संगंसंगं आपणबी त्येंच्यात मिसळावं असं तुका शिंद्याला वाटाय लागलं. त्यानं भलत्यात गडबडीनं बैलांच्या खांद्यावर जू ठेवला आणि सगळ्यांची धांदल उडाली.

रस्त्याला साठ-सत्तर गाड्यांची माळ तयार झाली. चाळांचे आवाज एकमेकात मिसळत गेले. रानभर ऊन गडद व्हायला लागलंतं. सगळं रान काळ्याशाप सापागत निपचिप तापीला पडलतं. मदीच कुठंतरी एखादं बाभळीचं झाड तेवढं काजळाच्या डबीत उभ्या केलेल्या काडीगत दिसत व्हतं. सगळीभर मंद वाऱ्याचं फुसफुसणं भरून गेलतं. गाड्या आता स्वतःच्या तालात पुढं पुढं सरकत होत्या. पाठीमागनं चालणाऱ्यांचा मेळा आता वाढलाता. उत्तूर, वडरगे, धामणं सगळ्या गावचं बापय, बायका एकमेकात मिसळून वळक-पाळक करत चाललीती. एकमेकाला धीर दित, एकमेकाला हसत-खेळवत चाललीती. गाडीच्या स्वाऱ्या तेवढ्या उन्हाच्या चणक्यासारख्या तळपत होत्या. बायजानं सुलीला गाडीत बसवलंतं आणि आपण माणसांच्या बरबर चालत होती. वडरग्याच्या गाडीतनं तिच्या म्हायारची, पाटलाची लक्ष्मी आलती. त्यामुळं दोघी म्हायरच्या गोष्टी करत रस्ता कातरालत्या. प्रत्येकाचा तिघाचौघांचा घुपळा आपल्या आपल्यात कसल्याबसल्या चर्चेत रंगलाता. बायजा जिव्हाळ्यानं लक्ष्मीशी बोलायला लागलीती. घराकडच्या सतरा आठवणी निघायला लागल्यात्या. एवढ्यात लक्ष्मी कायतरी आठवल्यागत म्हणाली,

'तुझ्या दादा ऽ ऽ ह्येचाबद्दल का आरडलता ग ऽ ऽ ?' बायजाला तिचं बोलणंच समजलं नाही.

'कशाबद्दल ग ऽ ऽ' तिनं परत विचारलं.

'याच डोंगराच्या बाईबद्दल... कशाला घरात आणलीया कुणास धक्कल म्हणालता ऽ ऽ !'

'त्येला काय ठाव बाई ऽ ऽ आमचं आमास्नी म्हाईत, त्यो काय बोलतोय आपला...' बायजानं सहजगत्या विषय मोडला.

तशी लक्ष्मीच पुढं म्हणाली,

'आमच्या गावातल्या तुका मोऱ्यागत झालं म्हणजे बसंल रडत.'

'काय झालतं ग ऽ ऽ ?' बायजा अवचित बोलून गेली. तसा लक्ष्मीनं तोंडाचा पट्टा सुरू केला,

'काय सांगायचं बाई ऽ ऽ तुझ्या दादासारखाच त्यो बी कवा बघल तवा डोंगराच्या बाईला शिव्या द्यायच्या. जोगतीण दिसली की उकरून घेतल्यागत करायचा... डोंगराच्या आईनं त्येच आडं धरलं. बायकोच्याच अंगात भरली. गड्याचं पित्त खवळलं.. अंगात ईल तवा बायकोला बडवाय लागला. तसं डोंगराच्या बाईनं त्येलाच धरलं. पायच दुखन्यानं भरून आला. कुठला कुठला दवाखाना राखला

न्हाई. आकिरला डोंगराच्या बाईचं निघालं. डोंगर चढतो म्हणून भंडारा खाल्यान आनी पाय बरा झाला. झक्क मारत लिंब नेसून डोंगर चढला.' लक्ष्मी बोलतच होती. बायजा मनातल्या मनात डोंगराच्या आईचं म्हातमं किती म्हणून आश्चर्यचकित होत होती. एवढ्यात पुढल्या घुपळ्यात उत्तूरच्या बायकातली जोगतीण घुमाय लागली. दोघींचं बोलणं आपोआप थांबलं. दोघीजनी भराभरा पाय उचलत त्येंच्यात मिसाळल्या. बघता बघता बया भलतीच घुमायला लागली. एवढ्यात वडरग्याच्या सुबाना जावळ्यानं गाडीतनं हालगी काढली आणि ताल धरला.

झाड बराच वेळ नाचलं. मधीच घुमाय लागलं. उचक्या द्यायला लागलं. तसं सराईत जोगतीनी सोडून बाकीच्यांच्या अंगाचं पाणी झालं. एवढ्यात झाड बोलतं झालं,

'गाड्या थांबवा– ऽ ऽ हं ऽ ऽ' म्हणत जोराची उचकी दिली. तशी त्याच गावची म्हातारी जोगतीण लगेच पुढं व्हवून म्हणाली, 'का ऽ ऽ ?'

'मला सगळ्या गाड्यांच्या पुढं खेळायचं हाय ऽ ऽ' सगळ्यांच्या तोंडावर अवचित आश्चर्य दाटलं. एवढ्यात आडदांड दिसणारा वडरग्याचा लांबलचक मिशावाला पुढं होतच म्हणाला, 'देवालाच नाचवत नाचवत म्होरं न्ह्या ऽ ऽ गाड्या कुठं थांबवायच्या ऽ ऽ'

'व्हा ऽ ऽ ई ऽ ऽ हँ ऽ ऽ ऽ' म्हणत पुन्हा ती घुमाय लागली. कुणाला काय करावं समजेना. तसा लांबट मिशावाला वडरगेकर म्हणाला,

'जाऊ देत गाड्या ऽ ऽ ही बसू दे बोंबलत ऽ ऽ'

तशा बायका काचबरल्या 'असं म्हणून नको बाबा ऽ ऽ देवाच्या वाटंला देवाला शिव्या देऊ नेत.' असं म्हणून समजूत काढू लागल्या. लांब मिशावाला वडरगेकर तोंडानं बरळायचा थांबला आणि मनातल्या मनात पुटपुटायला लागला.

गाडीच्या म्होरं पळत पळत जाऊन सुबानानं गाड्या थांबवल्या आणि शिस्तीनं वाजत गाजत झाडाला सगळ्या गाड्यांच्या पुढं न्हेलं. सगळ्या गाड्या जिथल्या तिथं बर्फागत थंड उभ्या होत्या. गाडीत बसलेली पोरं-टारं आणि कंटाळलेली माणसं डोळे ताणून नाचणाऱ्या जोगतीनीकडं बघत होती. बापय तंबाखूची पिसवी काढून तंबाखू मळत होते. गाडीत बसलेली एखाद दुसरी बाई 'उदं गं ऽ ऽ आई ऽ ऽ उदं ऽ ऽ' म्हणत मनातल्या मनात झाडाला पाया पडत होती. सगळ्यांच्या नजरा झाडावर खिळल्या होत्या. तात्या मोहित्या तेवढा नाचणारी बाई आणि भोत्यानच्या बाया काय दिसतात याची मनातल्या मनात तुलना करत होता. घुमणारी जोगतीन साठ-सत्तर गाड्या ओलांडून पहिल्या नंबरच्या गाडीसमोर गेली. तात्या मोहित्यानं गाडीत बसलेल्या शेवंता सरनोबतनीकडं हसून पाहिलं. नाचणाऱ्या जोगतीनीला मनापासून शिवी हसडत जांभई दिली. गाड्यांनी हुक्केरी वलंडली आणि चालणारी सगळी मंडळी शिणपाटली. उन्हानं भलतीच चणका मारायला सुरुवात केली.

गाड्या घटप्रभेत आल्या. अंधार घुडूप घालाता. चालणारी बापयमंडळी पार पेकाळून गेलती. बैलं फेसाळीलिती. सगळ्यांची तोंडं आत वडलीती. ऐसपैस जागा बघून गाड्या सोडल्या. आपआपला पसारा मांडला गेला. घराकडनं आणलेल्या भाकऱ्या वाळून कडबा झालत्या. सगळ्यास्नी भुका तरी सणकून लागल्यात्या. बैलं तान्ह्यावलीती. बायकांनी तीन दगडाच्या चुली मांडल्या. बापयांनी गाडीच्या बादल्या सोडल्या. पोरंटारं भलतीच गळाटून गेलती. गाडीतल्या गाडीत त्यांनी एकमेकाबरबर कसला-बसला खेळ मांडलाता. प्रत्येकाचं ध्यान तयार व्हणाऱ्या जेवणाकडं होतं. तात्या मोहित्यानं गाववाल्यांचा मेळा सोडून उत्तूरच्या मेळात लगट करायला सुरुवात केलती. भिमा बैलाचं अंग चोळत येणाऱ्या पाण्याच्या बादल्यांची वाट बघत उभा होता...

जेवणं आटोपल्यावर बायकाबायकात कसलीबसली बोलणी-चालणी सुरू झाली. पाच गावच्या दाहज्यातल्या बायका आपापलं कायबाय सांगालत्या. बायजा आणि लक्ष्मी मात्र सगळ्यांच्यातनं बाजूला बसून आपापल्यात हळूहळू खुसपुसाय लागल्यात्या. लक्ष्मीला प्वॉर व्हयाचा पत्ता नव्हता. त्यामुळं आपलं आत वडल्यालं डोळं वल्लं करून लक्ष्मी सासूचं बोलणं, नवऱ्याची दारू या सगळ्याबद्दल पोटतिडकीनं बोलायला लागलीती. बोलता बोलता तिचा गळा भरून यायला लागलाता. बाजया तिची समजूत काढत होती. बोलता बोलता लक्ष्मीनं विषय काढला,

'आता पोरगीला देवाला सोडतानं तू तरी मागून घे बाई, हिच्या पाठीवर पोरगा व्हवू दे ऽ ऽ'

लक्ष्मी मनातल्या मनात गोंधळली, बहरली. तिच्या पोटातला लहानसा गोळा आपोआप फिरत असल्याचा भास तिला व्हायला लागला. ती सहज बोलून गेली,

'आता ह्या पोटात ते नशीब काय म्हणतय बघूया बाई ऽ ऽ'

लक्ष्मी गदबाळली. तिला आबजूक वाटलं, हिनं मगापास्नं आपल्याला सांगितलं न्हाई, तिनं बायजाला विचारलं,

'कितवा म्हयना?'

'येत्या आमोश्याला पाच संपत्यात ऽ ऽ ऽ' बायजानं विषय तिथंच थांबवला. लक्ष्मीनं डोंगराकडं तोंड केलं आणि मनातल्या मनातच डोंगराच्या आईला साकडं घातलं, 'कूस उजू दे. वरसाला डोंगर चढीन' ती थंड पडत गेली. भोत्यानच्या बायका कवाच कलांडल्यात्या. पोरं आडवी-तिडवी पडलीती. लक्ष्मीला बायजानं हालवून भानावर आणलं. सुली गाडीतच कलांडलीती. बायजा आणि लक्ष्मी लवांडल्या. बैलं हळूहळू रवंथ करत बसलीती.

गाड्यांनी कोंबडा आरडायला घटप्रभा सोडली. आता रस्त्यावर गाड्याच गाड्या झालत्या. रात्रभर अनेक गाड्या येऊन मिळालत्या. काहींनी घटप्रभेत मुक्काम न

करताच अंतर तोडायला सुरुवात केलती. त्यामुळं रस्त्यात लांबलचक नजर पुरत नव्हती. एवढी माळ तयार झालती. अजून पाक्क भगटायला नव्हतं. अंधाराची जाळकांड अजून मध्येमध्येच दाट आंबलीगत पसरलीती. उजेडाचा थोडासा भाग तयार झालता. धोतरातनं बघितल्यागत सगळीकडं दिसालतं. सगळ्यांच्या अंगातला आळस हळूहळू उतरत चाललाता.

रस्त्याला भलतंच गजबजाटाचं रूप आलतं. गाडीगाडीचा आवाज एकमेकात मिसळून एक नवीनच आवाज तयार झालता. तात्या मोहित्या गाडीच्या दांडीवर बसून निवांत तंबाखू मळालता. त्यांचं लक्ष भोत्यानं पसरलेल्या काळ्याशार रानात गुंतलतं. असली सोन्यागत जमीन आपल्याकडं पायजे होती. लांबवर दिसणाऱ्या उसाच्या रानानं त्याचं डोळं खुडून न्हेलतं. अशात उत्तूरच्या अक्काताईचा आवाज गाडीच्या पाठीमागं आल्याचा भास झाला आणि त्याच्या अंगावर सर्रकन काटा उभा राह्यला. गड्याच्या मनात कालपस्नं काय बाय लई घोळालतं. त्यानं आपल्या माणसांचं ठावं जवळजवळ सोडलतं. त्यानं खांद्यावरचा चाबूक सावरत गाडीच्या मागं नजर टाकली. गडी हाराकला. देववाली आक्काताई तात्याच्या भावजयीशी बोलतबोलत वळख वाढवालती. तात्या सारखं मागं वळून, मागं वळून बघून बघून हैराण झालता. 'वयनी गाडीत बसल्याशिवाय ही बया गाडीत येणार न्हाई' असं त्याला वाटाय लागलं. त्यानं लई डोकं चालवून बघितलं. खरं काय सुचायलाच तयार नव्हतं. अकिरला त्याला कायतरी सुचलं. त्यानं हातातला चाबूक दात खावून फिरविला आणि त्याच्या अपेक्षेप्रमाणे चाबकाची वादी गाडीतल्या वयनीच्या धाकट्या राम्या पोराच्या मांडीवर बसली. पोरगं कळवळलं आणि टाळा पगळून आरडलं. तात्यानं घाबरंघुबरं तोंड करून पोराकडं बघितलं. त्याला उचलून मांडीवर घेतलं आणि कसंनुसं तोंड करून वयनीला हाळी मारली. तात्याची भावज सर्रऽऽकन गाडीत शिरली आणि पोराला समजावत त्याच्या मांडीवरच्या वादीचा वळ कुरवाळत बसली.

'असली कसली घिसाड्यागत गाडी मारल्यासाऽऽ' वयनी कळवळून बोलली. तात्याचं लक्षच नव्हतं. तो आक्काई गाडीत चढती काय न्हाई ह्येच निरखून बघालता. तिचं गोरं ठुसकं रूप. काळ्याभोर करवंदागत असणारे डोळे त्याच्या मनात खोल खोल रुतत चाललेते. त्यामुळं वयनी काय बोलाय लागलीया हे त्याच्यापर्यंत पोहचत नव्हतं. अक्काताईच्या लक्षात आलं. ह्या भाड्याच्या डोळ्यांनी पाट घेतलीया. हेच बी जरा गमजाच करूया म्हणून ती रडणाऱ्या पोराला समजवण्यासाठी म्हणून गाडीत चढली. तात्या करंजीच्या फुलागत फुलत गेला.

वयनी आणि आक्काताईनं आता गाडीतच गल जमवली. दोघींचं बोलणं नाव नाव वाढतच चालतं. तात्या दोघींच्या मध्येच तोंड खुपसायचा प्रयत्न करालता. खरं दोघी बी दाद द्यायला तयार नव्हत्या. तात्या त्येचा राग बैलांवर काढाय लागलाता हे

आकणीच्या लक्षात आलं आणि त्याला डिवचण्यासाठी वयनीला विचारलं,

'गाडीवान नवीन दिसतोयऽऽ'

'हूँ नवीन व्हायला काय झालंयऽऽ' वयनीनं नाक मुरडतच आकणीकडं बघितलं. आकणीनं डोळं मिचकावलं आणि तात्याकडं बघतच म्हणाली,

'न्हाई ऽ लई काचबारल्यागत दिसतोयऽऽ म्हणून म्हटलंऽऽ' आकणीनं जीभ चावली. तात्यानं मनातल्या मनात शिवी हासडली; आणि चाबूक हालवून बैलाला हाकारलं. राम्या रडता रडता थांबला. त्याच्या डोळ्यातली टिपं अजूनबी गळतच होती. त्यानं हुंदकं देतच आईकडं पाणी मागितलं आणि तात्याची भावजं आपलं लांबसडक अंग सावरत गाडीतनं खाली उतरली. तात्याला एवढंच पायजे व्हतं. त्यानं आकणीला हळूहळू डिवचायला सुरुवात केली. लगट करायचा प्रयत्न सुरू केला. आकणीनं एवढंच हेरलं आणि तात्याला घोळवायला सुरुवात केली.

'ह्या उजव्या बैलाला मस्ती लई आल्याली दिसती रंऽऽ'

'का?' तात्यानं गदबाळून टाळा पगळला.

'न्हाई सारखं भाईर वडलाय वाटतंऽऽ' आकणीनं सावरून घेतलं.

तात्याच्या डोक्यात फारच उशीरा प्रकाश पडला. त्यानं बैलाला पुन्हा शिवी हासडली आणि म्हणाला,

'ह्यो काय तुमच्या गावाचा बैल न्हवंऽऽ'

'आमच्या गावाच्या बैलाच्या नादाला तू लागू नगसऽऽ' आकणीनं तात्याच्या डोळ्याला डोळा भिडवला. तात्या चमकला. मनातल्या मनात गोंधळला. उनउनीत कायतरी अंगातनं फिरल्यागत त्याला वाटलं. एवढ्यात वयनी पाण्याचा तांब्या आकणीकडं देत गाडीत चढली. तात्या मनातल्या मनात थंडगार झाला.

गाड्या एकमेकीला घासून चालल्यात्या. बैलं भलतीच वळलीती. माणसांची तोंडं पार सुकून गेलती. आडवा तिडवा असलेला भिमा पाटीलसुद्धा खराशीला आलता. तुका शिंद्यांची गुबगुबीत असणारी गालपाडं पार आत जाऊन बसलीती. निवृत्ती मोहित्याचं डोळे गाडग्यातल्या खड्यागत दिसालतं. पोरं-टारं तरी भलतीच नेभाळलीती. सगळी सापतीच्या वादीगत वाळून आत वडलीती. काय म्हणायला शेवंता तेवढीच टवटवीत ऱ्हायलीती. बाकी सगळी एकाच माळत आलती.

गाड्या गोकाकला आल्या आणि बघावं तिकडं गाड्या गाड्या दिसायला लागल्या. पसाभर जागासुद्धा रिकामी दिसत नव्हती. त्यात येणाऱ्या-जाणाऱ्या मोटारींची संख्या वाढलीती. सारखी ये-जा करणाऱ्या गाड्यांचा आवाज प्रत्येकाच्या कानात घर कराय लागलाता. बायकांनी आपली अंगं गाडीत मोकळी सोडलीती. सैल अंगानं पडलेल्या बायकांच्या डोळ्यात झोप जमा व्हायला लागलीती. बापयमाणसं मात्र गाड्या कुठं आणि कशा सोडायच्या याच विचारात अस्वस्थ होऊन शोधाशोध

करत होती. काय म्हणायला तात्या मोहित्या तेवढा हिकडणं-तिकडणं फिरून बायका बायकांत घुटमळाय लागलाता.

सगळा बाड-बिस्तरा ठिकाणाला लागायला रात्रीचं बारा वाजलं. घाई-घाईनं जेवणं आटपली. सकाळच्या काळजीनं प्रत्येकानं डोळं मिटवण्याची घाई केली. तात्याच्या डोळ्याला काय केलं तरी डोळा लागत नव्हता. त्याच्या पापण्या सडक उघड्या पडल्यात्या. सारखी डोळ्यात आकणी तराळलीती. त्यानं डोळं मिटवण्याची भलतीच खटपट सुरू केली. खरं डोळं काय दाद द्यायला तयार नव्हते. त्याचं त्यालाच आबजूक वाटाय लागलं. त्यानं उठून बसतच तंबाखूची पिसवी काढली. त्याच्या शेजारी बसलेला बैल अंग झाडतच उभा ऱ्हायला. एकाएकी उकरून घ्यायला लागला.

गोकाक गावाला जाग आली तवा गाड्या भलतंच अंतर कापून गेलत्या. आता रस्त्याला जत्रंचं रूप आलतं. वाटंनं चालणारं जत्रेकरू, जोगतीणींचं मेळं, त्यांच्या डोक्यावरचा जग, मध्येच हलगीच्या तालावर घुमणाऱ्या जोगतीणी रस्त्याच्या अंगभर डोंगराची आई भिनत गेलती. लोक मेळामेळानं आपआपली माणसं घेऊन वाट तुडवत होते.

सुबानाचं मन आता कुठं जरा माणसात आलतं. त्याच्या नजरंला आता कुठं जरासं हिरवं रान पडलतं. झाडांचा सुळसुळाट दिसालता. त्यामुळं त्याचा जीव जरासा समाधान पावलता. गोकाकच्या भोत्यानचा डोंगर आता भलताच भरून आल्यागत दिसालता. रस्त्यावरची सगळी माणसं डोंगराच्या तुटक्या आकाराकडं गमतीनं पाहात पाय उचलत होती. आईच्या नावानं उदंऽऽ म्हणण्याला आता जोर चढलाता. शिंद्यांच्या गाडीपाठीमागं असणाऱ्या पाचही गाड्या जोमात आल्यागत पुढं सरकत होत्या.

आता आदल्या-मदल्या गावांच्या गावपणाचा प्रत्येकाला शोध लागायला लागलाता. कारव गावच्या तिट्याजवळ प्रत्येक गावात दुकानांचा गजबजाट झालता. गाडीतल्या पोराटोरांना डोंगर जवळ आल्यागत वाटाय लागलतं. त्यामुळं त्यांच्या तोंडावर जरा जरा पाणी आलतं. एक एक गाव मागं पडत गेलं. कासऱ्या कासऱ्यानं दिवस मावळतीकडं झुकला. गाडीवानांनी बैलांना जरासं दमात दबवायला सुरुवात केली. आजचा मुक्काम यली मनोळीच्या जवळपास पडायलाच पायजे, असं प्रत्येकाला वाटत होतं. अशा घाई गडबडीच्या वातावरणातच एकाएकी वडरग्याच्या माणसाला हगवणीचा सपाटा लागला आणि प्रत्येक बाई देवीच्या म्हातमाच्या विविध कथा एकमेकीला सांगायला लागली.

बोलण्याबोलण्यातनं संशय वाढत गेला. त्याला सगळ्यांनी मिळून भंडाऱ्याचं पाणी दिलं. सगळ्यांनी त्याच्यासाठी म्हणून आईला हात जोडून उदंऽऽउदंऽऽ म्हणून

अंगं झटकली. वातावरण भलतंच बदलून गेलं. प्रत्येकाच्या अंगात डोंगराची आई संचारत गेली.

मनोळीच्या नदीवर माणसं कावळ्यागत जमा झालती. काठावर उभा ऱ्हायला जागा नव्हती. नदीच्या पात्रात पोराटोरांनी आणि बापयांनी तर पाण्यापेक्षा अधिक गर्दी केली. बघावं तिकडं माणूस. अचाट माणूस पसरलतं. नदीच्या पाण्यात कुणीकडनं तरी एखादं पै-पैस्याचं नाणं पडायचं आणि पोरं मासळ्यागत झडप घालून त्या नाण्याबरोबर पाण्यात बुडायची. नदीचं सगळंच पाणी भलतंच घाणघीस झालतं. काठावरच्या माणसात मात्र त्याचं काळंशारपण अधिक जाणवलतं.

तुका शिंद्यानं सगळ्यांना घुपळ्यांना एकत्र केलं. हितं लिंब कुणाकुणाला नेसायचा हेच विचारून घेतलं. गाड्या सोडून लांबलांब जाणाऱ्यास्नी दाब दिला. आपल्या आपल्या पैश्या-आडक्याला जपायला सांगितलं. बापयास्नी पोरांच्यावर नजर ठेवायला सांगितली आणि आपण नदीकाठच्या गर्दीत दिसेनासा झाला.

भिमा पाटलानं शेवंता सरनोबतीनीला आपलं सगळं बयवार करायला सांगितलतं. त्यामुळं तो निष्काळजी होता. तात्या मोहित्यांची भावजं लिंब नेसून डोंगरापतोर चालत जाणार व्हती. आक्कू जोगतीन जोगळ भावीवर लिंब नेसणार व्हती. शिंद्यांच्या घरातली कुंडाजवळ लिंब नेसायचं ठरवून बसलीती. सुबाना मात्र कसं काय काय करायचा ह्याच विचारात गुंतलाता. हिटणीच्या देववालीनं मुलीला तेवढं हितनं वल्ल्या अंगानं लिंब नेसून न्हेवा म्हणालती. हितं गाडीतल्या जोगतीनीचं येगळंच मत पडलतं. हितंच लिंब नेसून बायजानंबी जावावं असं त्या म्हणातल्या. कुणाच्या म्हणन्यानुसार करायचं. त्यानं सगळं बायजावर सोपवलं. तरी बायजा, शेवंता सरनोबतनीला पुन्हा फांगसून फांगसून सगळं विचारायला लागली आणि तिच्या म्हणन्यानुसार सगळं बयवार करू लागली.

नदीवर माणसांची बरीच झुंब्बड उडालती. कोण नदीची पूजा करतलं. कोण अंग धुवून लिंब नेसालतं. कोण उघड्यानंच या मेळ्यातनं त्या मेळ्यात हिंडालतं. सराईत जोगतीनीनं हातात परड्या घेऊन हितनंच हिंगूतिंगूची जमावाजमव सुरू केलती. आंधळ्या-पांगळ्यांची भीक मागायला झुंब्बड उडालती. अशात गाडीतली पोरं टवटवी घेऊन सगळ्या माणसांची गडबड डोळं ताणून बघालती. सुली मात्र आपल्याच तालात गाडीच्या दांडीवर बसून माणसांची गर्दी बघत होती. सुबाना लिंब विकणाऱ्या माणसाला गाठून लिंब घेऊन यायच्या नादात व्हता.

तात्या मोहित्याची भावजय नदीच्या गारगार पाण्यात उतरली. आपलं अंग गडबडीनं धुऊन काढलं आणि कमरंभोत्यानं लिंबाच्या ढाळ्या गच्च बांधून उभी ऱ्हायली. अंगावर कापड न ठेवता तिला डोंगर चढायचा व्हता. बायजानं सुलीला नदीच्या काठावर आणलं आणि झगा उतरायला सांगितलं. सुलीला एकाएकीच रडू

आलं. बायजानं तशी वडत न्हीवून तिला धुवून काढलं. स्वतः लिंब नेसली आणि सुलीला गच्च लिंबात मुजवून टाकली.

लिंब नेसणाऱ्यांनी नदीची पुन्हा एकत्रित पूजा केली. नदीत प्रत्येकानं निवद नारळ टाकला. नदीला मनातल्या मनात मागून घेतलं. आपापली गाडी गाठली. रस्त्याला लिंब नेसून चालणाऱ्यांची एक रांगच तयार झालती. त्यात बापयांबरोबर बायकांची. सगळ्यांच्या कमरंला नुस्त्या लिंबाच्या हिरव्यागार काड्या. बाकी सगळं उघडंच. कुणाला कुणाचा अंग निरखून बघायला सवड नव्हती. तात्या मोहित्या तेवढा लिंब नेसलेल्या उघड्या बायकांवर नजर रुतवून बघत होता. सुलीला सगळंच नवीननवीन वाटाय लागलतं. कमरंभोवतालच्या लिंबाच्या ढाळ्या तिला गुदगुल्या करायला लागल्या. उघड्या अंगाची तिला भलतीच लाज वाटाय लागलीती. ती अंग चोरून रस्त्यातल्या माणसांच्या बरबर चालायला लागलीती. सुबाना आणि बायजा तिच्या संगसंगं पाय उचलत व्हत्या. सुबानाच्या डोळ्यात यल्लमाचा उभा डोंगर उतराय लागलाता.

गाड्या चढाला लागल्या. भोत्यानच्या डोंगरावरची झाडं दिलखुलास वाऱ्याच्या संगतीत उभी होती. रस्त्यावर जाणाऱ्या-येणाऱ्या वाहनांची दांडगी गर्दी झालती. बैलगाड्या वळीनं पुढं सरकत होत्या. लिंब नेसलेल्या माणसांची पावलं भलत्याच गतीनं पडायला लागलीती. कोण कुणासंगं फारसं बोलत नव्हतं. फक्त झपाझप अंतर कापणं एवढंच प्रत्येकाला सुचाय लागलतं. भीमा पाटील गाडीबरबर आणलेल्या पाडीला पूजा करून सोडून देत असताना सगळ्यांच्यात आणि त्याच्यात भलं मोठं अंतर पडलतं बाया-बापड्या बसून सगळ्या रस्त्याभर डोळं फिरवत व्हत्या.

सुलीचा जीव चालून चालून खराशीला आला. कमरंभोत्यानच्या लिंबाच्या ढाळ्या तिला जडजड वाटायला लागल्यात्या. तिनं रडव्या तोंडानं सुबानाकडं बघत चालायला सुरुवात केलती. सुबाना मात्र आपल्याच तंद्रीत पाय उचलत होता. आखरीला सुली भलतीच गळाटली. तिनं रडव्या आवाजात सुबानाला सांगितलं.

'पाय दुखाय लागत्यातऽऽ'

सुबानानं तिच्या डोळ्यात बघितलं. न बोलताच तिला मोहित्याच्या गाडीत चढवलं आणि आपण पहिल्या गतीतच पाय उचलायला सुरुवात केली.

गाड्यास्नी उतारती लागली. झाडांची गर्दी वाढली. चौमाळ पसरलेलं पाणी प्रत्येकाला भलतच गारगार वाटायला लागलं. सगळी एकमेकाच्या तोंडाकडं बघत पाण्याकडं बघत होती. तुका शिंद्या पार शिणपाटून गेलता. त्याला कुणाशी बोलावं असंबी वाटत नव्हतं. तात्या मोहित्याचं डोळं जडजड झालतं. चालणाऱ्या बैलांच्या पायाची गती लईलई मंदावलीती. पोटाला पोट भिडलतं. बैलं पार फेसाळलीती.

गाड्या जोगळभावीच्या जवळ उभ्या ऱ्हायल्या. जोगळभावीवर माणसं मुंग्यागत

फिरालती. मेवा-मिठाई, परडी, भंडाराची दुकानं दाटीवाटीनं पसारलीती. जोगतीनींची गर्दी वाढलीती. अशात 'घेता का लिंब' असा एखादाच मराठी आवाज, न्हाईतर सगळं कानडी बोलण्यानं वातावरण गजबजलतं. सगळ्यांनी एका ठिकाणी ठाणं मांडलं. हितं बायजाला तेवढ्या पुरणपोळ्या कराव्या लागणार व्हत्या. बाकीची सगळी डोंगरावर पोळ्या करायच्या बेतात व्हती. त्यामुळं ठाण मांडल्या मांडल्या बायजानं सगळ्या बायकास्नी एकत्र केलं. भराभरा पुरणपोळीचा निवद करायला सुरुवात केली.

सगळ्यांनी आपापल्या परड्या जोगळभावीवर पुजल्या. परडीत कोणी वाळला निवद, कुणी पोळीचा निवद घातला. पोराटोरांच्यावर हातात पुरणाचं गोळं दिलं. सुलीला सगळं आबजूक बघितल्यागत वाटाय लागलतं. माणसं मुंगीच्या रिसवाणागत हिकडनं तिकडं फिरालती. जोगळभावीच्या वरच्या बाजूला पसरलेल्या डोंगरावर तशीच माणसांची गर्दी व्हती. बायजानं परडीत पोळीचा निवद भरला. पूजा केली. बाळ जोगतीनीचा निवद दिला. आईच्या नावानं उदंऽऽ केलं. गाडीतल्या बाकीच्या बायकांनी हितंच पुन्हा लिंब नेसला. सुलीला कमरंच्या लिंबाच्या ढाळ्या नको वाटाय लागल्यात्या.

गाड्या जोगळभाव सोडून डोंगर चढाय लागल्या, तवा सावल्या लांब लांब पडायला लागल्यात्या. तात्या मोहित्याच्या भावजयीच्या पायातनं गोळं चढायला लागलतं. सगळ्या अंगभर ठणका वाढायला लागलाता. तिचं पुरं अंग आंबून गेलतं. सुबाना आपल्या नेहमीच्या चालीनं पाय उचलाय लागलाता. भिमा पाटील गाडीच्या दांडीवर बसूनच सुबानाला म्हणाला,

'काय बाईचा म्हयमा गाऽऽ बघावं तिकडं माणूसच माणूसऽऽ अच्याट बाबा ऽऽ'

सुबाना कायबी बोलला न्हाई. त्यानं गाडीत बसलेल्या बायजाला निरखून बघितलं. तिचं तोंड पार सुकून गेलतं. डोळ्याची बुबुळं खोल विहिरीत बुडल्यागत दिसालती. तोंडावरनं झुलणाऱ्या केसाच्या बटी वाळलेल्या झाडावरच्या फांद्यासारख्या वाटायला लागल्यात्या. तो तंद्रीत बायजाकडे बघत होता आणि सुली त्याच्याकडे बघून हसण्याचा प्रयत्न करत होती.

देवीचा कळस दिसला. सगळ्या गाडीतनं एकदम आवाज आला. 'उदं गंऽऽआईऽउदंऽऽ!' सुबानानंही त्या आवाजात आवाज मिसळला. चालणाऱ्यांच्या तोंडाकडे निरखून बघायला सुरुवात केली. सगळ्यांची तोंडं भंडाऱ्यानं पाक्क माखून गेलती. सुकलेल्या तोंडावरचा भंडारा सगळ्यास्नी कावीळ झाल्यागत पिवळट भासालता. डोंगरावर अच्याट माणसांचा समुद्र पसरलाता. आंधळ्या-पांगळ्यांनी आपापल्या जागा ठरवून बस्तान मांडलतं. त्यांच्या ताटलीत पैस्याचा थर पसरलाता. येणाराजाणारा आपलं एक नाणं त्यात वाजवत होता.

डोंगरावर सगळ्या बैलगाड्याच गाड्या! बैलाचा तवंग डोंगरभर पसरलाता.

देवळाकडच्या बाजूला माणसांची थप्पीच्या थप्पी. ह्यात आपल्या गाड्या कुठशा सोडायच्या हेचं कोडं तुका शिंद्याला सतवायला लागलंतं.

गाड्या सोडल्या. तात्या मोहित्या जत्रंतल्या सराईत माणसासारखा उधाळला. आत गाडी लवकर परतल ह्येची आशा कुणाला नव्हती. बायकाबायकांत उद्या कसं कसं, कवा कवा ह्येची चर्चा झाली. पुनवच्या अगोदर आपण पोहोचलो ह्येचा आनंद सगळ्यांच्या तोंडावर दिसाय लागलाता. पोरं मात्र अंधाराच्या जाळकांडात दिसणाऱ्या दिव्यांच्या प्रकाशात आणि गर्दीच्या गलबलाटात पार हारखून गेलती. सगळ्यांच्या डोंगरावर सुखरूप येण्यानं तुका शिंद्याचा जीव भांड्यात पडलाता. मोकळं मोकळं वाटाय लागलंतं. त्यानं प्रत्येकाची विचारपूस सुरू केलती. रात्र आपल्या गतीनं वाढत होती. कुणालाच झोप येत नव्हती.

दिवस उगवायच्या टायमाला बायकांच्या पोळ्या करून आटापल्यात्या. देवदर्शनाला जाण्यापूर्वी काय काय करायचं हेचं गणित सगळ्याजनी आपआपसात करत बसल्या. कुणाचं नवस कसं फेडायचं, तिकडं कुणी कुणी कसं जायचं, हेची विभागणी झाली. सगळ्यांनी सुलीच्या बाबतीत विचार करायला सुरुवात केली. सुलीच्या गळ्यात दर्शन बांधायचं. कसं काय कराय लागतंय, ह्येची सगळ्याजनींनी चौकशी केली. बालजोगतीनींचा मेळा कुठला बलवायचा हे ठरलं. सुलीचं सगळं वयवार करण्याचं काम शेवंता सरनोबतीन आणि तानू सुतारीन ह्येंच्यावर सोपवलं.

बायजाला जरा हालकं हालकं वाटाय लागलं. तिच्या जीवाला तरीबी झुरणी लागलीतीच.

निम्म्या अधिक बायका होमकुंडाला जाऊन आल्या. बायजा, शेवंता सरनोबतीन आणि तानू सुतारीन अंगावर पाणी वतून घेऊन, नंतर सुलीला चांगलं धुवून चौघी माणसं कमी असलेल्या जागेला आल्या. तिघींनी सुलीला पुसून काढलं. सुलीला पाण्याचा भलताच राग आलता.

तिघी गर्दीतनं वाट काढत परशरामच्या देवळाकडं चालल्या. वाटत भेटणाऱ्या प्रत्येक जगाला बायजा मनातल्या मनात हात जोडत होती. सगळं व्यवस्थित व्हवू दे म्हणून मागून घेत होती. तानू सुतारीन मात्र सुलीच्या हाताला धरून वाट काढत होती. शेवंता सरनोबतीन देवीच्या कळसावर उधळल्या जाणाऱ्या नवसाच्या जिन्नसा चालता चालताच बघत होती. रस्ता सगळा वल्लाकिच झालता. अशात पायात काय न्हवतं. त्यामुळं बायजाला सगळंच घाणीत घुसल्यागत वाटाय लागलतं.

परशरामच्या देवळाजवळ माणसांचा पूर आलता. दगडी फरशीच्या रस्त्यावरनं चालत चालत जाईपर्यंत जवळजवळ तास मोडला. तवा कुठं चौकट आली. तानू सुतारनीचं अंग घामानं चिंब झालतं. शेवंता सरनोबतीन आिण बायजा तर चक्क भिजल्यात्या. सुली गदबाळून घामाळून गेलती. सगळी आतल्या अंगाला झाली.

तिथल्या कालव्यानं सुली एकाएकी घाबरून गेली. एवढी मोठी सुली एकदम टाळा पसरून चार-पाच वर्षांच्या पोरागत रडाय लागली. बायजाला कायबी सुचंना. शेवंतानं तिला उचलून काखंत घेतलं. तिघीही देवासमोर आल्या. बायजानं परशरामासाठीच नवं कापड, यल्लू आईचा खण आणि पुजाऱ्याचा रुपया तानू सुतारनीच्या हातात दिला. तानू सुतारनीनं सगळ्या जिनसा पुजाऱ्याकडं दिऊन सुलीकडे बोट दाखवलं. घामानं डबडबलेल्या पुजाऱ्यानं सुलीला घास्सकिऱ्याण खाली वडलं आणि तिच्या गळ्यात फूलमाळ बांधून तिचं कपाळ भंडाऱ्यानं माखून टाकलं. बायजानं हात जोडून सगळं परशरामावर सोपवून टाकलं. तानू सुतारनीनं देवळातल्या सगळ्या गोष्टी बयजवार पुऱ्या करून घेतल्या. पायजे-नको बघितलं. सगळ्याजनी परशरामाच्या देवळातनं बाहेर पडल्या.

सगळ्या जनी घामानं चिंब झालत्या. तिघींचीबी केसं इस्कटून गेलती. सुलीला गळ्यातली फूलमाळ गमतीदार वाटाय लागतीली. तिचा एक हात फूलमाळेवरच खेळालता. शेवंता सरनोबतीन तसल्या गर्दीतसुद्धा आपल्या गळ्यात कशी फूलमाळ बांधलीती, आपला लिंब कसा सोडवलाता आणि आपल्या अंगात एकदम देवी कशी घुमली ते सगळं सांगालती. बायजा मान डोलावत गर्दीतनं वाट काढत होती. परताय त्यास्नी दहाचा टाईम झाला!

सगळ्या बायकांनी परड्या भरायला सुरुवात केली. सुबानानं मेळ्याच्या जोगतीनी कवाच आणून बसवल्यात्या. त्यांच्यात चौंडकंवाला बापय भलता गमत्या वाटालता. त्याचं काखंत लोंबकळणारं चौंडकं, लांबलचक लोंबकळणारं केस एकमेकाला घासत व्हतं. डोकीवरचं तेलाचं वरंगाळं गालावरनं लागलतं. धारकुंड्या नाकावर उगचच हसू रेंगाळायला लागलंत. त्यांनी सगळ्यांनी सुलीला मदी घेतलतं. मेळ्यातल्या तिघीचौघीजनी सुलीला निरखून बघायला लागल्यात्या. लांबसडक नाक, गालाच्या तांबूस फुगवट्यावर पिकलेली उंबरं, काळंभोर डोळं, कपाळाची लांबलचक पट्टी, मध्येच रेखीव भुवया असलेली सडपातळ पोरगी बघितल्यावर सगळ्याजनी सुलीच्याच विचारागत वाहात गेल्या.

परडीतनं पोळीचा निवद भरला. मेळ्याचा जग मध्ये ठेवला. सगळ्या परड्या कळसाकडं तोंड करून पुजल्या. बायजानं सुलीला आपल्या परडीजवळ उभं केलं. तिचं भंडारा लावल्यालं कपाळ आता भलतंच उठून दिसालतं. पूजा आटोपली. मेळ्यातली म्हातारी जोगतीन पुढं झाली. सुलीला आपल्याजवळ घेऊन तिनं कळसाकडं बघितलं. कवड्यांची माळ हातात घेतली. सुलीला आणि एकदा चारच लिंबाच्या काड्या कमरंभोत्यानं लावायला लावल्या. डोक्यातल्या जटीला भंडाऱ्यात माखून काढलं, तिला जरी कापडं घातली. हातात सुपारी, नारळ, पानाचा विडा

दिला. उगवतीकडं तोंड करून बसायला लावलं. हातात परडी दिली. गळ्यात कवड्यांची माळ घातली. मघाशी बांधलेल्या फूलमाळंवरच त्या म्हाताऱ्या जोगतीनीनं आणि काय बांधलं. यल्लूबाईच्या कळसाकडं बघून मोठ्यानं घुमली,-'उदं गंऽआई उदंऽऽउदंऽऽ' असं पाच वेळा झालं.आणि मेळ्यातल्या चौंडकंवाल्यानं चौंडक्याचा ताल धरला. तशा बाकीच्या जोगतीनींनी गाण्याला सुरुवात केली.

आईच्या दरबारीऽऽ
लेक जल्माची बांधली...
परसू देवाच्या शपथीनं–
बया डोंगराची जहाली!

गाणं बराच वेळ वाढत गेलं. सुलीला आता मात्र कसंसच वाटाय लागलं. तिच्यापास्नं लांब उभा ऱ्हायलेला पोरांचा घुपळा तिला बघून फिदीफिदी हसायला लागला. एकमेकात कायतरी कुजबुजाय लागलाता. सुलीच्या डोळ्याला एकाएकी पाणी आलं. बायजा एकदम दबाकली. तिनं सुलीच्या खांद्यावर हात ठेवला. तिला समजावण्याचा प्रयत्न केला. खरं सुलीच्या डोळ्याचं पाणी बंद व्हायला तयार नव्हतं. बायजाला घटकाभर कसनुसंच झालं. एकाएकी तिचंबी डोळं पाण्यानी डबडबलं. चौंडकं त्यांच्या डोळ्यातल्या पाण्यासारखं विव्हळ होऊन वाजालतं. जोगतीनींच्या गळ्यातलं गाणं...कातर आवाजात संपत आलंतं. सगळ्यांच्या तोंडावर भंडाऱ्याचं एक काळपट आवरण पसरलंतऽऽऽ...

'सख्या, सुलीचं देवासंग लगीन झालं...' सकन्या हातातला फुगा खेळवतच बबन्याला सांगालता.

'तुझा बाऽऽएवढ्याशा सुलीचं लगीन व्हतंय व्हयऽऽ?' बबन्यानं हातातलं किडमिडं काडऽऽमाडऽऽ वाजवतच विचारलं.

'मग तुला काय म्हायती हायऽऽहल्लऽऽ' सकन्यानं हात नाचवला.

'काय तरीच सांगतयऽऽआणि देवासंग लगीन लागल्यावर सुली काय हितं ऱ्हायला येणार हायऽऽ' बबन्यानं डोळं ताणून प्रश्न केला.

'तुला लेका काय समजत न्हायऽदेवासंग लगीन झाल्यावर हितं नांदाय यायला लागत न्हाईऽऽगावातच देवासंगं नादायचं...' सकन्या.

'मग गावात देव कुठं असतोयऽऽ' बबन्याचा भाबडा प्रश्न.

'तू लेका यडपटच हाईसऽऽगावात देव नसतोय व्हयऽऽ'

'गावातला देव निराळा, ह्यो देव निराळाऽऽमग सुली तितं कशी नांदल?' बबन्या.

'शेवंताक्का नांदत न्हाई गावातऽऽ'

'चल रेऽऽशेवंताक्काचं काय लगीन झालंयऽऽ'

'न्हाई हॅऽऽहॅऽऽ' सकन्यानं हात नाचवलं. दोघांच्यातल्या बोलण्याचं रूपांतर भांडणात झालं. बबन्या जोरानं सकन्याला चिडवण्यासाठी आरडला.

'हॅ हॅऽऽऐका हो ऐकाऽऽ सुलीचं देवासंगं लगीन व्हतंय म्हणं ऐकाऽऽहाण थापाऽऽऽ'

सकन्या चिडला. म्हणाला, 'रांडच्या, आमच्या आईला इच्चारऽऽ'

'तुझा ऽऽआई काय सांगती बबन्यानं अधिक डिवचलं आणि सकन्यानं बबन्याच्या कानपाडात चपराक हाणली. तशी दोघांनी एकमेकांची गळपटं धरली. एवढ्यात ब्ाबन्याची आई गाडीजवळनं पळतच आली. दोघांच्या पाठीत धम्माटा चढवतच म्हणाली, 'हितं तरी गप्प खेळा कीऽऽ' तसं बबन्या एकाएकी रडकुंडीला आलं. म्हणालं,

'ह्येनंच पयल्यानं गालावर चपराक मारली.'

'का रंऽऽ?' म्हणत बबन्याच्या आईनं सकन्याचा कान धरला. तसं सकन्या रडतच म्हणाला,

'आमच्या आईला मग शिवा का द्यालायऽऽ' बायजानं पुन्हा बबन्याकडं बघितलं. तसं बबन्या म्हणाला,

'काय तरीचऽऽआईच्या नावावर ह्योच थापा मारलायऽऽ'

'मी कुठं थाप मारलीयाऽऽमी फकस्त सुलीचं लगीन झालं म्हणून सांगितलंऽऽ' सकन्या हुंदकं देतच म्हणाला. तसं बबन्या गप्पकन आईला म्हणाला,

'खरं व्हय ग आईऽऽ सुलीचं लगीन देवाबरबर झालंऽऽ?' बबन्याच्या आईला हसू आलं. तिनं मान हलवली आणि बबन्या गप्पगार झाला. त्याचं तोंड काळठिक्कर झालं. सकन्याच्या तोंडावर हसू उमटलं. बबन्याच्या आईला ह्येच्यातलं कायबी समजंना. तिनं 'मरा जावा भाड्यानुऽऽ' म्हणत दोघास्नी ढकललं. सकन्यानं धुम्म ठोकली. बबन्या जागच्या जागीच उभा ऱ्हायला. त्याच्या डोळ्यात सुलीचा बाशिंग बांधलेला चेहरा तरळाय लागला.

सगळा यल्लमाचा डोंगर माणसांनी फुलून गेलता. माणसास्नी पाय ठेवाय जागा उराय नव्हती. बघावं तिकडं माणसंच माणसं आणि दुकानांच्या रांगा. भंडाऱ्याचा वास सगळीकडं चोंदून भरलेला. येणारा-जाणारा फक्त तोंडानं 'उदं गंऽ आई उदंऽऽ' एवढंच पुटपुटत होता. गर्दीत मिसळत होता. सगळ्यांच्या मनात फक्त यल्लमा बसलीती. माणसं खुळावल्यागत डोंगरावरनं फिरालती. गर्दीगर्दीतनं वाट काढत व्हती. तात्या मोहित्याला हे सगळं आबजूकच वाटाय लागलतं. तो एकटाच जत्रंच्या गर्दीतनं भटकायला लागलाता. त्याची त्यालाच ह्या सगळ्या गर्दीची गम्मत वाटाय लागलीती. एवढी माणसं खुळ्यागत कशाला जमत असतील. तो भिन्नाटल्यागत

गर्दीतनं वाट काढाय लागलाता. एवढ्यात गर्दीत त्याला दणक्यासरशी धक्का मारून एक हिजडा डोळा मारून पुढं गेला. तात्याला हसू आवरंना. त्यानं त्याच्या आईवरनं एक शिवी हासडली. वाट काढत पुढं चालला.

तात्या गर्दीतनं बाजूला आला. डोंगरावर एकटाच डोकं फिरल्यागत भरकटाय लागला. त्याला माणसांच्या गर्दीतनं बाजूला पळावं असं वाटायला लागलं. तो डोंगराच्या एका कोपऱ्याला नुस्तं चालत ऱ्हायला. माणसं नसतील तिथंवर जाऊन यायचं असं त्यानं मनाशीच ठरवलं. पाय उचलता उचलता त्याला जाणवाय लागलं, ह्या डोंगराचा कुठलाबी कोपरा आज माणसाशिवाय असणार ऱ्हायी. आपुण कशाला हिंडायचं. ह्येच्यापेक्षा गाडीत जाऊन गप्पगार झोपून टाकावं. खरं, ह्या कातरवेळी झोप कुठली यालीया. तो मनाशीच पुटपुटला. त्यानं पाय वळवले. एवढ्यात त्याचं लक्ष समोरच्या गर्दीकडं गेलं.

तिथं बापयांची भलतीच गर्दी झालती. बाईमाणूस आवशिदाला दिसत नव्हतं. तिथं काय चाललंय बघावं तरी म्हणून तात्यानं आपले पाय तिकडं वळीवलं. गर्दी अधिकच वाढत असलेली त्याला जाणवलं. तो त्या घोळक्यात आला. त्याच्या नाकात सवयीचा वास घुसला. तात्याच्या तोंडावर भलतच हसू जमा झालं.

'आयलाऽकलपास्नं हुडकालतो गावाय नव्हतं. वाटलंतं देवावर नसलऽऽ' म्हणत तो पुढं सरकला आणि लायनीत उभा ऱ्हायला. सगळी तुंबल्यागत गप्पगार. अधाशीपणं उभी होती. तात्याच्या पुढच्या माणसाची पाळी आली. तात्यानं त्याला पुढं ढकललं. गडी आधीच लास व्हता. त्यात जराशा धक्क्यानं लवंडाडला. त्याच्या हातात कप देतच विकाय बसलेला बापय खेकसला. तसा त्यानं कप तोंडाजवळ न्हेला आणि 'उदं गंऽऽ' म्हणतच रिकामा केला. तात्याला हंसू आलं. हितं आणि देवाची आठवण हेणं कशाला काढली. तात्यानं चांगली दोन रुपयाची टाकली आणि गडी लायनीतनं बाजूला झाला.

तात्याला आता माणसं पयल्यापेक्षा लईच वाटाय लागली. आपण कुणीकडं चाललोय हेच त्याला समजंना. त्याचं त्यालाच आबजूक वाटाय लागलं. त्यानं हळूहळू पायाची गती वाढवायला सुरुवात केली. आपण कुणीकडे चाललोय. तात्या भला तासभर फिरला. परत अंगभर मगाचं पाणी भिनलं. आता सगळीभर अंधाराची ठिपूसं दाट झालती. विजेच्या दिव्यांचा प्रकाशसुद्धा त्याला अंधुक वाटाय लागलाता. तात्या भर गर्दीच्या कडेला थोडा वेळ गप्पगार उभा ऱ्हायला. गर्दीचा अंदाज घेऊन उभ्यानंच फळाळा मुतला.

गावच्या गाड्यांची जागा सापडायची काय चिन्हं दिसंनात, तसा तात्या जरासं बुचकळ्यात पडला. 'न्हाई सापडली तर न्हाई' म्हणत त्यानं देऊळ कुठल्या बाजूला हाय बघितलं, आणि तिकडच्या गर्दीत घुसला. गर्दीत आल्यावर तात्याला

घुसमटाय लागलं. त्याला अंगात पुन्हा नशा चढत चालल्यागत वाटाय लागलं. एवढ्यात त्याला आपण देवळाजवळ आल्याचा भास झाला. तात्या तिथं मोठ्यानं आरडला, 'उदं गंऽआईऽऽउदंऽऽ' आजूबाजूचं लोक त्याच्याकडं किंचित हसून बघत पुढं सरकले. तात्याला जरासा अंदाज आला. त्यानं हळूच देवळाच्या पाठीमागच्या रस्त्याला असणाऱ्या पायरीवर पाय ठेवला आणि गड्याच्या पायात नेट चढला. त्यानं भराभरा पायऱ्या चढायला सुरुवात केली.

आपण गाड्यांच्याजवळ आल्यागत त्याला वाटलं. एवढ्यात त्याचं लक्ष जवळ गाणं म्हणणाऱ्या जोगतीनींच्या मेळ्याकडं गेलं. गॅसबत्तीच्या झगमगाटाने प्रकाशात कायतरी लखलखलं. तात्यानं सरळ मार्ग बदलला. तो गाण्याच्या मेळ्याजवळ आला. कानात कुठंतरी अस्पष्ट मेळ्याचं गाणं घुमलं.

'परशराम तान्हाऽऽबाई परशराम तान्हाऽऽ'

तात्यानं डोळं ताणून बघितलं. चौंडक्याचा आवाज त्याला भलताच भारी वाटाय लागला. नाचणारं जोगतं भुलवाय लागलं. तात्याचा पाय क्षणभर चळवळला. तात्या लगेच गर्रकन मागं वळला.

लवंदाडत लवंदाडत तात्या कसाबसा गाडीजवळ आला. सगळी जमलीती. सगळ्यास्नी फक्त तात्याच कमी वाटाय लागलाता. तात्या लवंदाडत येतानं पहिल्यांदा भीमा पाटलाला दिसला. त्याच्या तळपायाची आग मस्तकाला गेली. त्यानं तात्याला लांबूनच शिवी हासडली. एवढ्यात बाळू शिंद्यानं तात्याची गमजा करायला सुरुवात केली.

'तात्या, जत्रा कशी काय?'

'झक्कास ऽ ऽ' तात्या लवंडला. त्यानं आपलं किलकिलं डोळं करून सगळीभर बघितलं. पोरं खळखळून हसली. एवढ्यात तात्याच्या भावजयनं तोंडाचा पट्टा सुरू केला. तात्याची हळूहळू उतरायला सुरुवात झाली.

'दारू पिण्यापेक्षा मूत प्यावं ऽ ऽ' तात्याची भावजय तणतणली.

'मूत कोण पित्यात व्हयगा ऽ ऽ' तात्यानं बाळू शिंद्याला विचारलं. पोरं मोठ्यानं हसली.

'निलाजरा भाड्या ऽ ऽ' तात्याची भावजय पुटपुटली. तात्याला तेवढंच लागलं. त्येच्या तोंडातनं शिवी बाहेर पडणार एवढ्यात भिमा पाटलाचा राकट हात तात्याच्या खांद्यावर पडला. तात्या थंडगार झाला. भिमा पाटलानं तात्याला हालवतच सांगितलं. तीनला गाड्या हितनं हालवायच्या ऽ ऽ तो पतोर झोप ऽ ऽ' तात्या अस्पष्ट हसला. भिमा पाटील तात्यापास्नं बाजूला गेला. तात्यानं जागा सोडली. त्यानं पोरांचा घोळका गाठला आणि एकदम ओरडला,

'उदं गं ऽ आई उदं ऽ ऽ उदं ऽ ऽ'

गाड्या मध्यान्हीला हालणार म्हटल्यावर सगळ्या बायका काय बाय खरेदी करायला हिकडं-तिकडं सुटल्या. पोरं त्यांच्यामागनं उधाळली. बापय माणसंबी हिकडं-तिकडं सुटली. काय म्हणायला तुका शिंद्या, सुबाना आणि तानू सुतारीन तेवढी जागी माणसं गाडीच्या रकवालीसाठी बसलीती. तात्या घोराय लागलाता. परतीचं वारं आता सगळ्यांच्याच अंगात भिनलंतं. सुबानाच्या मनात आता घर आणि म्हातारी घुमाय लागलीती. त्यानं मनातला घरचा विषय घालवण्यासाठी तानू सुतारनीला बोलतं केलं,

'आता जातानं गाड्या कुठं कुठं थांबणार?'

'येतानं थांबल्या तशाच.' तानू सुतारनीनं विषय संपवला.

'मग आमाला आता हितनं पुढं किती नारळ लागणार...?' सुबानानं विषय वाढवला.

'आता जातानं जोगळभावीवर सुलीचीच व्हटी भराय लागणार. तिथं एक, मन्नोळीच्या नदीत निवद नारळ लागणार, तिथं एक ऽ गोकाकच्या फुडं एकदा पडलीचा निवद सोडण्यात नवा एक ऽ व्हळेव्वावर एक ऽ नायकीला एक आणि घराकडं एक ऽऽ' तानू सुतारीनं हिशेब सांगितला.

'आणि काय घ्याय लागणार ऽ ऽ'

'ती काय ज्येची त्येची मर्जी ऽ ऽ काय बी घ्यावं ऽ ऽ खरं, तू आता पडलीतला मोरंपक्का घे ऽ ऽ पोरगी देवाची घरात हाय ऽ ऽ' तानू सुतारनीनं सुचवलं.

'जातानं आणि कुठं पडल्या भरायच्या असत्यात?' सुबाना.

'न्हाई ऽ ऽ एकदम नायकीवर ऽ ऽ'

सुबानानं सुस्कारा सोडला. मन कशातबी लागंना. त्यानं तंबाखूची पिसवी काढली आणि तानू सुतारनीजवळ विषय काढला.

'एवढं माणूस दरसाला असतय ऽ ऽ?'

'हुं बाबा ऽ ऽ ह्या वरसी मला कमी वाटाय लागलंय. गेल्यावरसी असं नुस्तं नाचणं इस्कटल्यागत माणूस ऽ ऽ बाईचं म्हातमच मोठं हाय न्हाई ऽ ऽ लई भागातनं माणूस येतय बाबा ह्ये सगळं इपरीत हाय ऽ ऽ' तानू सुतारीन बडबडतच ऱ्हायली. सुबाना देवीचं म्हातम मनातल्या मनात साठवत होता. देवीच्या कलसाकडं बघून पुन्हा पुन्हा हात जोडत होता. समोर बसलेल्या तुका शिंद्याला सुबानाचं कौतुक वाटालतं.

बायकापोरं जत्रतनं गोळा व्हयाला मध्यान्ह टळली. तुका शिंद्याला आता मात्र घाई लागली. त्यानं शिवीचा सपाटाच सुरू केला. तशी सगळी गप्पाप्पा गोळा झाली. सगळ्यांनी आपापलं सामान गाडीत टाकलं. काय ऱ्हालं, काय गेलं बघितलं.

आपआपल्या गाडीतली माणसं बघितली आणि तुका शिंद्यानं भिमा पाटलाला हाळी दिली. तसा भिमा पाटलानं बैलाच्या खांद्यावर जू ठेवला. सगळ्यांनी देवीच्या कळसाला मनापास्न हात जोडलं. तानू सुतारीनीनं आईला हात जोडून भंडाऱ्याची चिमट तोंडात टाकली. तिनं तालात आवाज काढला, ‘उदं गं ऽ ऽ आई उदं ऽ ऽ’ सगळी त्याच तालात सूर मिसळून आईला हात जोडून गाडीत बसली. तुका शिंद्यानं दांडीच्या पाया पडून गाडीवर बैठक मारली. भिमा पाटलानं भंडारा लावला. जूवाच्या पाया पडला आणि दांडी गाठली. तुका शिंद्यानं बैलाला ‘दा ऽ ऽ’ म्हटलं आणि गाडीतनं एकच आवाज आला,

‘उदं गं ऽ ऽ आई उदं ऽ ऽ उदं’

नायकीला गाड्या येऊन थांबल्याची वार्ता हा हा म्हणता पसरली. प्रत्येक गाडी गेलेल्या घरात सगळी धांदल उडाली. घरातल्या बारक्या-सारक्या पोरांनी थेट नायकी गाठली. म्हातारी स्वतःच्याच तालात हिंडत होती. तिनं दोन दिवस अगोदरच बायजाच्या भनीला बलवून घेतलंतं. आजच्या आंबील घुगरीच्या जत्रेला काय काय लागतंय ते सगळ जमा केलतं. आता तिला सुलीला कव्वा बघीन असं झालतं. म्हातारी खुळावल्यागत उगंचच घरभर चकरा मारालती !

गाड्या नायकीला सुटल्यापास्नं वाळलेल्या तोंडावरनी जरासं पाणी आलतं. सगळ्यांच्या सुकलेल्या डोळ्यांत थोडं थोडं नव तेजं आलतं. बापयांची आंबलेली अंगं कातीला आलेल्या सापागत रेंगाळालाती. बायका कसल्या-बसल्या पोळ्या करून पडल्या भरायच्या नादात व्हत्या. गावाकडंचं रस्त्यानं जाणारं माणूस हाटकून थांबायचं. गाड्या कशा काय आल्या ह्येची चौकशी करायचं. घटकाभर बसायचं आणि मगच पुढच्या कामाला पुढं सरकायचं.

दिवस कलला. गावाकडनं येणाऱ्यांची संख्या वाढली. सगळी नायकी गावातल्या माणसांनी फुलून गेली. सगळी एकमेकाला कडकडून भेटत होती. मात्र आपण कायतरी लई भारी करून आलोय अशा मिजाशीनं गळ्यात कसलं तरी खेळणं आडकवून हिंडत होती. बायकांनी आता सगळी पूजा आटपून गावाकडं जाण्यासाठी गठली गाडीत टाकली होती.

गाड्या गावच्या येशीपतोर मुक्यानं आल्या. फक्त तोंडानं आईचं ‘उदं ऽ ऽ’ तेवढंच चाललतं. गाड्या येशीत आल्या आणि बाळू म्हार आणि भैरू मोहित्याच्या हालगीनं ठेका धरला. लगेच तानू सुतारीनीचं अंग घुमायला लागलं. बघता बघता घुमणाऱ्या तिघी झाल्या. गाड्यांच्या पुढे माणसांचा लोंढा तयार झाला. नवीन भेटणाऱ्या माणसाला भंडारा लावला जायचा. त्याचा हात नकळतच पायाकडं आपोआप वळायचा. हालगीचा आवाज त्यांच्या मनात एक नवाच ठेका निर्माण

करायचा. जमलेल्या सगळ्यांच्या मनात फक्त डोंगराची आई आणि तिचं म्हातम एवढ्याच गोष्टी रेंगाळत होत्या.

लक्ष्मीचं देऊळ आलं. माणसांची गर्दी अधिकच वाढली. सगळ्या गाडीतली माणसं पटाटा उतरली. लक्ष्मीच्या देवळात जाऊन पाया पडली. बाहेर तानू सुतारीन आणि इतर यांच्यात हालगीची लय पेशी-पेशीत भिनली जात होती. जमलेला सगळा जमाव त्यांच्या नाचगाण्यात दंग झाला होता. लहान लहान पोरं 'उदं गं ऽ ऽ उदं ऽ ऽ उदं ऽ ऽ' म्हणण्यासाठी त्या गर्दीतून हिंडत होती. सगळ्यांची मनं फक्त डोंगराच्या देवाभोत्यानं घिरट्या घालत होती. गावातल्या तिङ्यावर गाड्या आल्या. प्रत्येक गाडीचा मार्ग वेगवेगळा झाला. हालगीवाल्यांच्या ठेका वाटणी झाला. बाळू म्हाराची हालगी तानू सुतारनीला खेचत मधल्या गल्लीला गेली.

सुबाना घरात आला. म्हातारीच्या डोळ्याचं पारणं फिटलं. सुलीला बघितल्या बघितल्या म्हातारीला भरून आलं. तिनं गडबडीनं भाताचा ठिकळा आणि भाकरीचा तुकडा ओवाळून टाकला. तिघास्नी आत घेतलं. सुलीला पोटाशी धरलं. म्हातारीला कससंच वाटायला लागलं. बायजानं देव्हारा गाठला. हातातलं गठळं देव्हाऱ्यासमोर ठेवलं. देवाला उदकाडी लावली. गुडगं ठेकून ती देवाला दंडवत घालून बाहेर आली. म्हातारीच्या पायावर डोकं टेकून तिनं तिला भंडारा लावला. भनीच्या कपाळ्यावर भंडाऱ्याचं बोट लावलं आणि बायजालाही एकाएकी भरून आलं. तिचे डोळे डबडबले. काय बी न बोलताच ती मागच्या सोप्याला गेली. गोठ्यातल्या म्हशीला भंडारा लावला. एक चिमट तिथंच फुकली. ती चुलीजवळ आली. चूल थंडगार एकटक तिच्याकडं बघत होती. ती सुद्धा बऱ्याच दिवसानं चुलीकंड पाहिल्यासारखं भांबावून बघत होती.

'मी बी यायलाच लागलोय ग कामाच्या बाई ऽ ऽ'

अशी हाळी पाठीमागनं कानावर आली. आणि बायजा डोक्यावरची घागर सांभाळतचं दचाकली. तिनं वळून बघितलं. मोऱ्याची बनी तरातरा चालत तिला गाठण्याचा प्रयत्न करत होती. ती कासराभर अंतरावर आली आणि म्हणाली,

'कसली बया तुझी घाई ऽ ऽ आरडून आरडून घसा मातीत गेला ऽ ऽ'

'खरं, तुझी आताचीच हाळी ऐकू आली.' बायजानं पुन्हा चालायला सुरुवात केली. बनीनं तिच्या पाठीमागनं पाय उचलले. 'फूरं काय?' बनीनं सहज विचारलं.

'हूं बाई ऽ ऽ आजून दोन खेपातरी लागतील.' बायजा अस्पष्ट हुंकारली. बनीनं बायजाला निरखून बघितलं, तशी तिला ती लईलई थकल्यागत वाटाय लागली. बनीनं तिला फांगसून इच्चारलं,

'एवढी कशानं थकलीस ग ऽ ऽ'

‘थकायला मला कुठं धाड लागलीया बाईऽ’ बायजानं बनीला गप्प बसवलं. दोघी गुमान घागरी सांभाळत चालाय लागल्या. विहिरीजवळ आल्यावर पुन्हा बनीनंच विषय काढला,

‘देव परतलीस काय न्हाई आजून ऽ ऽ?’

‘मागच्या आठवड्यातच परतला बाईऽऽएकदा मोकळी झालो.’ बायजानं निःश्वास टाकला. ती स्वतःच्याच मनात मोकळी मोकळी होत गेली. तशी बनी म्हणाली,

‘मोहित्यांच्या घरात देव परततानं काय ऽ ऽ येगळंच ऽ ऽ झालं ऽ ऽ म्हणं ऽ ऽ’ बायजा काचबारली. तिनं बनीला गडबडीनं थांबवून विचारलं, ‘काय झालं ऽ ऽ’

तशी बनी ऱ्हाटाला घागर लावीतच बडबडली, ‘लई झालं म्हणं ऽ ऽ’

बायजा पुन्हा गोंधळली. तिनं घसासा वढून बनीची घागर काढली आणि मग म्हणाली,

‘काय झालं सांगशील काय न्हाई ऽ ऽ’

‘मला बी ती वयल्यांगाची आकणी सांगलती बाई ऽ ऽ’ म्हणत बनीनं सांगायला सुरुवात केली,

‘देव परतायला घरात पोळ्याचा निवद केला. परड्या भरल्या आनी तात्या कुठं डोंगरावरून आणल्यालं गठलं नारळासाठी सोडाय गेला. नारळ हुडकता हुडकता एकदम परडीतील कवड्याची माळ हातात आली आणि बिच्याऱ्याची दातखिळी बसली ऽ ऽ एकाएकीच ऽ ऽ सगळी घाबरगुंड उड्डाली. कुणाला कशाचं भान ऱ्हायलं न्हाई. सगळ्यास्नी आबजूकच वाटलं ऽ ऽ’

बनी फक्त पुढं बोलत ऱ्हायली आणि बायजाच्या पुढे तात्यांचा दातखिळी बसलेला चेहरा आला. ती त्याच्याच विचारात गुतपळत गेली. तिला घागरी भरायला सुद्धा सुचंना. ती तशीच गप्पगार उभी ऱ्हायली. बनीच्या लक्षात आलं. ती बायजाला हालवतच म्हणाली, ‘असं का व्हावाव ग ऽ ऽ?’ बायजाला काय बोलावं हे सुचंना. ती कशीबशी म्हणाली,

‘कुणास धक्कल’ ती सुस्कारली. तिच्या डोळ्यासमोर गाडीवर बसलेला तात्या, पिऊन लवंदाडणारा तात्या, उतूरच्या घुपळ्यात लुडबुडणारा तात्या एकाएकी सगळंच येत गेलं आणि तिला तानू सुतारनीचं बोलणं आठवलं,

‘देवाच्या वाटंवर कधी वाईट गोष्ट करायला धाजूने बाई ऽ ऽ ह्या आईचं लई म्हातम हाय ऽ कुणाला सोडत नाई ऽ ऽ’ ती त्याच तिढ्यात भलतीच अडकली. तिला फक्त तात्याचं वागणंच या साऱ्याला कारण वाटाय लागलं. बनीनं तिला पूर्ण शुद्धीवर आणलं आणि घागर वावली. दोघी वाटंनं चालाय लागल्या. बायजाला डोंगराच्या आईचं कर्तूतच दिसाय लागलं. ती स्वतःच्या विचारात वाहात गेली. तिला स्वतःला सावरताच आलं नाही.

उन्हाचा चटका भलताच जाणवायला लागलाता. अंगाची आग-आग व्हयाला लागलीती. घरात बसवना झालतं. म्हातारीची तगमग सुरू झालती. सारखी आत बाहेर करायला लागलीती. झोपावं म्हटलं तर डोळा मिटत नव्हता. काय काय सुचायला तयार नव्हतं. गल्लीत चिटपाखरू दिसत नव्हतं. बारकी-सारकी पोरं शाळा गाठून बसलीती. बापय बायामाणसांनी रान गाठलंतं. काय म्हणायाल म्हातारी-कोतारी तेवढीच घरात बसून व्हती. म्हातारीला कुणाकडं जाऊन बसावं वाटंना. जायचं जायचं म्हटलं तरी व्हगाड्याची कमळा म्हातारीन तेवढीच घरात. तिच्याशी बोलून बोलून तरी काय बोलायचं? म्हातारीला घर खायला उठल्यासारखं वाटाय लागलं. एका जाग्याला तिला बसवंना. किण ऽ ऽ किण ऽ ऽ सारखं बसायचं तरी किती? म्हणून म्हातारी उठली. तिनं परडं गाठलं.

परड्यात सगळं चगाळ पसरलतं. मदीच शेळकुंडं इस्काटलती. तुरकाठीचा ढीग निम्मा -अर्धा परड्या पसरलाता. त्यात बेटाचा पाला मिसाळलाता. सगळीभर घाणवष्ट झालंत. म्हातारीनं म्हशीच्या गोठ्यात जाऊन तुरकाठीचा साळोता आणला. एककडनं लोटायला सुरुवात केली. सगळा ढीग एका ठिकाणी केला. आणि म्हातारीचा घसा कोरडा झाला. तिला तहान लागल्यागत वाटाय लागलं. तिनं साळोता तिथंच टाकला. घरात पाऊन टाकलं. घटाटा पाणी पिल्यावर म्हातारीचा जीव शान्त झाला. ती घटकाभर तिथंच बसून ऱ्हायली. चुलीच्या म्होरं सुलीनं खरकाटी करून ठेवलेली वाटी तळ पगळून बसलीती. म्हातारी सरकत पुढं झाली. न्हाणीत वाटी खदबळली.

'पोरगी एवढ्या उन्हात कशाला सड गोळा कराय गेली आसंल. आसल्या मरणाच्या उन्हात बया कुठं उंडगाय लागली आसंल कुणास धकल....कार्टीला काय सांगून उपेग न्हाई.....' म्हातारी सुलीच्या विचारातच पाय लांब सोडून, भितीला टेकून बसली. घटका घटका त्यातच वेळ निघून गेला. म्हातारी गडबडीनं परड्यात गेली. तिनं सगळा ढीग उकिरड्याच्या कडला न्हेला. शेळकुंड वेचून बाजूला केली. तुरकाट्या शेणीच्या खोपीत न्हीवून टाकल्या. सगळं चगाळ बिंड्या बिंड्यान खोपीच्या वळचणीला रचलं आणि म्हातारीनं सगळ्या परड्याभर नजर टाकली. सगळीभर कसं झाक्क-पाक्क दिसालतं. म्हातारीचा जीव हरकला. जरासं समाधान वाटलं. ती परडंभर फिरली. हिकडनं तिकडनं निरखून बघत तिनं सगळं चाचपलं. कुठं तिला काय सुद्धा दिसलं न्हाई.

म्हातारी घरात आली. तिनं तिन्ही सोप्याला सहज चक्कर मारली. ती उजदाराच्या चौकटीला आली आणि परड्यात तिला बुट्टी आपटल्याचा आवाज झाला. 'सुली आली वाटतं ऽ ऽ' म्हणत म्हातारी आत आली. एवढ्यात घामाळलेली सुली तरातरा आत आली. मधल्या सोप्यात बसून मुसमुसाय लागली. म्हातारी गदबीळली.

तिला असं काय झालं तेच समजंना. ती गडबडीनं सुलीजवळ गेली. सुली अधिकच मुसमुसाय लागली. म्हातारी घाबरली. तिनं सुलीजवळ बसतच विचारलं, 'काय झालं गऽ ऽ?'

सुली कायच बोलली न्हाई. उलट ती जास्तच मुसमुसाय लागली. म्हातारीनं तिला हालवून पुन्हा विचारलं तसा सुलीच्या गळ्यातला हुंदका बाहेर पडला. रडं आवरायला तयार नव्हतं. म्हातारीला आबजूकच वाटाय लागलं. कधीच न रडणारी पोरगी आजच कशी रडाय लागली हेच तिला समजंना. म्हातारी तिला कुरवाळतच तिच्याजवळ बसली. सुली मुसमुसायची थांबली. तशी म्हातारी पुन्हा खोचकरून विचारायला लागली.

'काय झालं गं ऽ ऽ?'

'काय ऽ न्हाई ऽ ऽ' सुली सुस्कारली.

'मग असं का गं ऽ ऽ?'

'ती ढगाऱ्याची तुळशी ऽ ऽ' सुली पुन्हा एकाएकी भरून आल्यागत हुंदका द्यायला लागली. म्हातारीला कायतरी घडल्यागत जाणवायला लागलं. म्हातारी पुन्हा सुलीला ढुसण्या द्यायला लागली,

'ती काय म्हणाली ऽ ऽ'

सुली फक्त सुस्कारली. म्हातारीला सगळंच यडताक वाटाय लागलं. ती हनवट गुडघ्यावर ठेवून सुलीकडं पाहात बसली. सुलीचा हुंदका पार विरघळला. तिला जरासं मोकळं वाटाय लागलं. तिनं म्हातारीकडं बघीतलं. म्हातारीनं पुन्हा तेच विचारलं तशी सुली सांगायला लागली,

'ती रांड म्हणालती, मला म्हणं देवाला सोडलीया ऽ गावाला सोडलीया ऽ असं लई काय काय म्हणालती... त्या रांडनं असं का म्हणावं ग ऽ ऽ' सुली पुन्हा भरून आल्यागत मुसमुसाय लागली. म्हातारीला आपून काय ऐकाय लागलोय हेच कळेना. म्हातारी भिन्नाटायगत सुलीकडं एकटक बघतच बसली. तिच्या गळ्यातनं शब्दच फुटंना. सुली पुन्हा पुन्हा तिला विचारायला लागली,

'आजी हे खरं हाय ऽ काय ऽ ऽ ग' म्हातारी मात्र कानात बोटं घातल्यागत दगड व्हवून बसलीती. तिचा जीव मेल्यागत झालता. तिनं सुलीला वडून आपल्या कुशीत घेतलं. सुली डोळं मिटून मांडीवर पडली. म्हातारीचं डोळं एकाएकी भरून आलं. तिच्या डोळ्याला आपोआप धार लागली. सुलीला मात्र उत्तराची सारखीच घाई लागली.... म्हातारी आढ्याकडं बघत शेणाच्या पुवागत थंड बसली. भित्तीवरची पाल तेवढी मोठ्यानं चुकचुकली... चुकचुकत ऱ्हायली.

....गावात कामाला माणसाला माणूस मिळत नव्हतं. सगळ्यांची धांदल

उडालती. गेल्या वरसापेक्षा ह्या वर्षी पावसाला लवकरच सुरुवात झालती. शेतीची कामं अजून आटपाय नव्हती. पेरणी तरी आटपायची सगळ्यास्नी घाई लागलीती. प्रत्येकजण नुस्ता धावपळीत गुतपाळाता. सगळी नुस्ती हिकडनं तिकडनं पळापळ करालती.... न्हाई म्हटलं तरी भाताची पेरणी तरी आटपायची सगळ्यास्नीच घाई लागलीती.

सुबानानं ह्या वरसी एकदा कुळवट केलती तेवढीच. हेडं अजून व्हतं तसंच व्हतं. काय म्हणायला पावसानं इरगाळलं असतील तरच तेवढंच. पण आता तेवढ्या साठी तटून ऱ्हायचं म्हटलं तर घाई व्हणार व्हती. आल्याली घाई सोडून चालणार नव्हती. त्यामुळे त्याची सारखीच पळापळ सुरू झालती. त्यात जळकीच्या टपण्यावर पैसं काढल्यामुळं फक्त बाबंरात्तल्या एका टपण्याचा प्रश्न होता. तरी त्याच्या जिवाची घालमेल सुरू झाली.

घरतलं ब्याला ठेवल्यालं खवरीसाळ भात त्यानं काढून बघितलं आणि मनातला विचार बदलला. ह्या वर्षी बाबराला खवरीसाळ घालण्यापेक्षा हावळंच टोकणलेलं बरं असं त्याला वाटाय लागलं. हावळ्याचा शोध त्यानं सगळ्या गावभर केला. कुणाकुणाच्यागत हावळं भात मिळायाला तयार नव्हतं. आकिरला घोरपड्याच्या सखू म्हातारीकडं दोन पायली मिळालं आणि गड्याचा जीव भांड्यात पडला.

रात्री जेवना वक्ताला पावसाची रिपरिप अचानक वाढली. आज दिवसभर तसा वाळूसरा पडलाता. साधणाऱ्यांनी घाई साधून घेतलीती. उद्याचं काय खरं वाटत नव्हतं. अशीच रिपरिप उद्या सकाळी सुरू झाली तर सगळं पेंडालणार व्हतं. पावसाचा जोर नाव नाव वाढायलाच लागलाता. सुबाना तंबाखू मळमळताच आपल्या विचारात गढून गेलता. बायजानं चुलीपुढं सगळा भांड्यांचा ढीग घासायला घेतलाता. म्हातारी एकटीच किण ऽ ऽ किण ऽ ऽ दिव्यापुढं कशाला तरी टाका घालत बसलीती. सुबानाला वाढत्या पावसानं भलतच भांबावून टाकलं. तो मधल्या सोप्यातनं चुलीजवळ गेला. बायजा आपल्याच तंद्रीत भांडी घासावती.

'उद्या काय घात मिळंल असं वाटत नाही,' सुबाना चुलीजवळ टेकतच म्हणाला. बायजा भानावर आली. तिनं धुतलेली भांडी बगलंला काढून ठेवली आणि खापरीवर वाजणाऱ्या पावसाचा आवाज फक्त ऐकत ऱ्हायली. सुबानाला उत्तर म्हणून थोडीशी हुंकारली. तिचं अंग जडावलतं.

'मग कसं करायचं?' सुबानानं पुन्हा बायजाला बोलतं करण्याचा प्रयत्न केला, तशी बायजा कण्हल्या आवाजात म्हणाली,

'ह्यो बाबा उघाडला तर टोकणूच घ्यायचं. न्हाईतर काय इलाज हाय ऽ ऽ' दोघांचा विषय तिथंच संपला. बायजाचं अंग पुरं आंबून गेलतं. त्यात पुढं आलेल्या पोटाला सांभाळत टोकणताना वाकून वाकून तिच्या कमरच्या हाडातनं करक भरलीती.

सगळ्या अंगभर दुखणाई पसरल्यागत तिला वाटायला लागलतं. तोंडातनं एखादा शब्द काढायचं सुद्धा तिच्या जिवावर आलंतं.

तिनं कशीबशी भांडी धुवून काढली. बसल्या बसल्याच सोप्यावर साळोता फिरवला. चुलीतल्या जळत्या लाकडावर कुड्याभर तंबाखू भाजून घेतला. रसरसल्याली लाकडं न्हाणीजवळच्या मंदाणात बुडवली. चर्रर ऽ ऽ असा आवाज बराचवेळ सोपाभर घुटमळत ऱ्हायला.

दोघंबी मधल्या सोप्याला आली. म्हातारीचं टाकं घालणं चालूच होतं. सुली निजून ढूस्स कव्वाच झालती. म्हातारीला त्या दोघांची चाहूल लागली. तिनं मांडी बदलतच लांबलचक निःश्वास टाकला. दिव्याची ज्योत क्षणभर लडबडली पुन्हा पूर्वीसारखी स्वतःतच गुतून गेली. बायजानं मशार बारीक करायला सुरुवात केली, सुबानानं फक्त जांभया द्यायला सुरुवात केलती. त्याला कव्वा एकदा आडवं व्हतोय असं वाटाय लागलतं.

बायजाचं दात घासणं निम्म्यावर आलं. म्हातारीनं टाकं घालणं बंद केलं. हातातली सुई तशीच धरून ती म्हणाली,

'आता नाचणंबी कुठं तरी बघाय पायजेत. व्हतं ते आज उलागलं.' सुबानाला एवढाच विषय नको होता. बायजाला पोटात खड्डा पडल्यागत वाटलं, ती तोंडातलं बोट तोंडात ठेवून तशीच गप्पगार बसली, तसा सुबानाच म्हणाला,

'अजून मिरगालाबी सुरुवात न्हाई, तवर नाचणं संपलं?' सुबानाचा हा तिड्यातला प्रश्न म्हातारीला घाव बसल्यागत बसला. ती उसळत म्हणाली,

'मी इकून खाल्लं.... म्हणून लवकर संपलं ऽ ऽ' म्हातारीचं चवताळलेलं तोंड बघून बायजा घाबरली. हातातली मशार झाडतच म्हणाली,

'आदी झालंतं केवढं - दोन मण ऽ ऽ आजूण पुरलं तेच नशीब समजा-'

सगळ्यांचा रागरंग बघून सुबाना डोळं मिटवून घेऊन गळ्यात गुडघं आणून थंडगार बसला. बायजानं जागा सोडली. तिनं न्हाणी गाठली. हातात तांब्या घेतला. थंडगार पाण्यात हात बुडवताना तिचा जीव झार ऽ झार ऽ ऽ झाला.

बायजानं अंथरूण घालायला सुरुवात केली. म्हातारी अजून बी फणकाऱ्यातच व्हती. तिनं हातातलं लुगडं दांडीवर व्हलपटलं. भाईरच्या सोप्याला आपलं अंथरूण टाकलं. सुबानाला आईची समजूत काढावी असं वाटाय लागलं. पुन्हा त्याच्या मनात आलं, ह्यातनं आणि आई चिघळत गेली तर पंचायत नको. म्हणून तो गुळणी थूंकून आला. अंथरुणावर कलंडला. बराच वेळ स्वतःच्याच विचारात तो नुस्त डोळं उघडं सोडून पडून ऱ्हायला. शेजारी पडलेल्या सुलीच्या तोंडावर झोपतच आठ्या उठल्यागत झाल्या. सुबाना आठ्यांवर नजर रुतवून तसाच पडून ऱ्हायला.

बायजानं सगळ्या दारास्नी कड्या घातल्या. हातातला दिवा उशाला ठेवून तिनं

अंगातली चोळी काढली. तिचं लक्ष सुबानाच्या अस्वस्थ चेहऱ्याकडे गेलं. मनातल्या मनात तीही घाबरली. असं का ऽ ई ऽ ऽ म्हणत तिनं सुबानाला निरखलं. सुबानानं कूस बदलली. बायजाकडं पाठ केली. भरून आल्यागत वाटाय लागलं. त्याला स्वतःलाच सावरणं जमलं न्हाई. बायजानं दिवा फुकला आणि सुबाना अधिकच गलबलला. त्यानं पुन्हा कूस बदलली. अंधारात फक्त चाचपडत पडला. त्याचं मन अधिकच डबडबलं.

घाईगडबडीच्या वक्ताला कोणबी सुलीला कामाला बोलवायला लागलतं. सुलीलाबी चार मोठ्या बायकांच्या संग भांगलतानं, कोळपं घालतानं मोठं झाल्यागत वाटायचं. त्यामुळं तीबी थोड्याशा उल्हासानं कामाला जायची. बायजाचा जीव मात्र तीळ तीळ तुटायचा. एवढ्याशा पोरीनं दुसऱ्याच्या बांधाला जावं. तिचं काळीज फाटायचं खरं, तेवढाच तेलामिठाला हातभार, म्हणून तिनंबी काळजाला दगड बांधलाता.

आज सकाळी उठल्या उठल्या सुलीनं कणशांचं शेत गाठलं. सुली पोहचण्याअगोदरच माणसांनी भांगणीला सुरुवात केलती. न्हाई म्हटलं तरी आडासं भांगलून सपलीती. सुली बांधावर आली आणि पुरी गडबाडली. तिनं तिथंच उभा राहून हिकडं तिकडं बघितलं. कणश्याच्या बायकोनं तिला आपल्याजवळ बोलावलं. काय न बोलताच भांगलणीला बसवलं. सुलीला मोकळं मोकळं वाटाय लागलं.

बायकांचं खुरपं हळूहळू चढत्या गतीने भातातनं फिरायला लागलं. सुलीलाबी जरासा चेव चढला. सगळ्याजनी एकमेकाच्या पुढं जाण्याच्या प्रयत्नात व्हत्या. सगळ्यास्नी आडास गाठायचं याड लागलतं. ह्या सगळ्यात कोण कुणाशी बोलत नव्हतं. सगळं मुक्यानंच चाललतं. हे असंच चाललं तर सगळी लवकर कटाळतील म्हणून कणश्याच्या बायकोनं विषय काढला,

'अग ऽ ती गोडश्याची आकणी आता पाचसा म्हयणं हितं दिसतीया. नांदनं मोडलं काय ग ऽ ऽ'

तशी खोरट्याची कमळा म्हणाली,

'बाईसाब ऽ ते सगळं येगळं हाय ती कशाला नांदल..? कमळाच्या ह्या बोलण्यानं बाकीच्या सगळ्या बायका एकदम हसल्या. कणश्याच्या बायकोला हितं कायतरी पाणी मुरतय असं वाटाय लागलं. तिनं पुन्हा खोचगून विचारलं,

'म्हणजे हितं काय तसं हाय म्हणून घरात पडलीया ऽ ऽ काय तिकडच्यानी टाकलीया म्हणून ऱ्हायलीय ऽ ऽ'

'दोनीबी ... ' पुन्हा कमळा कोड्यात बोलली. सगळ्याजनी पुन्हा हसायला लागल्या. कणश्याच्या बायकोला लवकर काय कळंचना. तशी गुंडपाची जनी म्हणाली,

'वयनी - तिला न्हवऱ्यानं सोडली. ह्यो लिकमाचा भाड्या तिथंबी कशाला गेलता म्हणं ऽ ऽ उंडगळीचं नांदणं मोडलं.' सगळ्याजनी आपल्याआपल्यात खुसखुसल्या. सुलीला गम्मत वाटली. कणश्याच्या बायकोचं कोडं उलगडलं. तिला ऱ्हावलं न्हाई. ती चटकन बोलली,

'हेच्यापरास बाईनं देवाला सोडायाचं व्हतं ऽ ऽ' बाकीच्या बायकांनी सुरात सूर मिसळला. सुलीचं खुरपं मात्र जिथल्यातिथं थांबलं. तिच्या काळजात डबरा पडल्यागत तिला वाटाय लागलं. तिचं डोळं एकाएकी गंभीर झालं. सगळ्या बायका चपापल्या. सुलीला मात्र रडावं असंच वाटाय लागलं. तिनं मनाला सावरलं. हातातलं खुरपं निकरानं पुढं सरकलं.

ओडाळची सुट्टी झाली. सगळ्या बायका बांधावरच्या खोपीत जमल्या. सुलीला आता मात्र गलबलून आलं. तिनं बांधावरनंच पाणी प्यायचं निमित्त काढलं. कणश्याची लांब असलेली विहीर गाठली. पळत पळतच जाऊन तिनं विहिरीचा काठ गाठला. तिला लई लई बरं वाटाय लागलं. ती घटकाभर विहिरीच्या काठावर बसली. थोड्या वेळानं पायरीवर बसून तिनं पोटभर पाणी पिलं. पाणी पितापिताच सकाळचा आईचा चेहरा आठवला. आईचं गाईगत डोळं तिच्या काळजात रुतलं. एकाएकी तिचं डोळं डबडबून आले.

तिला आणि पाणी प्यावं असं वाटायला लागलं. सकाळपास्न चहाच्या घोटाशिवाय पोटात कायसुद्धा नव्हतं. घरातलं सगळंच खळं उलागलतं. शेजाऱ्याच्यातलं तरी कितीदा घ्यायचं म्हणून बायजानं उसनंबी आणाय नव्हतं. कोणच कुणाला न बोलता कामाला भाईल पडली खरं, सुलीनं घर सोडतानं बायजानं एकाएकी आवंढा गिळलाता. सुलीला त्या आठवणीनं एकदम अंगावर काटा आला. तिच्या डबडबल्या डोळ्यातनं घळाघळा पाणी गळाय लागलं. वेळ कसा गेला हे तिचं तिलाच समजलं न्हाई. तिनं झगा सावरतच पायऱ्या पार केल्या. चालली. बांधावरच्या सगळ्या बायका शेतात भांगलाय बसल्याल्या. साळ्याच्या तानूनं सुलीला बांधावर बघितलं आणि तिला गलबल्यागत झालं. तिनं काय न बोलताच खुरप्यावर नजर रुतवली. सुली आपल्या पातंला येऊन बसली. तिला कोणच काय बोललं न्हाई. आकिरला कणश्याची बायकोच म्हणाली,

'तिकडं भावीवर का गेलतीस ऽ ग ऽ ऽ?'

सुली कायबी बोलली न्हाई. तिला पुन्हा भरून आल्यागत वाटाय लागलं. ती तशीच भातात खुरपं फिरवाय लागली. तशी सुताराची पारू बोलता बोलता बोलून गेली,

'अगं ऽ आमच्यातला एखादा तुकडा मोडतीस तर काय डाचता व्हय गं?'

सुलीच्या अंगावर काटा तरळला. तिच्या डोळ्यात पाणी आलं. तशी कसाळ्याची तानू मदीच बोलली,

'कशाला लेकीला डिवचाल्यासा ऽ ऽ गप्प, भांगला बायनू' तिचा कण्हता आवाज सुलीला अधिकच गोंधळात टाकून गेला. बायका आपआपल्या खुरप्याला सावरत भांगलायला लागल्या.

किनीट पडायच्या वक्ताला बायकांनी आपापल्या खुरप्याचं वसानं काढलं. पोती गुंडाळली. वारं गार सुटलतं. आभाळ भरून आल्यागत दिसाय लागलतं. बायकांनी गडबडीनं बांध वलंडला. सुलीनं त्याच्या पाठीमागनं पाय उचलायला सुरुवात केली. तिला घराकडं जाऊ नये असंच वाटाय लागलं. तिच्या पायांची गती मंदावायला लागली. तशी तानू कसाळीन सावरल्या आवाजात म्हणाली,

'अगं ऽ अंधार व्हतोय. पाय उचल ऽ ऽ'

तिनं जिवाच्या करारावर पाय उचलायला सुरुवात केली.

बायजा आडली, तिला हिंग्लजच्या दवाखान्याला न्हेलं, ही बातमी हा ऽ हा ऽऽ म्हणता सगळ्या गावभर पसरली. घराकडं माणसांची रीघ लागली. एकट्या सुलीला येणाऱ्या प्रत्येकाला कसं झालं, काय झालं सांगून सांगून कंटाळा आला. आदीच रडून रडून तिचं डोळं सुजलतं. त्यातच ह्या येणाऱ्या आयाबाया सगळं इपरीतच व्हवून बसलंतं. व्हगाळ्याची कमळा आजी तेवढी तिच्याजवळ तळ ठोकून बसलीती. सुलीनं चूलसुद्धा पेटवली नव्हती. तिला सारखी आईचीच काळजी लागलीती. धास्तावून गेलती. तिच्या जिवाचं पाणी पाणी झालतं.

गल्लीतल्या आयाबाया जेवणं आटपून सुलीजवळ बसायला म्हणून आल्या. शिंद्याच्या गंगूला सुलीचं चिमणीएवढं त्वांड बघवंना. तिचा पदर आपोआपच डोळ्यांकडं गेला. जमलेल्या सगळ्या आयाबाया सुलीला धीर देत होत्या. आपल्या आपल्यात कुचकुचत होत्या. सोनाराची जनाबाई पदर पुसतच बायकात आली आणि म्हणाली,

'सुलीच्या येळंला बायजाला एवढा तरास व्हायला नव्हता आणि आताच कशानं अशी आडली ग ऽ ऽ'

'एक एक येळ आसती बाई ऽ ती काय सांगून येतीया ऽ ऽ' कसाळनीनं तिला उत्तर दिलं.

'मग बायजाबरबर गेलं कोण ऽ ऽ कोण ऽ ऽ?'

'कोण कुठलं? म्हातारी आणि सुबाना ऽ ऽ म्हातारी तिथं जाऊन काय दवाखान्यात सोडून परत ईल.'

'जायाला व्हतं कोण बाई घरात? सगळी रानात. खरं म्हणजे मांगल्याच्या म्हातारीनं जायाय पायजे व्हतं ऽ तिनंच पयलं बाळंतपण केलतं, आताबी तीच आलती ऽ ऽ खरं न्हाई म्हणाली.' कमळा म्हातारीनं विषय संपवण्याचा प्रयत्न केला.

'इंचनाळला तरी कळवाय पायजे व्हतं गं ऽ ऽ?'

'कोण कळवणार ऽ ऽ त्येला माणूस तरी नगं ऽ ऽ एकटा बापय कुठं कुठं म्हणून पुरा पडणारऽऽ'

'दिवस तरी पुरा झालतं न्हवं ऽ ऽ' एकटीनं मूळ प्रश्न काढला.

'ह्या आमोश्याला नववा संपणार व्हता म्हणं.' व्हगाड्याच्या म्हातारीनं सांगितलं आणि जमलेल्या बायकांची बोलणी वाढतच होती. बोलण्यातनं नवं काय तरी निघत होतं. सुलीला सगळं नको नको वाटायला लागलतं. ह्या सगळ्याजनी कव्वा एकदा निघून जातील. तिनं गुडघ्यात घातलेली मान वर काढलीच न्हाई.

रात भलतीच वाढत चालली आणि आयाबायांनी फज्जा मोडला. सगळ्या पांगल्या तवा सुलीजवळ व्हगाड्याची म्हातारी आणि मिणमिणता दिवा उरला. सुलीनं दोन्हीकडच्या दारास्नी जाम्म कडी घातली आणि अंथरूण टाकलं. दांडीवरच्या वाकळा काढल्या आणि ती अंथरुणावर बसतच म्हातारीला म्हणाली,

'आजी, सगळं शिस्तीत व्हईल न्हवं ऽ ऽ'

'त्येची काळजी आमाला कशाला बाई, डोंगरावर बसलीया तिनं करायची.' म्हणत म्हातारी आडवी झाली. भिंतीवरची पाल चुकचुकली. म्हातारीनं किस्न किस्न म्हणत डोळं मिटीवलं.

सुलीनं हातात दिवा घेतला आणि देव्हारा गाठला. तिनं परडीला हात लावला आणि डोळं मिटून घेतलं. 'आई, ह्यातनं कशाला धक्का न लागता पार पाड ऽ ऽ' म्हणून ती पाया पडली. तोंडात भंडाऱ्याची चिमट टाकली आणि ती अंथरुणावर येऊन कलांडली.

मध्यान्हीला सुलीला एकाएकी जाग आली. तवा तिच्या अंगाला दरदरून घाम सुटलाता. अंगावरचं झंपर वल्लकिच्च झालतं. ती गप्पकिऱ्यान अंथरुणावर उठून बसली. तिनं उशालगतचा दिवा पेटवला. तिच्या घशाला कोरड पडली. तिनं कमळा म्हातारीला हालवून जागं केलं. ती भलतीच दचाकली. सुलीचं भिजलेलं झंपर आणि डबडबलं तोंड बघून ती घाबरली. एकदम तिच्या अंगात कापरा भरला. त्यातच धाडस करत ती म्हणाली,

'का उठलीस गं ऽ ऽ'

'दडपान पडलं ऽ ऽ' सुलीचं नरडं भलतंच सुकलं. तिनं दिवा घेतला आणि पाण्याचा तांब्या भरून आणला. तिच्या पायाला लटपटा भरलाता. तिनं घटाघटा सगळा तांब्या रिकामा केला. मग म्हातारीला म्हणाली,

'आजी ऽ ऽ आईचं सगळं शिस्तीत पार पडलं आसल का ग ऽ ऽ?'

'लेकी ऽ आसलं काय मनात घिऊ नगं ऽ ऽ तसलंच दडपान पडतय. आता दवाखान्यात गेल्यात म्हणजे काय काळजी न्हाई. झोप बघू ऽ ऽ' म्हणतच म्हातारी

अंथरुणावर कलंडली. सुलीला अंग आडवं करावं असं सुद्धा वाटंना. ती तशीच बसून ऱ्हायली. घटका-घटका वेळ निघून गेला. सुलीला काय झोप येण्याची चिन्हं दिसंनात. तिनं उशाला दिवा पेटता ठेवला आणि अंगावर वाकळ वडली. डोळं मिटायचा प्रयत्न केला. सारखं आईचं विव्हळणं तिच्या डोळ्यासमोर यायला लागलं.

दिवस कव्वा उगवला समजला न्हाई. कमळा म्हातारीनं दार उघडून बघितलं तर दारात ऊन आंबलीगत दाट धम्मक झालतं. तिनं सुलीला हालवून जागं केलं. तिला आपल्याला कशी झोप लागली हेच समजंना. तिनं गडबडीनं अंथरूण गोळा करून दांडीवर टाकलं. ती चुलीकडं वळली. अजूनबी हिंग्लाजास्नं कोणबी यायला नव्हतं. सुलीला सारखी झुरणी लागलीती. तिला कशातच ध्यान देता येईना. ती आपलं मन मारून सगळं गप्पाप्पा आवरालती.

रानात कामाला जायच्या वक्ताला तुका शिंद्या दारात आला आणि सुलीला भांबावल्यागत झालं. तिच्या तोंडातनं शब्दच फुटंना. तसा तुका शिंद्याच आत येत म्हणाला,

'आईचं दवाखान्यात सगळं उस्तवार झालं ऽ ऽ आता जेवाण तेवढं करून ठेव आणि जराशानं सुबाना येतो म्हणालाय.' तुका शिंद्या बोलायचा थांबला. इतक्यात कमळाआजी दारात आली. तिला तुका शिंद्या घरात बघितल्यावर लई लई बरं वाटलं. ती उंबऱ्यातनं पाऊल टाकतच म्हणाली,

'बायजाचं कसं हाय ऽ ऽ'

'हाय बरं ऽ हितनं न्हेल्यान्हेल्या दोन इंजिस्नात बाळत झाली, खरं मूल काय टिकलं न्हाई.'

म्हातारी चुकचुकली. लगेच म्हणाली,

'बायजाला बरं हाय न्हवं ऽ ऽ'

'हाय, तिचं काय आता तक्रारीचं न्हाई.'

एवढं ऐकल्यावर म्हातारीला समाधान झालं. तिनं लांबलचक सुस्कारा सोडला आणि विचारलं,

'इचनाळला कुणाकडनं सांगावा पाठीवलाय?'

'व्हय ऽ मलाच तिठ्ठ्यावर रामू भोसल्या भेटला. तेच्याकडनं सांगावा दिलाय. ईल आता कोण तरी. पोरीला जेवाण तेवढं कराय लाव ऽ ऽ' म्हणत तुका शिंद्या उठला आणि आपल्या घराच्या दिशेनं सुटला. म्हातारीनं सुलीला सगळं समजून सांगायला सुरुवात केली. गल्लीतली उन्हं शेणाच्या काल्यागत दाट झाली.

दुपारी सुबाना घरात आला तवा गड्याचं तोंड पार सोकलतं. डोळं आत वडल्यागत झालतं. त्यानं घरात आल्या आल्या पोरीनं काय काय केलंय बघितलं. म्हशीच्या पुढ्यात पाण्याचं घमीलं ठेवलं. तिला पाणी पाजलं. कडखोपड्यावर नजर

टाकली. सुलीला भाकरी बांधायला सांगून तो घरातनं भाईर पडला. त्यानं सरळ शेलाराचं घर गाठलं. आप्पा शेलार नुकताच आडोळला घराकडं आलता. सुबाना असा अवचित दारात बघून आप्पा शेलार गोंधळला.

'बायजाचं कसं काय हाय गा ऽऽ?'

'हाय बरं ऽ ऽ खरं मूल काय टिकलं न्हाई ऽ' सुबाना खोल आवाजात बोलला.

'मुलाचं काय सोड गा ऽ ऽ खरं आपलं माणूस महत्वाचं ऽ ऽ' आप्पा शेलार झुबकेदार मिशा कुरवाळतच बोलला. सुबानानं मूळच्या विषयाला हात घातला.

'अजून चार दिवस दवाखान्यात ऱ्हायाय पायजे म्हणालाय गा डाक्तर ऽ ऽ'

'मग त्यात काय गा ऽ ऱ्हायला नको. ऱ्हायचं ऽ ऽ'

'हिकडं सगळी गवताकाडीची अडचण झालीया गा ऽ ऽ'

आप्पा शेलारानं सुबानाची समस्या ओळखली आणि तो झटक्यात म्हणाला,

'गवताकाडीचं काय सोड गा ऽ ऽ मी चार दिवस चार पेंड्या आणतो. तू जा बघू ऽ ऽ' सुबानाला भलताच धीर आला. त्यानं आप्पा शेलाराचं घर सोडलं. सुली भाकऱ्या बांधूनच बसलीती. तिनं सुबाना आत येताच गठळं बाहेर आणलं. त्यानं तांब्याभर पाणी पिलं आणि गठळं पिशवीत टाकून उंबरा वलांडला.

बायजाला दवाखान्यातनं घरला आणलं तवा अख्खी गल्ली घरात गोळा झालती. सगळ्यांच्या अंगावर पाणी मारून आत घेऊन सुली कंटाळली. आकिरला तिनं तांब्याभर पाणी वतून एक मोगाच चौकटीच्या कडंला ठेवला आणि त्याच्यात लिंबाच्या काड्या टाकल्या. आयाबाया बायजाला बघायच्या. चुकचुकायच्या. पोरगं नाकाडोळ्यानं कसं व्हतं ऽ ऽ असलं कायतरी विचारायच्या आणि निघून जायच्या. एकीनंतर एक सारखी रीघच लागलीती. बायजा मधल्या सोप्याला अंधारात पडून व्हती. बायजाची आई शेजारी बसून हवं नको बघत व्हती.

म्हातारी घरात आल्यापास्न सारखी खुळावल्यागत करायला लागलीती. तिचं चित्त जरा म्हणून थाऱ्यावर नव्हतं. ती सारखी घरभर येरझाऱ्या घालालती. सुलीला मात्र आजीचं लक्षण काय बरोबर दिसायला तयार नव्हतं. सुबाना हिकडतिकडच्या पळापळीतच अजून आडकलाता. तो सगळं आटपून घरात यायला दुपार झाली. सुबाना घरात आला आणि म्हातारी जरा ताळ्यावर आली. ती उंबऱ्यावर बसली. घरातल्या माणसांची वर्दळ थांबलीती. म्हातारीनं सुबानला आपल्याजवळ बलीवलं आणि सांगितलं,

'आता हिटणीला जरा जाऊन ये ऽ ऽ आणि हे असं का व्हवावं हेची चौकशी करून ये.' सुबानानं वळीकलं. म्हातारीचं चित्त अजून काय थाऱ्यावर न्हाई. एवढ्यात मदीच बायजाची आई म्हणाली,

‘आज सोमवार हाय. आज कशाला? उद्याच मंगळवारचं जाऊन येऊ दे. खरं काय ते निघंल.’ म्हातारीच्या मनाला बोलणं पटलं. तिनं मान हालवली. सुबानानं सुस्कारा सोडला.

कातरवेळ झाली. म्हातारीच्या मधल्या सोप्यातनं बाहेरच्या सोप्यातल्या चकरा वाढल्या. तिच्या जीवाला कसली ती शान्ताई नव्हती. ती सारखी आपल्याच विचारात हिकडनं तिकडनं फिरालती.

हे आसं का झालं? हे एकच तिच्या डोक्यात घुमणारं कोडं व्हतं. पयल्या बाळंतपमाला आसं झालं असतं तर लईसं वाईट वाटून घेतलं नसतं, खरं, ह्यो हातातोंडाला आल्याला घास वाघ्यानं आसा का न्हेला, हेच तिला समजंना. आपला काय हेका सोडायला नव्हता. तिच्या डोक्यात निराळंच खूळ बसलतं.

सुबाना घरात आला तवा घरात शेलाराचा आप्पा येऊन बसलाता. सुबानानं आप्पा शेलाराजवळ टेकतच हिकड-तिकडच्या गोष्टी केल्या. दोघांनी दोन-तीन वेळा तंबाखू मळला. सुबानाचं अंग चालून चालून आंबून गेलतं. त्यामुळं तो जास्त काय न बोलता आप्पा शेलार इच्यारील तेवढंच सांगत बसला. सुलीनं जेवान आटपत आणलतं. इचनाळची म्हातारी मात्र पुढच्या सोप्याला गुडघ्यात मान घालून गप्पगार बसून होती.

आप्पा शेलार निघून गेला. सुबानानं अंगावरची आंगराखं उतरली. न्हाणीच्या डेऱ्यातल्या पाण्यानं हातपाय धुतलं. तो चुलीला हातपाय शेकत बसून ऱ्हायला. कोणकुणाशी फारसं बोललं न्हाई. सुली आपली एकटीच हिकडनं तिकडनं हिंडत व्हती... बायजा अंथरुणावर बसून व्हती. इंचनाळच्या म्हातारीनं तंबाखूची मशार हातात घेतली. बायजाजवळ बसून तिनं दात घासायला सुरुवात केली. सुबाना चुलीजवळ पुढच्या सोप्यात आला. म्हातारी सावरून बसली. तिनं सुबानाला निरखून बघितलं. सुबानाचं तोंड भलतंच सुकल्यागत तिला वाटाय लागलं... सुबाना म्हातारीच्या बाजूलाच भित्तीला टेकून बसला. सगळ्या सोप्याभर दिव्याचा पिवळट प्रकाश भरून ऱ्हायलाता.... म्हातारीनं आपल्या मनाला आवरायचा प्रयत्न केला. खरं तिला गप्प बसवंना. शेवटी ती न ऱ्हावून म्हणाली,

‘काय निघालं हिटणीला....’

सुबाना पाय लांब सोडून बसला. घटकाभर त्यानं नजर भित्तीवर रुतवली आणि म्हणाला,

‘आमचंच चुकलंय म्हणतीया ऽ ऽ’

‘काय चुकल म्हणं ...’ म्हातारी लगेच डाफरली.

‘मंगळवार, सुकीरवार, सुलीला कुंडाला पाठवाय पायजे व्हतं म्हणती ऽ ऽ’

सुबानानं सांगून टाकलं. म्हातारी कळवळली. बायजाला कसनुसंच झालं.

'मग काय आता सांगितलीन ऽ ऽ?' म्हातारीनं पुन्हा प्रश्न केला. तसा सुबाना खोल आवाजात म्हणाला,

'मंगळवार, सुकीरवार सुलीनं चार घरं का असंना जोगवा मागाय पायजे म्हणतीया ऽ ऽ' सुबाना थांबला. म्हातारीचं मन तीळ तीळ तुटलं. बायजा आपल्याच अंथरूणावर पडून ऱ्हायली. इंचनाळच्या म्हातारीच्या डोळ्यासमोर गावातली सखू जोगतीन गावभर जोगवा मागत आपल्या दारात कशी येती, एवढंच उभा ऱ्हायलं. तिचं मशीरीचं बोट तोंडातच आडकलं.

❑

तीन

सुलीला हातातली परडी जड झालती. आता कुठं गावाची एक गल्ली संपलीती. अजून सुबान पोट्याचा खोपडा, वरची गल्ली, मधली गल्ली तश्याच व्हत्या. घर-बार करावयाचं तिच्या जिवावर आलतं. आता फक्त मधली गल्ली तेवढी सपवावी, असं ठरवून ती मधल्या गल्लीला वळली. उन्हं दाट होत आलती. गल्लीत फिरणाऱ्या पोरांची संख्या कमी झालती. सुलीला घामाचं थेंब कपाळावर जमा झाल्यागत वाटलं. तिनं घाम निरीपला. आजूबाजूला बघितलं. एखाद-दुसरा बापय हिकडं-तिकडं करालता, तेवढाच तिनं सुबान पोट्याच्या दारात पाय टाकला. जोगवा बाहेर आला. तिनं काढता पाय घेतला, आत वळता वळता सुबान पोट्याची बायको म्हणाली,

'गाव मागालीस व्हय ग ऽऽ?'

'काय करतीस काकू ऽऽ मागच्या मंगळवारपास्नं सुरू केलं.'

'एकदम कसं ग ऽऽ?'

'म्हातारीला अर्धांगीचा झटका आला. देवाचंच निघालं. देवानंच सांगितलं. आता गावभर फिरतोय बाई ऽऽ!' सुलीला जास्त बोलाय व्हईना. सुबान पोट्याची बायको तिच्या पाटीकडं बघतच ऱ्हायली.

सुलीनं दुसरं दार गाठलं. तिचं तिला वाटाय लागलं...

...आजीला आजार आला नसता तर ह्यो भोग तरी चुकला असता. करमाचा भोग हाय, त्येला आजी तरी काय करील...! न्हाई खरं सगळ्याचं कारण माझ्यावर कसं येतं. हिटणीच्या देववालीला माझ्याशिवाय कोण दिसतच नसंल... असू दे तिकडं माझं माझ्यासंग ऽऽ म्हातारी झटक्यासरशी गेली असती तर...'

सुली एकदम दचाकली. आसलं मनात यायला नको व्हतं. तिनं स्वतःलाच शिवी हासडली. पुढचं दार गाठलं. आजीला झटका आला त्या दिसी रातभर रडत बसल्याली मीच नव्हं? तिचा तिला भ्रम पडला. आजी एकाएकी अंथरुणावर लोळत पडली. गल्ली हाळहाळली. बाबानं पाणी शिवलं न्हाई. आईच्या अंगाचा कापरा दोन दिवस हाटला न्हाई. सगळ्यास्नी त्या दिवशी एवढं वाईट वाटलं. माझ्या मनात आता हे आसंच का यावं. तिच्या डोक्यात मुंग्याची वारुळं तयार झाली. मगदुमाच्या दारात ती न बोलताच उभा ऱ्हायली. मगदुमाची कल्पी आतनंच म्हणाली,

'अशी मुक्यागत का उभा ऱ्हायलीस गं ऽऽ?'

'काय न्हाई ऽऽ' डोळ्यात पाणी तराळलं. कल्पीला तिच्या डोळ्यातलं पाणी बघून आबजूकच वाटलं, भांबावली.

'असं का गं ऽऽ?'

'काय न्हाई ऽऽ जोगवा आण ऽऽ'

सुलीचा हात डोळ्याकडं वळला. हातातली पडली डचमळली! कल्पी जागची हाललीच न्हाई. 'काय झालं सांगशील काय न्हाई ऽऽ?'

'काय न्हाई बाई ऽऽ'

'तुला परडीची शप्पथ!' कल्पी एकदम बोलून गेली. सुलीच्या गळ्यात आवंढा आला. हातातली पडली पडती की काय असं तिला वाटाय लागलं. सरळ तिनं उंबरा वलंडला. परडी खाली ठेवली आणि म्हणाली,

'जरा पाणी आणतीस ऽऽ?'

कल्पी आत वळली. सुलीला काय सांगावं हे सुचंचना. तिनं मनात कायबाय यवजलं. कल्पीनं पाण्याचा तांब्या तिच्यासमोर धरला. तिनं घटाघटा पाणी पिलं. कल्पी तिच्या नरड्यात व्हणारी गुलझुल हालचाल बघतच उभी ऱ्हायली. सुलीला जरासं समाधान वाटलं. ती थंडगार डोळ्यानं नुस्ती बसून ऱ्हायली. कल्पीनं तिला पुन्हा खोचकरलं,

'घरात भांडलीस?'

'न्हाई बाई...'

'मग असं का?'

'एकाएकी आजीचं दुखणं मनात आलं ऽऽ डोळ्यात पाणी भरलं.'

'खरं आमच्याच दारात आल्यावर..?'

'... ...' सुलीला पुढं काय बोलावं सुचलंच न्हाई. तिनं स्वतःलाही तसाच प्रश्न केला. ह्येच्याच दारात आल्यावर डोळ्यात पाणी का आलं? तिनं कशीबशी परडी उचलली. कल्पीबरबर न बोलताच बाहेर पडली. कल्पीला सगळं औरच वाटलं. ती तिच्या पाठमोऱ्या परडीकडं बघत उभी ऱ्हायली. सुली रस्त्याच्या मध्यभागी आली. कल्पीला वाईट वाटलं असतं सगळंच सांगितलं असतं तर... न्हाई सांगितलं तेच बरं केलं. खरं, तिच्या दारात डोळ्यास्नी आवराय पायजे व्हतं... कसं काय घडलं देवाला धक्कल... कल्पी शिवा तर दित नसंल न्हवं? दिना तिकडं... तिला जोगवा मागायचंही भान ऱ्हायलं न्हाई. ती तशीच गल्लीतनं पाय उचलत होती.

कुप्याच्या घराजवळ ती आली. बाट्याच्या वळचणीचं कुत्रं तिच्यावर धावून आलं. ती सावरली. एवढी गल्ली आपण न मागताच आलो. कुप्याच्या दारातनंच हाळी दिली. तिनं मन झटकलं. जोगवा घिऊन पुढच्या घराला आली. आता गल्लीत उन्हाचा चटका वाढलाता. सावली पायात पडायला लागलीती. खापरीवरनी खेळणाऱ्या चिमण्यासुद्धा वळचणीच्या सावलीत बसून चिवचिवलत्या. सुलीनं गडबड केली. भरारा घर संपवायला सुरुवात केली. नुल्याच्या घसारतीला ती लागली. पाठीमागनं कोणतरी खाकरलं. सुलीनं गर्कन वळून बघितलं. सख्या मान्या दाढी कुरावळत तिच्याकडं बघालता. तिला कसंसच झालं. तिनं झपापा पाऊल उचललं. तेवढ्यात सख्यानं पाठीमागनं आवाज दिला,

'सुली, गाव झालं, काय हाय आजून?' सुलीनं पाठीमागं वळून बघितलं न्हाई. ती तशीच पुढं सरकली. तिच्या नाकपुड्या फुरफुरल्या. मानंला तिडा बसला. पुढच्या दारात जोगवा मागायला थांबावं असं तिला वाटंना. एवढ्यात पाठीमागनं सख्याचा पुन्हा आवाज आला,

'आरं, हिच्या आयला ऽऽ शेपारलीस की? आजून सुपारी हाईस तर एवढी, मग पुढं काय ऽ? खरं, शेवट गावची धन...' सुलीचं काळीज चिरत गेलं. सुली झणक्यासरशी मागं वळली. ताबरट नजरतनं सख्याला निरखून बघितलं. सख्या गांगरला. सुली कडकडली,

'आई, भन मेली व्हरं भाड्या, म्हणून माझ्यापाठी लागलास...!' सुलीचा आवाज गल्लीत घुमला. तिचा तोंडावरचा ताबा सुटला, घरात असणारं एकाददुसरं माणूस चौकटीतनं बाहेर आलं. सख्याला काय करावं सुचंचना. गल्लीतल्या बायकांनीच सख्याला ताब्यात घेतला.

'घिरण्या ऽ देवाच्या पालव्यागत यासाठी गावातनं हिंडतोस...?'

'भाड्याला आईला धर जा म्हणावं की ऽऽ'

'कुठलं कारटंच इदरकल्याणी निपाजलंय ह्ये ऽऽ'

सख्यानं काढता पाय घेतला. बायकांचं बोलणं वाढतच गेलं. सुलीच्या तोंडाचं हाड पार सुटलतं...

आयाबायांनी सुलीची समजूत घातली. सुलीच्या तोंडाचा पट्टा काय थांबायला तयार नव्हता. बायका नाना तऱ्हेनं तिला गप्प करण्याचा प्रयत्न करत होत्या. तिनं कसंबसं तोंडाला आवरलं. प्रत्येक दारातील पसा-मूठ तांदूळ घेत पुढं सरकायला सुरुवात केली. नुल्याच्या दारात तिघी-चौघी जमल्याल्या. त्यातली एकटी सुली पुढं गेल्याली बघून पुटपुटली,

'हिला तरी जोगतीला एवढं कशाला पायजे... जोगतीन ती जोगतीन आणि आव कसा सव्वासिनीचा आणती...!' बाकीच्या अंधुक हसल्या. सुलीच्या कानावर एवढंच अस्पष्ट पडलं. सुली गारगार दगडागत थंड झाली. तिला मागं वळून बघायचं सुद्धा धाडस झालं न्हाई... तिनं पुन्हा जोगवा घेतला न्हाई. ती सुताराच्या बोळातनं सरळ आपल्या गल्लीला वळली. तिला भडभडून आल्यागत झालं. घर कवा येतंय असं तिला वाटाय लागलं. तिला दम भरला. अंग घामानं चिंब झालं...

सुली दारात आली. बायजा तांदूळ नीट करत बसलीती. सुलीला एवढ्या लवकर दारात बघून तिला आबजूक वाटलं. तिनं सुलीच्या तोंडाकडं बघितलं आणि तिच्या काळजात धस्स झालं. सुली तिच्याशी न बोलताच पाय आपटत आत गेली. तिनं देव्हाऱ्यासमोर परडी आपटली. आणि तिथल्या तिथंच हुंदकं द्यायला सुरुवात केली. देव्हाऱ्याजवळच्या अंथरुणात वळवणारी म्हातारी थोडंसं कण्हली आणि सुलीचा हुंदका गळ्यातनं बाहेर पडला. बायजा घाम्याघुम्य झाली. पोरगी एकाएकी असं कसं रडाय लागली हेच तिला कळंना. तिनं सुलीला फांगसून फांगसून विचारायला सुरुवात केली. सुलीचा हुंदका एकमेकात मिसळून गेलंत. सुली हामसूनहामसून हुंदकं देत भित्तीला चिकटून बसलीती. रडूनरडून सरकदान झालती. बायजा तिथंच टेकली. तिनं कपाळाला हात लावला आणि मुसमुसणाऱ्या सुलीकडं फक्त पाहात बसली... सुलीच्या अंगाचा कोपरान् कोपरा हुंदक्यासरशी हालत व्हता.

सुली रडायची थांबली तवा तिचं अंग सैलसैल पडलतं. मन भलतंच मोकळं झालतं. तिला हलकं हलकं वाटाय लागलतं. बायजा मात्र गुडघ्यावर हनवट ठेवून तिच्याकडं एकटक बघत बसलीती. सुलीनं अंग झिजाडलं. डेऱ्यातलं तांब्या भरून पाणी घेतलं. तोंड खदबळलं आणि पाठीमागच्या उंबऱ्यावर जाऊन बसली. परड्यातल्या बेटात कावळ्यांनी कलकलाट मांडलाता. सुलीनं नजर लांब निंगनूरकडं दिसणाऱ्या डोंगरावर रुतवली. मोकळ्या मनानं बसून ऱ्हायली. घटका घटका तिचा तिलाच विसर पडला. बायजा तिच्याजवळ आली. तिनं सुलीच्या डोळ्याकडं बघितलं. तिची तिलाच भीती वाटली. सुलीला हलवून कायतरी विचारावं, असं तिला वाटाय लागलं. सुलीचा तो आवतार बघून तिची तीच मागं सराकली. पुन्हा

भित्तीला टेकली. उन्हं कलतीला लागलीती. गल्लीतल्या पाकाड्यांच्या सावल्या लांबट होत चालल्यात्या.

सुलीनं गुमान भाकरीला पीठ मळायला सुरुवात केली. सुबाना वायलाकडच्या बाजूला शेकत बसलाता. आज त्याला व्हगाड्याच्यात मळणीला जायचं व्हतं. बायजा पुढच्या सोप्याला चवळ्यांच्या वाळलेल्या शेंगा हळूहळू दामटत बसलीती. मधल्या सोप्यात म्हातारी अंथरुणातच वळवळाय लागलीती. अंथरुणावर वळवळता म्हातारीला एकदम जोराची उचकी लागली. 'हं ऽऽ अं ऽऽ' असा मोठा आवाज झाला. सुबाना चुलीजवळनं उठला. म्हातारीच्या उशाला आला. म्हातारी घोटमाळल्यागत करालती. सुबानानं बायजाला हाक मारली. सुबानाचा घाबराघुबरा आवाज ऐकून बायजा गडबडीनं उठून मधल्या सोप्याला आली. म्हातारीचा अवतार बघून तिच्या काळजाचं पाणी पाणी झालं. ती येडबाडलीच. तसा सुबाना खेकसला, 'अशी का उभारलीस? पाणी घे ऽऽ' सुबाना म्हातारीला वारं घालीत हालवत बसला. म्हातारीला चमच्यानं पाणी घातलं. जरासं सलम पडल्यागत म्हातारी वळवळली. सुबाना थोडासा सैल झाला. त्यानं म्हातारीसाठी दूध तापवायला सांगितलं. सुली मात्र पीठ मळतेल्या काटवटीवरनं उठली नाही. बायजा म्हातारीजवळच घुटमळायला लागली. तिला म्हातारीची काळजीच वाटाय लागली. ती किलकिल्या डोळ्यानं सुरकुतलेलं तोंड बघू लागली. सुबाना म्हातारीच्या उशालाच तंबाखू मळालता.

'आज दिवसभर असं का व्हयालय कुणास धक्कल?' बायजा करकरली.

'आनी, काय झालं ऽऽ?'

'सुलीबी जोगव्यास्न आली. रडून रडून सरळदान झाली.'

'कशाबद्दल ऽऽ?'

'कुणास धक्कल ऽऽ' बायजा काळजीच्या आवाजात बोलली. सुबाना धीर सुटल्यागत जाग्यावरनं उठला. त्यानं चूल गाठली.

'आज जोगव्याच्या फेरीत काय झालं गं ऽऽ?'

सुली दचकली. आपल्याच तंद्रीत भाकरी थापटणारी सुली गदबाळली. तिच्या कपाळावर एकाएकी घाम जमा झाला. तिचं ओठ हाललं. ती पुन्हा भानावर आल्यागत भाकरी थापटत म्हणाली, 'काय न्हाई'

'मग घरात यिऊन रडलीस कशानं?' सुलीला एकाएकी ऊर भरल्यागत झालं. पापण्या जडावल्या. गळा जड जड झाला. भाकरी थापटणारा हात जिथल्या तिथं थांबला. तिनं भरल्या डोळ्यानं बाबाचं सुरतुकलेलं तोंड निरखलं. त्याचं पांढरं पडत चाललेलं केस तिला वाळलेल्या वाकागत वाटलं. तिनं झर्रकन मान वळवली. सांगावं, न सांगावं, ती स्वतःलाच चाचपत ऱ्हायली. सुबानानं हेरल. पोरगी सांगायला

अवघडलीया. तो तसाच बसून ऱ्हायला. एवढ्यात बायजानं मधीच तोंड घातलं,

'काय झालं सांगशील काय न्हाई बाई ऽऽ'

सुली भडाकली. पुन्हा थंडावत गेली. शेवटी कातर आवाजात म्हणाली,

'मान्याचा सख्या न्हाई न्हाई ते बोललं ऽऽ'

'काय बोलला सांग रांडचा ऽऽ खापलतोच ऽऽ' सुबानाची शीर ठणकली. त्याचं डोळं तांबारलं. डोक्याला झिणझिण्या आल्या. बायजाचं अंग शहारत गेलं. सुलीला उगाचच सांगितल्यागत वाटाय लागलं. तिघंबी आपल्या तंद्रीत चुलीतल्या जाळाकडं बघत बसली.

बायजानं सुबानाच्या समोर वाढलेलं ताट सरकवलं. सुबानानं पाण्याचा तांब्या भरून घेतला. तुकड्याला हात घातला. त्याला सख्याचा विचार पुन्हा अंगभर शिरशिरी आणून गेला. त्याची अन्नावरची वासना उडाली. त्यानं सुलीच्या तोंडाकडं बघितलं. सुलीचं तोंड चुलीतल्या इंगळागत रसरसलतं. सुबानानं कसाबसा तुकडा तोंडात घातला. चावताचावताच त्याला वाटाय लागलं,

... हेचा निकाल लावायलाच पायजे. आज एका पोरानं कळ काढली, उद्या पास्नं गावाची पोरं कळ काढाय लागतील. माझी पोरगी देवाला सोडली. दुसऱ्या जोगतीनीगत गावाला न्हवं, हे कदीतरी कुणालातरी सांगाय पायजे...

सुबानचं मन वाहवतच गेलं. तो भित्तीकडं टकमका बघतच ऱ्हायला. तशी बायजा घाबरून त्याला म्हणाली,

'असं काय ऽऽ'

'काय न्हाई ऽऽ' म्हणत त्यानं पुन्हा तुकडा मोडला. त्याला वाटायला लागलं, बायकोला यातलं कायतरी विचारावं. खरं सुलीच्या समोर विचारावं काय नको, या विचारात त्यानं तुकडा चावायला सुरुवात केली. सुली आपल्या विचारातच भाकरी बडवाय लागली. सुबानाला कसलीतरी सणक आली. तो झटक्यात बोलून गेला,

'मान्याच्या घरला जाऊन जरा हेचा निकाल लावूनच टाकावा म्हणतोय.' बायजाला कापरं भरल्यागत झालं. आता हे माणूस जर मान्याच्या घरला गेलं, तर शब्दाला शब्द वाढतच जाणार. त्याचं दहापाच बापय. हेच्या पाठिंब्याला असणार तरी कोण? भाऊबंद काय असून नसल्यागत. ती आपल्याच मनात वाहात गेली. आकिरला सुबानाला ती म्हणाली,

'आज मळणीस्नं येवा जावा ऽऽ सकाळी इच्चारता ईल की ऽऽ'

सुबानाला बायजाचं हे बोलणं कसंतरीच वाटलं. हिनं असं का म्हणावं हेच त्याला समजेना. त्यानं ताटावर हात धुतला. गळ्यातल्या टावेलाला हात पुसतच जागा सोडली.

सुलीनं एकाएकी भाकरी बंद केल्या. तिनं हात धुतला. उरलेला पिठाचा गोळा

पिठात पुरून ठेवला. ती दारात येऊन उभा ऱ्हायली. तिचं कान बापाच्या आवाजाची शोध घेत होतं. मनात भलतच वारूळ उठलतं. तिला एकटीला उभा ऱ्हायलासुद्धा जमेनासं झालंतं. गल्लीतला अंधार मात्र सुलीच्या विचारागत अधिक गडद होत चालला होता.

सगळी गल्ली निरनिराळ्या वासांनी घमघमाय लागलीती. घराघरात अंघोळ्या, गवळण्या, ओवाळण्या चालू होत्या. व्हगाड्याच्या दारात पोरांनी धुडगूस घातलाता. शेजारी कसाळाच्या घरातली पोरं आपल्याच तालात नवी कापडं घालून मिरवत होती. मोऱ्याच्या घरासमोर भलीमोठी बोऱ्याएवढी जागा सारवून रांगोळी घातलीती. प्रत्येकाची धावपळ सुरूच होती. सुलीचा तर सगळा पिट्टाच पडलाता. भगटायला उठून तिनं गवळण्या थापायला सुरुवात केलती. कासराभर दिसाला गवळण्या पूर्ण झाल्या. लगच्या लगेच वाडा पुजाय पायजे म्हणून तिनं तिन्ही सोपं सारवून काढलं. चुल-भानुशीला बोळा मारला. कडकोपडा काल्यात वडून घेतला. न्हाणीच्या पाण्याखाली जाळ सारून तिनं गोठ्यातल्या गोरणीतलं चगाळ गोळा करून काला केला. हा ऽ हा ऽऽ म्हणता वेळ चालला‌ता. बायजाची सगळी तारांबळ उडालती. सगळी गल्ली पालथी घालूनसुद्धा तिला पोळीला लावायला वाटीभर नाचण्याचं पीठ मिळायला तयार नव्हतं. अजून कणीक चेचायचा पत्ता नव्हता. डाळ शिजत घालायची बोलवा नव्हती. तिचं तिलाच आबजूक वाटलं. तिनं गडबडीनं सुलीला हाक मारली. पाणी न्हाऊन डाळ शिजत घालाय सांगितली, आणि उजदारच्या सोप्याला आली.

सुलीनं गडबडीनं सगळं आवरलं. न्हाणीच्या डेऱ्यात हात घालून पाणी बघितलं आणि ती न्हाणीत उतरली. तिला तांब्या हातात घेतल्या घेतल्या एकाएकी लहानपणातल्या अंघोळीची आठवण झाली. तिचं तिलाच हसू आलं. सुली अंग चोरून न्हाणीत न्हायला लागली. बायजानं बाहेरच्या बाजूला जात गल्लीभर नजर टाकली. सगळ्या दारांच्या चौकटीतनं पोरं कायबाय हातात घिऊन खाईत उभी होती. बायजाला आपलीच चौकट बारल्यागत वाटाय लागलं. तिला एकाएकी भडभडून आलं.

वाद्यानं असा कसा डाव धरला आसंल. घरात हावसला प्वॉर न्हाई. आतडं तीळ तीळ तुटतंय. खरं, काय करायचं. सुलीला आता सतरा संपली. पाच वेळा दिवस गेलं, खरं काय उपेग झाला न्हाई. कुठं भाड्याच्या दाराला शिरं मारलं आसंल..!

बायजा चौकटीला उभा ऱ्हावून मनातल्या मनात आसलं कायबाय आणत गेली. तिच्या मनात उदकाडीच्या धुरागत एक लांबलचक साखळी तयार झाली.

एवढ्यात गोठ्यात म्हशीची पावलं वाजली. बायजा तशीच परड्यांगाला गोठ्यात सरकली. सुबाना हसून त्याच्याकडं बघतच म्हशीला दावं लावलं. तसा सुबाना म्हणाला,

'इंचनाळास्नं कोण आलंय ऽऽ'

'ईल की आता कोण तरी ऽऽ' म्हणत बायजा सुबानाच्या पाठीमागनं आत आली. एकाएकी तिला सुबाना भलताच आत आल्यागत वाटाय लागला. त्याच्या लांबसडक अंगाला बाक आल्याची स्पष्ट जाणीव तिला झाली. घटकाभरानं तिचं तिलाच हसू आलं. आज आपल्याला असं काय व्हयाय लागलंय, म्हणत तिनं चुलीवरची डाळ डावीनं हालवून बघितली. अजून उकडायला बराच टाईम व्हता. तिनं न्हाणीच्या डेऱ्यात हात घातला. दांडीवरचं लुगडं घिऊन ती आत आली. सुलीचा वाडा संपत आलता. गल्लीत माणसांची वर्दळ उन्हागत वाढलीती. सुलीनं बाबाला हाक मारली आणि वाड्यात पुजायला मोळाचा साळोता करायला सांगितला. सुबानानं माळ्यावर मोळाची पेंडी हुडकायला सुरुवात केली.

मोळाची पेंडी घिऊन तो पुढच्या सोप्याला साळोता करत बसला. गल्लीत पोरांचा गलका वाढतच चालला‌ता. सुबाना आपल्याच तंद्रीत साळोत्याला बारीक वीण घालतता. एवढ्यात थोरल्या तात्याचा नातू दगड्या, हातात लाडू घेऊन दातलतच त्याच्याजवळ आला. त्यानं त्याला साळोत्याला काणी वळतावळताच विचारलं,

'ववाळून घेतल्यासा व्हय रं ऽऽ?'

'उशेर ऽऽ' म्हणत दगड्यानं शेंबूड वर वडला.

'दादानं म्हमईस्नं काय काय आणलंय रं ऽऽ?'

'आक्काला लुगडं, आईकला लुगडं, मला अंगी ऽऽ आनी काय काय लई आणलंय ऽऽ' दगड्यानं हातातला लाडू दातलतच सांगितलं. सुबाना हातातल्या काणीकडं बघतच आपल्या विचारात गढला. सुलीच्या वारगीचं पोरगं. करली मिळकत कराय लागलंय. सुलीच्या वेळी नसंना व्हतं, दुसऱ्या डावाला तरी पोरगं व्हयाय पायजे व्हतं. नशीब असतंय एकेकाचं. दुसरं काय? न्हाई तरी आता सुलीशिवाय हायच कोण आपल्याला ऽऽ' 'छे गड्या ऽ आसलं डोस्क्यात काय बरं न्हाई ऽ?' असं पुटपुटत त्यानं परत काणीचा सडा पायात धरून दोन्ही हातानं वळाय सुरुवात केली. चौकटीला उभारलेलं दगड्या आपल्यालाच तात्या बलवालाय असं वाटून पुढं आला आणि म्हणाला,

'तात्या, घोडा नाचवू ऽऽ?'

'नको बाबा ऽऽ' तो कण्हला.

'का गा, काय करू?'

'... ...' सुबाना कायच बोलला न्हाई. दगड्या मात्र त्याच्या सुरकतलेल्या तोंडावर नजर रुतवून दगडागत उभा ऱ्हायला.

सुलीनं ताटलीत चुन्याचं पाणी केलं. गायीचं पाय उठवायला ती उजदारला

गेली. दोन्ही हातांच्या मुठी केल्या. आणि मुठीचं तळवं उठवत बाहेरच्या उंबऱ्याला आली. हळूहळू मुठींच्या तळव्याचा चुना जमिनीवर वाळंल तसं घर पांढरं शिबूर दिसाय लागलं. सुबानानं तोंडातला तंबाखू थुंकतच गल्लीतनं पार वरच्या टोकापर्यंत नजर टाकली आणि सुलीला म्हणाला,

'धाकटा मामा आला वाटतं ऽऽ पाण्याचा तांब्या घिऊन ये ऽऽ'

'खरंच...?' म्हणत सुली गल्लीत गेली. तिनं वयल्यांगाला बघितलं. हातात पिसवी घेऊन येतेला मामा बघितल्यावर ती धुम्म पळतच पाठीमागच्या सोप्याला गेली. बायजाच्या पोळ्या निम्या-अर्ध्या झालत्या. सुलीनं आईपतोर बातमी कळवली. पाण्याचा तांब्या घिऊन ती बाहेरच्या चौकटीजवळ आली.

एकटा धाकला मामा घरात आल्यामुळं सगळ्यास्नीच घर भरल्यागत वाटाय लागलं. सकाळपास्नं कुणाला म्हातारींची याद सुद्धा नव्हती. मामा आल्यावर म्हातारीचं अंथरूण बदललं. धाकट्यानं म्हातारीला दिवा घिऊन अंधारातच निरखलं. मनातच पुटपुटला, 'ह्यो उन्हाळा काय घालवत न्हाई...' गल्लीत कुणाचं तरी पोरगं एवढीच वेळ साधून शिकलं. धाकला दचाकला. त्यानं म्हतारीच्या खोलखोल गेलेल्या डोळ्यात बघितलं. तो तिथंच बसून ऱ्हायला.

सुलीनं आरती पेटवली. वाडा ओवाळला. गोठा ओवाळून घेतला. ती देव्हाऱ्याकडं आरती घिऊन गेली. बायजानं सुबानाला आणि धाकट्याला बसायला पोतं टाकलं. दोघास्नी बलविलं आणि सुलीनं ववाळलं. धाकट्यानं सुलीला सा-वारी पाताळ आणि बायजाला चोळीचा खण आणलाता. बायजानं लगेच सुलीला आत बलवलं आणि धाकट्यानं आणल्यालं पाताळ नेसूनच वाढ म्हणून सांगितलं. सुलीलाबी कवा एकदा पाताळ अंगाला लावतोय असं झालतं.

तिनं अंधाराचा खोपडा गाठला.

सुलीला अंगावरचं मऊशार पाताळ भलतंच खुलून दिसाय लागलं. बायजाच्या चेहऱ्यावर नवंच हसू फुललं. नक्षत्रागत रूपाची पोरगी कशी एकाएकी अधिकच फुलली, असं काय-बाय तिच्या मनात येऊन गेलं. सुली मात्र आपल्याच तालात घरभर फिराय लागली. लांबसडक पदर काढून तिनं अंग झाकून घेतलं. बामणी कासोटा घालून तिनं निऱ्या ताणून बसवल्यात्या. सुबानाला पोरीचं रूप येगळंच वाटाय लागलं.

दोघांच्या पुढ्यात ताटं ठेवताना सा-वारी पातळातली सुली एकदम लाजली. धाकल्यानं सुलीच्या तोंडावरचा आनंद निरखून बघितला. सुलीच्या लांबसडक नाकाचा शेंडा गुलाबाच्या पाकळीगत झालाता. धाकल्याला सार्थक झाल्यागत वाटलं. सुली त्यांच्यासमोर ताटं ठेवून माघारी वळली आणि धाकल्याची नजर तिच्या पाठमोऱ्या अंगावर पडली. सुलीनं पदराआड झाकलेली जट त्याच्या डोळ्यात

एकाएकी रुतली. त्याला कससंच झालं. 'सोन्यागत पोरीच्या वाट्याला ह्यो कसला भोग आला आसंल?' धाकला मनातंच कण्हत गेला. त्याची समोरच्या अन्नावरची वासना उडाली!

धाकला जेवण करून तासभर थांबला असंल नसंल, लगेच जायला निघाला. बायजानं केल्यालं चिवड्याचं दाणं पिसवीत टाकलं. सुलीला मात्र धाकल्या मामानं ऱ्हावावं असं वाटाय लागलं. धाकल्यानं पायात पायतानं चढवली. सुलीला भरून आल्यागत वाटलं. तिनं मामाचा लांबपर्यंत नजरेनं पाठपुरावा केला. हिरमुसल्या तोंडानं ती आत वळली तवा सुबाना बायजाला सांगत व्हता, 'आपलाबी नाचणा शेंडलून घ्यायला पायजे!'

'मग कधी घ्यायचा म्हणत्यासा ऽऽ?'

'काय, जमलं तर उद्याच बघूया की.' म्हणत सुबाना पाठीमागं सरकला. सुलीनं दोघांच्या बोलण्याकडं लक्षच दिलं न्हाई. ती सरळ पाठीमागच्या दाराला गेली. छपरातली म्हस रवंथ करत बसलीती. सुली आपल्याच तालात काय तरी गुणगुणायला लागलीती. अंगावरच्या नव्या पातळात तिला फुलं नेसल्यागत झालंतं. सारखं सारखं आपल्याच अंगाभोवती गिरकी घेत सुली जागच्या जाग्याला फिरालती. गोठ्यातल्या म्हशीला सुद्धा सुलीचं पातळातलं रूप भलतंच गम्मतीशीर वाटलंतं.

सुलीनं पाण्याच्या घागरी मोकळ्या केल्या. बाबाच्या फाटक्या अंगीची चुंबळ केली. घागर काखंत मारली. दुसरी हातात घेऊन तिनं उंबरा वलंडला. पाण्याच्या वाटंला कोण किण नव्हतं. सुलीला कसंतरीच वाटलं. ती तिच्याच तालात चालायला लागली. ऱ्हाटाजवळ आल्यावर तिनं घागरी उतरल्या. आजूबाजूला बघितलं. ऱ्हाटाच्या विहिरीजवळची दोन-चार आंब्याची झाडं हिरवीगार झालती. शेताभोत्यानचा चीक म्हवारल्यागत आपल्याच तालात डोलालता. सुलीला रानाकडं बघत बसावं असं वाटाय लागलं. तिनं ऱ्हाटाची साखळी वडता वडता पाण्यात डोकावून बघितलं. पाण्यातलं तिचं रूप तिलाच भलतं गोड वाटाय लागलं. ती पाण्यातल्या आपल्या रूपाकडं बघतच उभा ऱ्हायली.

'काय बघालीस ग ऽ ऽ' पाठीमागनं आवाज आला.

सुली दचाकली. 'अँ ऽ कुठं काय?' म्हणतच पाठीमागं सराकली. तिचं तिलाच हसू आलं. हाळ्याच्या शेवंताला सुलीचा ह्यो येबाव नवीनच वाटला.

'असं का गदबाळलीस ग ऽ ऽ?'

'काय कुठं ऽ ऽ?'

'पाण्यात कोण दिसालतं?'

'जा तिकडं....ऽ' सुली खळखळून हसली. शेवंताला हसू आलं.

'पाताळ बाबानं आणलं वाटतं ऽ ऽ?'

‘न्हाई, मामानं आणलं!’

‘तवाच हाराकलीस वाटतं ऽ ऽ’

‘कोण हारकलंय ग ऽ ऽ!’ सुताराच्या कमळीचा तिसरा आवाज मध्येच आला. दोघीबी चपापल्या. दोघीनी एकमेकींच्या तोंडाकडं बघितलं.

‘सुलीला मामानं पाताळ आणलंय म्हणून म्हंटलं!’

‘चांगलं हाय ग ऽ ऽ’ म्हणत कमळा सुतारनीनं सुलीचा पदर हातात घेतला. सुली लईच हारकून पीठ झाली.

‘आसलं पाताळ नेसून गावातनं हिंडू नकोस बाई ऽ ऽ’ कमळा कुचकुचली.

‘का ग ऽ ऽ?’

‘का न्हाई, देवाचं माणूस. दिष्ठबिष्ठ व्हईल ऽ ऽ’ कमळानं शेवंताकडं बघतच डोळा मिचीकला. सुलीला सुतारनीच्या जिभंला हिसडा द्यावा, असं वाटाय लागलं.

‘आदीच काय-बाय कानावर यालंय, त्यात ही अशी दिसाय लागली तर भाड्यांच्या डोळ्यात माती पडंल.’ कमळा भाबड्यापणातच बोलाय लागली.

‘काय बी म्हण कमळाक्का, देव बी गरिबाचा न्हवं ऽ ऽ ह्या आता सोन्यागत पोरीचं देवानंच वाटोळं केलं. त्येला काय दुसरं कोण दिसत नव्हतं ऽ ऽ’ शेवंता व्याकुळ व्हवून बोलली.

सुलीला त्यांच्यात थांबनं नको नको वाटाय लागलं. तिनं पटापटा घागरी उचलल्या आणि ‘जातो बाई’ म्हणत रस्ता धरला. कव्वा एकदा घर गाठतोय, असं तिला वाटाय लागलं.

घरात आल्या आल्या सुलीनं घागरी तशाच ठेवल्या. अंगावरचं पातळ गडबडीनं फेडलं आणि चोळामोळा करून दांडीवर टाकलं. एकवार त्याच्याकडं भरल्या डोळ्यानं बघितलं. ती परड्याकडंच्या चपराकडं पळाली. बायजा मात्र पोरीकडं टाळा पसरून बघाय लागली.

उन्हाला गोंडा फुटलाता. उन्हाच्या कुंभारणी ताळमाळ करायला लागल्यात्या. परडकीतल्या खळ्यावर सुली एकटीच नाचण्याची गोंड बडवाय लागलीती. उन्हाचा रण वाढंल तसा सुलीचा बडवण्याचा सपाटा अधिक दमानं पडालता. गोंडीचं घुसाट डोक्यात जाऊ नये म्हणून सुलीनं लुगड्याच्या फडक्यानं डोकं जाम्म बांधलतं. कपाळावर नाचण्याचं घुस्साट घामामुळं चिकटून बसलतं. नाकपुड्या फुरफुराय लागल्यात्या. गालावर हुंबरं पिकलीती. सुली अंगातल्या सगळ्या दमानं गोंड बडवाय लागलीती. बायजा पाणी आणाय म्हणून घराकडं गेलती, ती तिकडंच बसलीती. सुलीनं आता तिच्या लवकर येण्याची आशा सोडलीती. रानभर कुठं कुठं खळ्यावरनं माणसं वळवळाय लागलीती. कुणाचं जुंदळं मळायचं चाललतं. कुणाचं नाचणं

गोंडीतनं भाईर निघालतं. सगळ्यास्नी मळाभ उठायच्या आत दाणं घराकडं न्यायची घाई लागलीती.

सुलीचं बावकाडं बडावणं उचलून उचलून घाईला आलतं. आता घटकाभर गप्पगार बसावं. तिनं बडावणं थांबवलं खळ्याच्या भोत्याभोर नजर टाकली. पिंजराचं वळळं जसंच्या तसं रानभर इस्काटलतं. कुळतीचं काडसार वावारभर पसरलतं. जुंदळ्याचं घुस्साट ढीग करून बसलतं. खळ्याच्या कडंला धावड्याच्या ढाळीची बारकीशी खोप उन्हाचं चणकं सोसत गप्पगार बसलीती. सुलीला थंड सावलीत बसावं असं सारखं वाटाय लागलं. गोंडीचा ढीग व्हता तसाच व्हता. अशात सांज झाली तर गोंड चामटून बसणार. तिनं भरल्या हातानं बडावण्याला परत गती दिली. बडावण्याला पुन्हा ताल भरला.

'एवढ्या उन्हात कशाला घालमेल करून घ्यालीस ऽ घटकाभर बस जरा.'

पाठीमागनं आवाज आला. सुली घाबरली. गप्पाकन थांबली. म्हाराची रत्नी काखंत बोचकं घेऊन उभी होती. सुलीनं तोंडावर हसू आणलं. घामाच्या चिकट चमकण्यात तिचं तोंडावरचं हसणं भलतंच गम्मतशीर वाटाय लागलं. रत्नी तिच्या तोंडाकडं बघतच उभी ऱ्हायली.

'एवढ्या उन्हाचं तू कुठं मराय चाललीस?' सुलीनं बडावणं थांबवताच विचारलं.

'कुठं मरतोय बाई ऽ ऽ चार खळी मागायची आनी परतायचं ऽ ऽ'

'आतापतोर चार झाल्या असतील, मग जा की ऽ ऽ'

'कुठलं बाई ऽ कोण खळ्याच्या कडंला हुबा करून घेतंय. सगळी ऱ्यात पालटलीया,' रत्नी खळ्याच्या खोपीजवळ गेली. काखेतलं बोचकं तिनं खाली टेकलं. हात गुडघ्यावर रेटतच तिनं बूड टेकला. सुलीलाबी जरासं थांबावं असंच वाटाय लागलं. तिनं खळं सोडलं. रत्नीजवळ येऊन पाय लांब सोडलं.

'कसला उन्हानं रण मांडलाय ग ऽ'

'बरं झालंय घे बाई ऽ वाळवानं लवकर तरी घरात जातील.' सुलीनं लांबलचक निःश्वास टाकला. रत्नी तिच्याकडं बघतच कान कोराय लागली. एकदम तिला कायतरी आठवल्यागत झालं.

'सुताराच्या तानू आजीकडं कव्वा गेलतीस?'

'ऱ्हाई बाई, कामातनं कुठली सवड व्हयालीया.'

'लई ठकलीया म्हणं ग ऽ हातरुणातनं भाईरच पडत ऱ्हाई म्हणं ऽ ऽ'

'कव्वापास्नं?' सुलीचा चेहरा ताणला.

'आता म्हयना झालं. वाईट दिवस आलं बिचारीला ऽ ऽ' रत्नी कातर आवाजात कळवळली. सुलीच्या पुढ्यात नाचणारी तानू आजी जशीच्या तशी उभी ऱ्हायली. रत्नी मात्र आपल्याच विचारात पुटपुटली,

'भाड्यानं खरा कार लावला तिच्या जिवाला!'

'कुणी ग ऽ ऽ?'

'भावाचं पोरगं ग ऽ तिच्या! ते गावातनं बोंबलत हिंडतय ते ऽ ऽ'

'काय केल्यानं ऽ ऽ?'

'सा म्हयन्याआगुदर मारल्यान न्हवं ग ऽ ऽ त्यातच हातरुणाला डसली ऽ ऽ'

'त्या घिरण्यानं कशाबद्दल मारलं ग?' सुलीनं भाबडा प्रश्न टाकला. रत्नीला सुलीची गम्मतच वाटली. हिला आजून कसंच काय म्हाईत नसंल? तिला ऱ्हावून ऱ्हावून आबजूक वाटाय लागलं. रत्नीनं आपली नजर खळ्यातल्या तिवड्यावर रुतवली. सुली तिच्या तोंडाकडं टकामका बघाय लागली.

'कशात काय बिनासलतं ग ऽ ऽ'

'बिनासलतं कुठलं बाई. सगळा जल्माचा ख्योळ व्हता.'

'आसलं काय कोड्यातलं नको बाई.'

'अग, कोड्यातलं न्हवं, त्ये लई मोठं रामायण हाय ऽ' रत्नी सुस्कारली. उन्हाच्या कुंभारणी झगामगा कांडलत्या. दोघी निपचित बसल्यात्या.

'तुला निकमाचा म्हातारा म्हाईती हाय?'

'हाय की ऽ ऽ' सुलीनं सांगून टाकलं.

'त्येच्यामुळंच सगळं झालं बाई ऽ ऽ म्हातारा पयल्यागत सारखा घरात येऊन बसाय लागला. तुक्याला म्हातारीचं असलं काय खपंना. किती येळा सांगून बघितलं. म्हातारी आयकून घ्यायला तयार नव्हती. हाणल्यान एक दिवशी; डसली हातरुणाला!' रत्नीनं दम टाकला.

सुलीला भलतंसलतंच कायबाय ऐकाय मिळालं. तिनं तानू सुतारनीचं ह्या अगोदर कायबाय ऐकलतं, खरं हेच ऐकाय मिळालं नव्हतं. तिला तानू आजीचा राग आला. ती तिच्याच विचारात गुतपाळली....

... म्हातारपणी तरी आसलं सुचाय नको व्हतं. पोरीबाळीच्या घरात म्हातारीला एवढंबी समजाय नसंल. काय एकाएकाचं तकदीर आसतंय. आपल्या मरणानं मरत जात्यात. त्येला कोण काय करणार?

'निकमाचा म्हातारा कल बघाय आलता. सगळ्या गाव-म्हारोड्यादेखत आब्रू काढून लावून दिल्यान तुक्यानं ऽ ऽ' रत्नीनं पुन्हा विषय वाढवला. सुली भानावर आली.

'खरं, आतडं वड खाईत असंल त्येला त्यो तरी काय करंल ग ऽ ऽ'

सुली एकदम बोलून गेली. रत्नीला तिचं बोलणं खरोखरच पटलं. तिनं बी मान हालवली. आपल्या घरातलं चित्र रत्नीच्या डोळ्यापुढं आलं.

ती एकाएकी भांबावली. तिला गुदमरल्यागत झालं. तिला विषय बदलावा असं वाटाय लागलं.

'काय झालं?'

'जना मोटीन. ती आवदसा सगळ्यांचं वाटोळं लावून बसली. रांड लई करामती हाय. नाना कळा हाईत. अशानं काय तिचं सरळ व्हणार हाय?' बायजा पुन्हा आपल्याच विचारात गढली.

सुली टाळा पगळून आईकडं बघतच बसली. तिला आई काय बोलाय लागलीया, हेच नीट समजंना. मन खायला लागलं. तिनं आईला हालवतच विचारलं,

'जना मोटीनीनं काय केलं ग ऽ ऽ?'

'करती काय डोंबाल? कुठं सातारला जातीया म्हणं रांड. तिथनं काय करून आणलीन आणि गोदाच्या परड्यात पुरलीन. त्यातनं हे सगळं रामायण झालं. पोरगं तरी पार तालातनं गेलंय ग ऽ ऽ'

'मग हे ह्यास्नी कसं समजलं?'

'ह्येनी करपेवाडीचा देवरसी आणलाता. तेनं सगळं काढून दिल्यान. पाच बावल्या, एकवीस भाकऱ्या, चार लोटकी आणि तेरा सुया परड्यात गावल्या म्हणं ऽ ऽ लई वंगाळ केलतं रांडानं. देवरशाची अंगाची आग आग झालती म्हणं ऽ ऽ' बायजा बोलता बोलता थांबली. पुन्हा बोलाय लागली,

'आनी म्हयनाभर ऱ्हायलं आस्तं तर घर कामातनं गेलं अस्तं. आता कुणाच्यातरी जिवावर व्हतं म्हणं बाई. हेच्यातनं काय मिळालं असंल ग तिला?' बायजा आपल्याच भ्रमात पुटपुटली.

'ऐकावं ते नवीनच ऽ ऽ' सुली सुस्कारली.

'तुला नवीन वाटतंय खरं, ते सगळंच येडं काम हाय लेकी ऽ ऽ ह्या असल्या भोरड्या त्याच नादात असत्यात. देव बी त्येंचाच असतोय. काय सांगतीस? आता हेच बघ. गोदाचं पोरगं आजूनबी ताब्यात यायला न्हाई. पोरगी तरी घरात पडलीच. त्यात आता हूं म्हणून बुट्टीभर करज झालंय. काय काय म्हणून निस्तरायचं. बिचारी टिपं गाळून सांगालती ग ऽ ऽ ते मनातनं जाईनाच बघ.'

बायजा सांगता सांगता गहिवरली. तिला पुढं बोलवंना. सुलीच्या डोळ्यासमोर आपली वयल्यांगाची भाऊबंदीन उभा ठाकली. आईला तिच्याबद्दल बोलावं असं सुलीला वाटाय लागलं. तिनं तिचं तिलाच आवरलं. आईच्या डोस्क्यात रक्का नको म्हणून ती आपल्याच मनात वाहवत गेली. तिला वयल्यांगाच्या भाऊबंदिनीची भलतीच भीती वाटाय लागली. अंगावर काटा आला.

कसाळ्याची लक्ष्मी जेवणवक्ताला घाम्याघुम होऊन घरात घुसली. बायजाच्या काळजात धस्स झालं. तिनं लगबगीनं लक्ष्मीला विचारलं,

'कशी काय आबणटूक उगावलीस ग ऽ ऽ'

'सुली जेवली ऽ ऽ?' लक्ष्मीनं विचारलं.

'न्हाई ग ऽ ऽ काय झालं?'

'सगळाच घोटाळा झाला.' लक्ष्मी पुटपुटली. एवढ्यात सुली तिथं दत्त झाली. लक्ष्मीला सगळंच गुडारत पडलं. आपल्या अंगावर कसलं पाप यायला नको म्हणून तिनं सरळ सांगून टाकलं,

'सुताराची तानू संपली.' सुलीच्या काळजात धस्स झालं. परवाची खळ्यावरची सगळी चर्चा तिला आठवली. ती एकदम अस्वस्थ झाली. आपण मदी कधीतरी बघून यायला पायजे व्हतं, असं तिला वाटाय लागलं. एवढ्यात बायजा म्हणाली,

'कव्वासं ग ऽ ऽ'

'आताच ओरड-बोंब कुणाची म्हणून पोराला लावून दिलं, तर हे.'

'आसं एकदम कशानं ग ऽ ऽ?'

'एकदम कुठं; चार म्हयनं हातरुणातच व्हती म्हणं ऽ ऽ'

'आम्हाला कसं कळलं न्हाई ऽ ऽ' बायजा पुटपुटली.

सुलीला अधिकच अपराध्यागत वाटाय लागलं. तिनं लक्ष्मीला कायच परत विचारलं न्हाई. एवढ्यात मधल्या सोप्यात म्हातारी वळवळली. सुली तिच्याकडं सराकली.

'सगळ्याच माणसांच्या आड आली बघ ऽ ऽ आता कुठं जेवणं झाली आसतील तवर हे ऽ ऽ'

'आता मराण काय तिच्या हातात व्हतं बाई ऽ ऽ खरं, जुन्यातलं एक झाड संपलं. तसा शब्दाला गुण व्हता बाईच्या. म्हात्माची व्हती बाई.' बायजा मनातलं सगळं भडाभड बोलत होती. लक्ष्मी आपल्याच विचारात कायबाय पुटपुटून साथ देत व्हती.

'बघून तरी येऊया चला ऽ ऽ' बायजानं लक्ष्मीकडं बघितलं.

'मी बी येतो ऽ ऽ' सुली म्हातारीजवळनं त्येंच्याजवळ आली.

'घरात कोण ग ऽ ऽ?' लक्ष्मी मधीच फुसाकली.

'आता ईल मालक, तवर दार पुढं करून जायाचं ऽ ऽ!' बायजानं मार्ग सुचवला. तिघीही घरातनं बाहेर पडल्या.

सुताराच्या दारात माणसांचा कलोट उसळलाता. गल्ली सगळी थट्ट झालती. बोलणाऱ्यांचं सूर एकमेकात मिसळालतं. सगळ्यांच्यात तानू म्हातारीचं म्हातमच बोललं जात व्हतं. दारातनं आत जायला वाट मिळायला तयार नव्हती. दारातली माणसं कुठं कुठं सांगायला कोण कोण जायाचं, कुणाकुणाची वाट बघायची हेची चर्चा करत होती. मदीच कोणतरी फुक्कट वाद घातल्यागत करालता. किडका हरिबा सगळ्यास्नी दम दिऊन म्हातारीला लवकर घरातनं भाईर काढायच्या नादात व्हता.

सुलीनं हळून चौकटीतनं वाट काढली. बायकांनी घर सगळं भरलंतं. सगळ्याजनी

भरल्या गळ्यानं, पाण्यावल्या डोळ्यानं उभ्या होत्या. सुतारनीच्या भावजा धाय मोकलून रडत व्हत्या. सुलीनं भित्तीला टेकून बसवलेल्या तानू आजीला बघितलं. मिटलेलं डोळं, किंचित उघडे ओठ, डोक्याच्या केसांचा झालेला वाक, कपाळावरचं ढळढळीत कुंकू... आक्षी जिवंत असल्यागत तिला तानूकाकू दिसाय लागली. सुलीच्या डोळ्यांम्होरं एकाएकी तानूकाकूनं येशीला आपली केलेली पूजा आठवली. तिला भडभडून आलं. तिला आवंढा गिळता आला न्हाई.

सुलीच्या भरल्या डोळ्यांकडे तानूआजीच्या भावजंचं एकाएकी लक्ष गेलं. तिचा आवाज एकाएकी वाढला. तिनं रडता रडताच सांगायला सुरुवात केली, 'लेकी, तुझी आठवण ऽ ऽ कल रातीच काढली तिनं ऽ ऽ बघाय कशी आली न्हाईस म्हणालती ऽ ऽ' सुलीच्या गळ्यातला आवंढा पुन्हा जोरानं उसळी मारून बाहेर पडला. तिचं तिलाच सावरता आलं नाही. सुली धाय मोकलून रडाय लागली.

बायजानं सुलीला बायकातनं भाईर काढलं. लक्ष्मीला खुणावलं. तिघीजणी गर्दीतनं बाहेर पडल्या. गल्लीत नाव नाव माणूस वाढतच होते. सगळ्या सामानाची जुळवाजुळव सुरू झालती. किडक्या हरिबाची चिडाचिड भलतीच वाढलीती. एवढ्यात कुणीतरी विषय काढला,

'न्हायची कुठं ते ठरवा ऽ ऽ'

'आनी कुठं ऽ ऽ गावंदरीलाच की ऽ ऽ' पुन्हा त्यात वादावादी सुरू झाली. एकमेकातलं बोलणं वाढत गेलं. सुलीनं जड झालेलं पाय हळूहळू हालवलं. अंधाराची गिडमिड जाळकांडं पार करत तिघी घरात पोहोचल्या. बायजा आयाबायांबरबर बोलत गल्लीत थांबली. सुली घरातल्या उंबऱ्यावर बसून हुंदके द्यायला लागली. आपण एवढे का रडतोय, हे तिचं तिलाच कोडं वाटाय लागलं. तिनं मनाला पुन्हा पुन्हा आवरण्याचा प्रयत्न केला. ती पुन्हा पुन्हा भडभडून आल्यागत रडाय लागली.

फटाकड्यांचा आवाज आला आणि सुबानानं सुस्कारा सोडला. त्यानं कंदिलाचं भिंग पुसलं आणि वात पेटवली. फटाकड्यांचा आवाज गावाबाहेर गेल्याची खात्री झाल्यावर त्याने पाण्याच्या घागरी रिकाम्या केल्या. आता नवं पाणी आणून पुन्हा जेवण करायचं, मग जेवायचं. त्याला भलतंच वैतागवाणं वाटायला लागलं. खरं, इटाळात देव ठेवायचं नसत्यात हे आठवून त्यानं घागरीला हात घातला. सुलीला हाळी मारली. सुलीनं न बोलताच काखंत घागर मारली. सुबानाबरबर बाहेर पडली.

गल्लीतल्या अनेक घरातली माणसं घागरी घेऊन भाईर पडलीती. अंधार आंबलीगत दाट झालता. चालणाऱ्यांच्या पायांचा आवाज एकमेकांत मिसळत होता. सुली मात्र खाल मान घालून बाबाच्या पाठीमागनं चाललेली. आजूबाजूंच्या अंधाराच्या जाळकांडातनं तानूकाकू आपल्याकडं बघत आहे, असं तिला ऱ्हावून ऱ्हावून वाटायला लागलतं. तिच्या पापणीचा धरबंद पुन्हा पुन्हा सुटत चाललाता!

सुलीला जाग आली तवा तांबड फुटलतं. अजून घरातलं कोण बी जागं व्हायाला नव्हतं. तिला बी घटकाभर पडून ऱ्हावावं असं वाटाय लागलं. खरं, सरनोबताच्या शेवंताक्काबरबर आज कोटाला जायचं तिनं कबूल केलंतं. मागची पुणव अशीच चुकली, आणि डोकीत वा बचबचल्या. तसंच आताबी घडाय नको, म्हणून तिनं अंगातला आळस झटकला. हात लांबलचक पसरून जांभई दिली. तिनं अंथरूण सोडलं.

पाण्याच्या डेऱ्याखाली तुरकाट्यांचा जाळ केला. चारी बाजूला शेळकुंडं सारतच तिनं तंबाखूचं टपार काढलं. एवढ्यात म्हातारी वाकळंतनच आरडली, तशी तिनं टपार बाजूला व्हलपटतच बोटं मोडली आणि चूल सोडली. म्हातारी अंथरुणात वळवळत पडलीती. तिनं सुलीला हातानंच उठवून बसवायची खूण केली. सुलीनं म्हातारीला उठवून बसवलं. म्हातारी कळवाळल्यागत कराय लागली. सुलीनं तिला थोडंस हलवतच विचारलं,

'असं का ग ऽ ऽ'

म्हातारी कायबी बोलली न्हाई. तिची तगमग व्हयाला लागलीती. तिनं हातानंच इरागतीला न्ह्यायला सांगितलं. सुलीच्या कपाळाला आठी पडली. तिनं म्हातारीला उठवून उभं केल. हळूहळू एक एक उंबरा वलंडत परड्यांगाला न्हेलं. म्हातारी इरागतीला बसली. सुलीला वाटाय लागलं ही बया आणि किती वेळ तंगवती कुणास धक्कल. म्हातारी लगोलग उठली. सुलीला बरं वाटलं. तिनं म्हातारीला अंथरुणावर नेऊन झोपवलं. सुली पुन्हा चुलीजवळ आली.

आता म्हातारीचं काय लई दिवस न्हाईत. लईलई संगत केलीन तर शिमग्यापतोर.... तिथबर बी टिकल आसं वाटत न्हाई. लईच खंगत गेलीया.... आता तिचं जुनाट हाड म्हणून इथवर तग धरला. नाहीतर कव्वाच उडाली असती. तिच्या वारगीचं गल्लीत तरी कोण हाय?.... सुलीनं स्वतःच्याच मनाला प्रश्न टाकला त्याच विचारामध्ये चुलीत तंबाखूचं टपार घातलं. मशार भाजून घेतली. न्हाणीच्या डेऱ्यात हात घालून पाणी तापलं काय बघितलं.

सुलीचं सगळं आटपायला कासराभर दिवस आलता. गल्लीत उन्हाची चिरगुटं भलतीच एकात एक मिसाळलीती. बायजानं उठून शाण भरायला सुरुवात केलती. सुबानानं उठल्या उठल्या घागरीला पेडं लावलतं. इतक्यात सरनोबतच्या शेवंताकडनं सांगणं घेऊन एक पोरगं पळत पळतच आलं. सुलीची धावपळ उडाली. तिनं गडबडीनं पिसवी भरली. आईला जातो म्हणून सांगितलं. ती घरातनं भाईर पडली. शेवंताक्का उंबऱ्यावर वाटच बघत बसलीती. सुलीला बघितल्या बघितल्या तिनं अंग झटकलं, हातात पिसवी घेतली. सुलीच्या कपाळाला भंडाऱ्याची आडवी बोटं वडली. दोघी घरातनं बाहेर पडल्या.

गावाची शीव वलांडोपतोर त्येंच्याबरबर म्हाराची रत्ना आणि यसाद्याची फुला येऊन मिसळल्या. चौघींनी कोटाची वाट तुडवायला सुरुवात केली. जाता जाता एक एक विषय निघत गेला. सरनोबतच्या शेवंतानं फुलाला एकाएकी चांगलंच धारंवर धरलं आणि चालता चालता चौघींच्यातलं वातावरण एकाएकी तापलं.

फुला काकुळतीनं शेवंताक्काला सांगत होती, 'तसं न्हाई ग आक्का ऽ ऽ मी त्येला जरा सुद्धा जवळ कराय न्हाई ऽ गाव बोंबलतंय त्येला मी काय करू ऽ ऽ'

'तू काय करू नगं ऽ खरं तुझ्यामुळं सगळ्यांच्या नावाला येतंय ह्येचं काय ऽ ऽ?' शेवंताक्का पिळवटून सांगत होती.

सुलीला मात्र हेच्यातलं कायबी कळंना झालंतं. त्या दोघींचं बोलणं मात्र शब्दाशब्दानं वाढत होतं.

सावली पायात पडाय लागली, तवा सगळ्याजनी म्हागावच्या जवळ आलत्या. चौघीस्नी बी दमल्यागत वाटाय लागलं. कुठंतरी घटकाभर बसावं असं चौघींच्या बी मनात व्हतं. कोण तसं म्हणत नव्हतं एवढंच! आकिरला शेवंताक्कानंच विषय काढला. चौघीबी म्हागावच्या शिवंत आंब्याच्या झाडाखाली बसल्या. फुलाला सणकून तहान लागलीती. तिनं आजूबाजूला कुठं विहीर हाय शोधायला सुरुवात केली. लांब कुठं विहिरीचा पत्ता लागताच तिनं रत्नाला घेतलं. विहिरीच्या दिशेनं पाय उचलायला सुरुवात केली. सुलीला एवढंच पायजे व्हतं. त्या दोघींनी कासराभर अंतर तोडलं आसंल-नसंल एवढ्यात सुलीनं विषयालाच सुरुवात केली,

'शेवंताक्का, मघाशी फुलीवर एवढी कशानं चिडलीतीस ग?'

'काय सांगायचं बाई ऽ रांड एकटी करतीया आणि सगळ्यास्नी जगाचा बोल येतोय ऽ ऽ'

'केलीन तरी काय?'

शेवंतानं सुलीला निरखून बघितलं. मागच्या पाच-सहा वरसातली सुली आता ऱ्हायली नव्हती. सुली जुंदळ्याच्या थाटागत वाढायला लागलीती. हिलाबी हे सगळं हळूहळू समजाय पायजे. तिनं लांब पसरलेल्या डोंगरावर नजर फिरविली आणि मग सुलीला म्हणाली,

'हिनं गावातल्या सगळ्या जोगतीनीस्नी जगूने आसं केलंय. ही काय धड हाय म्हणतीस?'

'आसं झालं तरी काय?' सुलीची उत्सुकता ताणली.

'व्हतंय काय ऽ ऽ हिचा झुलवा परटाच्या येशाबरबर लागलाता. गप्प त्येच्याबराबर ऱ्हावावं काय न्हाई ऽ ऽ? उंडगळीनं त्याला सोडला. आता कासाराचा सिकल्या धरलाय. असं गावातलं कितीजन लावलीन वाटंला म्हाईती हाय ऽ ऽ? हिच्यामुळं सगळीजन जोगतीन म्हटलं की, हिच्यासारखी नजर टाकत्यात ऽ ऽ माझं काय दहा

गेलं पाच उरलं खरं...'

शेवंता बोलता बोलता थांबली. सुलीला कसंसंच झालं. तिलाबी गल्लीतल्या सकन्याच्या बोलण्याचा अर्थ मनातल्या मनात जुळाय लागला. तिनं मान खाली घातली. स्वतःच्या मनात ती गुतपळत गेली. नाना तऱ्हंनं तिच्यासमोर बरंच काय बाय नाचाय लागलं. तिच्या अंगावर झर्रकन काटा आला.

त्या दोघी पाणी पिऊन आल्या आंब्याच्या बुडक्याला टेकल्या. तसं शेवंतानं घटकाभरानं तोच विषय काढला,

'फुली ऽ ऽ आता येशा काय पैसा-आडका देतोय का न्हाई ग ऽ ऽ'

'मीच घ्यायचं बंद केलंय ऽ ऽ' फुलीनं विषय संपविला. तिनं लगेच विषय बदलला,

'चला बायानू ऽ ऽ लई वकूत झाला.'

त्यासरशी सगळ्याजनी उठल्या आणि कोटाच्या रस्त्याला लागल्या. कोण कुणाशी न बोलता बराच वेळ चालत ऱ्हायल्या. रत्नीला हे असं चालणं बरं वाटंना. आकिरला तिनंच कायतरी बोलायचं म्हणून विषय काढला,

'शेवंताक्का, त्या पवाराच्या पोराचं समजलं काय?'

शेवंता कावबारली. तिला त्यातलं कायबी धक्कल माहीत नव्हतं. तिच्या तोंडातनं चटकन बाहेर पडलं,

'काय न्हाई बाई ऽ ऽ'

'ते कसं काय ग ऽ ऽ आता गावभर व्हवून म्हारोड्यात आलं आणि तुलाच कसं काय कळायचं ऱ्हायलं?'

'सवड कुणाला हाय बाई, गावची चवकशी करायला? खरं झालं काय सांगशील तर.'

'त्या पवाराचं इठल्या मदी इचलकरंजीला मागावर गेलतं, धक्कल हाय? त्येला म्हमईच्या दवाखान्यापतोर फिरवून आणलं म्हणं ऽ काय इलाज नाही ऽ'

'काय व्हईतं तरी?'

'सारखी दातकुडी बसती, तासाला आणि घटकंला ऽ'

'मग कायतरी वाऱ्याचं न्हाई तर देवाचंच आसंल बाई ऽ ऽ'

'तेच सांगतुय तर ऽ ऽ आता गावात आणलंय. हिटणीला निघालं, त्येला देवानं धरलंय म्हणं. लुगडं नेसून डोंगर चढाय पायजे म्हणं. कसल्या पोराचं काय झालं बघितलीस ऽ ऽ'

'यल्लुबाई म्हणत्यात बाई तिला. व्हत्याचं नव्हतं कराय तिला काय योळ लागतोय ऽ ऽ' शेवंता बोलतच गेली.

सुली मात्र मनातल्या मनात पवाराच्या पोराचा लुगड्यातला अवतार डोळ्यापुढं

रंगवायला लागली. एवढ्यात सुलीला प्रश्न पडला. तिनं चटकन शेवंताक्काला विचारलं,

'हे अस्सं का व्हवावं?'

'काय तरी चुकलं आसंल. वाडवडलात कुणीतरी नाकारलं आसंल, त्येच हे फळ.'

'म्हणून पोराचं का आसं?'

'आसंच आसतंय बाई ऽ ऽ तुझं झालं न्हाई? तुझा बा मला जट धरली तवा सारखा नाकरायचा. डोंगराच्या आईला शिव्या द्यायचा. आता तुझ्याच गळ्यात दर्शन बांधलं न्हवं त्यानं.'

शेवंता फटकारून बोलून गेली. सुलीचं तोंड कसं कसं झालं. तिचा हात गळ्यातल्या पांढऱ्या-तांबड्या मण्यांकडं गेला. तिला ते दगडापेक्षा जडजड वाटायला लागलं. जीव रडकुंडीला आला. सुलीचं तोंड आपोआप बंद झालं. शेवंताला मात्र पोरीला उगंच बोलल्यागत वाटाय लागलं. ती सभोवतालच्या रानावर नजर रुतवर पाय उचलू लागली.

चौघीजनी कोटांत पोहोचल्या. दुपार सपाय आलती. देवळाजवळ म्हणावी तशी गर्दी नव्हती. दहा-वीस माणसं, आजूबाजूचं दुकानवालं, मधीच फिरणाऱ्या दहा-पाच जोगातीनी. चौघीस्नी बी असं मोकळं मोकळं देऊळ बघून आबजूकच वाटलं. त्येनी देवळाचा उंबरा वलंडला. कपाळं भंडाऱ्यानी पिवळी जर्द झाली.

कोटास्नं गावात यायला किनीट पडली. चौघी चार गल्लीला वळल्या. सुलीला आंग आणि अंग ठणकल्यागत वाटाय लागलं. कव्वा एकदा घरात जातोय आणि पासालतोय आसं तिला झालतं. रेंगाळत ती उंबऱ्यात पोहचली. घरात कुणीबी दिवा पेटवाय नव्हता. आई कुठं गेली हेच तिला समजंना. तिनं उंबऱ्याच्या आत पाय टाकला. तिच्या काळजात धस्स झालं. तिला पुढं सरकावं अस्सं बी वाटंना. ती तिवड्यागत जागच्या जागीच उभी ऱ्हायली. एवढ्यात परड्यांगास्नं दिवा पेटवून आणत सुबाना पुढच्या सोप्यात आला. त्यानं सुलीकडं बघितलं. पोरगी पार गळटून गेल्यागत झालती.

सुलीनं हातातली पिसवी भितीला आडकली. मजघरात जाऊन दिवा जवळ घेतला. बायजानं म्हातारीच्या अंथरुणाजवळच अंथरूण टाकलं. ती आईच्या अंथरुणाजवळ गेली. बायजा निपचित पडलीती. सुलीनं दिवा उशाला ठेवला आणि हळूच आईच्या तोंडावरची वाकाळ बाजूला करतच विचारलं,

'आई, झोपलीस ग ऽ ऽ?'

'काय न्हाई ऽ ऽ ग ऽ ऽ आता आलीस?'

'व्हय, खरं का झोपलीस?'

'आज दुपारपास्नं कशानं एकाएकी अंगावर जायलंय म्हणून पडलोय ऽ ऽ' बायजा कळवळल्यागत बोलली. एवढ्यात म्हातारीनं आपल्या बोबड्या तोंडातनं आवाज काढला, 'तिला भंडारा जरा लावा ऽ ऽ' सुली जागची हालली. तिनं खुंटीवरची पिसवी खाली घेतली. भंडाऱ्याचा डबा काढला. कोटाकडं तोंड केलं यल्लूआईला मागून घेतच बायजाच्या कपाळावर भंडाऱ्याची बोटं वडली. बायजा पुन्हा एका लयीत कण्हली. सुलीनं भंडाऱ्याचा डबा मिटीवला. पिसवीत टाकला.

क्षणभर तिला वाटून गेलं, पिसवी देव्हाऱ्यासमोर ठेवावी. तिच्या लक्षात आलं घर इटाळात हाय. देवावर सावटसुद्धा पडाय नको. ती तिथंच थांबली. तिनं पिसवी शेजारच्या दांडीला व्हलपटली. ती चुलीकडे वळली. आज जेवण केलं तरी आपल्याला जेवता येणार न्हाई. इटाळातल्या पाण्यानं घास घ्यायचा नसतो. आता पाणी आणून आंघोळ करावी तर आईकडं जाणंयेणं व्हणारच. तिच्या पोटातली भूक आपोआप मराय लागली. तिनं सुबानासाठी भाकरीचा तवा घासायला सुरुवात केली. चूल एकाएकी कशानं फुरफुराय लागलीती.

कसाळ्याची लक्ष्मी घरात आली तवा सुलीनं भाकरीची काटवट धुवायला सुरुवात केलती. सांबाऱ्याचं आदाण अजून चढवायचं होतं. लक्ष्मी सुलीजवळ येतच म्हणाली,

'आई कुठं झोपलीया ग ऽ ऽ'

'मदघरात.' सुलीनं काटवट भित्तीला उभी केली. लक्ष्मीनं उंबऱ्यावरचा दिवा घिऊन बायजाला उठवलं. बायजाचं तोंड निरपून काढल्यागत पांढरंशिबूर पडलंतं. कसली ती रया तोंडावर ऱ्हायला नव्हती. बायजाला उठून बसायलासुद्धा व्हईना झालतं. बायजा पुन्हा अंथरुणावर कलंडली. कलंडूनच तिनं लक्ष्मीबरबर बोलायला सुरुवात केली. तिचा आवाज खोल खोल कातर बनत चाललाता. डोळ्यांची अवस्था मंदानातल्या खड्ड्यागत झालती. लक्ष्मीला भलतीच काळजी वाटायला लागली. तिनं बायजाला विचारलं,

'अगोदर कधी अंगावर असं जाईत व्हय ग ऽ ऽ'

'मदी एकदा झालतं बाई ऽ ऽ'

'तवा कुठलं आवशीद घेतलंत?'

'तवा ऐनपुरास्नं चौगल्यांचं आवशीद घेतलतं. तवापस्नं आसं कधी व्हयाय नव्हतं बाई ऽ ऽ'

'गुंडापाच्या म्हातारीचं आवशीद कधी खालतीस ऽ ऽ?'

'न्हाई ऽ ऽ' बायजा कण्हली. तिचं डोळं आपोआप मिटत गेलं. लक्ष्मीनं दिवा परत उंबऱ्यावर ठेवला. ती सुलीजवळ आली. म्हातारी बोबड्या आवाजात लक्ष्मीला

कायतरी सांगत होती. लक्ष्मीनं तिच्याकडं कानाडोळा करीतच सुलीला विचारलं,

'जेवण झालं काय न्हाई ग अजून ऽ ऽ'

'सांबाऱ्याला फोडणी टाकली की झालंच आता ऽ ऽ'

'मग जरा गुंडापाच्या म्हातारीकडं जा ऽ आसंन आसं आईच्या अंगावर चाललंय म्हणून सांग. कसलीतरी मुळी ती दुधातनं उगळून खायला देतीया ऽ ऽ तेवढी दे ऽ ऽ'

'हूं' म्हणतच सुलीनं चुलीच्या पुढ्यात साळोता मारला. लक्ष्मी माघारी वळली. सुलीनं भानुशीवरचा दिवा उंबऱ्यावर ठेवला. सगळ्या गाडग्यास्नी झाकाण ठेवलंय काय न्हाई बघून ती घरातनं बाहेर पडली. एवढ्यात सुबाना पुढनं आला.

'काय कराय निघालीस?'

'गुंडापाची म्हातारी आवशीद देतीया म्हणं ऽ ऽ'

'मी बी गंगू म्हातारीकडनं आलतो ऽ ऽ'

'तिनं काय सांगितलंय?'

'डोंगराच्या भंडाऱ्याचं पाणी प्यायला द्याय सांगितलंय ऽ ऽ'

'दे जा तवर.' सुली पुढं सराकली. गल्लीत अंधाराशिवाय दुसरं कोणच नव्हतं. नुल्याच्या चढतीला ती लागली. पाय भरून आल्यागत तिला वाटायला लागलं. दिवसभर चालून चालून पाय खराशीला आलंतं. तिच्या पेंढरीतनं गोळं चढल्यागत तिला वाटाय लागलं. वरच्या गल्लीत पोहचली.

गुंडापाची म्हातारी दाराला कडी लावून जाम्म झोपलीती. सुली हाळ्या मारून खराशीला आली. शेजारच्या मान्याच्या घरातली सगळी भाईर जमा झाली. गल्लीत बोलणं वाढत गेलं. गुंडापाच्या म्हातारीला गल्लीतल्या वाढत्या गलक्यानं जाग आली. म्हातारी डोळं चोळीतच गल्लीत आली. मान्याची चांगुणा तिच्या झोपंचं कवतीक करायला लागली. म्हातारीला कायच समजायला तयार नव्हतं. तिनं सुलीकडं बघितलं आणि चांगुणाला ती म्हणाली,

'ही कशी एवढ्या राच्चं हिकडं?'

'हीच आलीया बाई तुझ्याकडं. आम्ही कशाला उठवावं ऽ ऽ' चांगुणानं म्हातारीला सगळं सांगून टाकलं. म्हातारी आत वळली. तिनं अंथरुणाजवळचा दिवा उचलत जांभई दिली. चोळी काढून झोपतनं उठलेल्या गुंडापाच्या म्हातारीचं सैल पडत चाललेलं अंग निरखालती. म्हातारी दिवळीतल्या गढळ्यातनं कसली तरी मुळी मोडून घेऊन बाहेर आली.

'आता ह्या पणात कसलं अंगावर चाललंय ग ऽ ऽ'

'तुलाच म्हाईत!'

'न्हाई ग, इटाळ जायचं वय आलं आणि आता ह्या बयेला ह्यो तरास म्हणजे सगळं इपरीतच हाय की ग ऽ ऽ'

'–' सुली काय न बोलताच उभी ऱ्हायली. गुंडापाच्या म्हातारीनं तिच्या हातात मुळी ठेवली. म्हणाली,

'ही मुळी ऱ्हेल्या ऱ्हेल्या पाट्यावर उगळ, सगळा रबडा दुधात कालव आणि बायजाला प्यायला दे ऽ ऽ'

'हेच्यावर सगळं खायाला दीवू ऱ्हवं ऽ ऽ'

'नको बाई- जरासं सरसरं आणि पिलं तर दूध तेवढं दे म्हणजे झालं. आनी हे बघ, लईच झालं तर उठवायला ये. दुसरं आवशीद दिऊ या ऽ ऽ हेनं थांबतंय खरं ऽ ऽ' म्हातारी पुटपुटली. सुलीनं चौकट सोडली. गल्लीत आवशीदाला माणूस नव्हतं. सुलीला अंधाराची भीती वाटाय लागली. तिनं गडबडीनं पाय उचलायला सुरुवात केली.

घरात सुबाना भित्तीला टेकून बसलाता. बायजा अंथरुणावरच उठून बसलीती. म्हातारीचं वळवळणं चालू होतं. सुलीनं मुळी सुबानाला दाखविली. बायजानं किलकिल्या डोळ्यानं बघितलं. सुली परड्यांगाला पाटा धुवायला गेली. बायजाच्या तोंडात मुळी बघूनच कडकट लाळ जमा झाली. सुलीनं पेल्यातनं दुधात घातलेलं आवशीद बायजाच्या समोर धरलं आणि बायजाला कसनुसं झालं. तिनं कडवट तोंड करत पेला हातात धरला. हातातला पेलासुद्धा तिला जडजड वाटायला लागला. डोळं मिटून घटाघटा आवशीद पिलं. आतड्यात कायतरी जळजळत गेल्यासारखं तिला वाटलं. तिनं छातीवर हात दडपून धरला. सुली तिच्या तोंडाकडं बघत ऱ्हायली.

सुबानानं जेवून घेतलं. म्हातारीला तुकडं मोडून भरवलं. सुली चुलीपुढं बसूनच व्हती. तिनं तांब्याभर पाणी पिलं. अंथरूण टाकलं. उशालगतचा दिवा इजवून सुलीनं डोळं मिटवलं. घर शांत वाटाय लागलं.

जाग आली तवा सुबाना तिला हालवून उठवत होता. सुलीचा डोळा उघडायला तयार नव्हता. अंग भलतंच भिन्न झालतं. तिचं तिलाच आपण जागं का झोपलोय, हे समजंना. आकिरला सुबाना जोरात कावला. तसी सुली गप्पाकन उठून बसली. अजून बी तिचं डोळं पूर्ण उघडाय नव्हतं. बाबा आपल्याला का उठवतोय, ह्या विचारातच तिनं पापण्या ताणल्या. बाबाचं तोंड भलतंच आकसून घाबरट बनलतं. सुली एकाएकी शुद्धीवर आली. तिनं बाबाकडं बघतच विचारलं,

'काय झालं ऽ ऽ?'

'तिला जास्ती झालंय. ऊठ लवकर ऽ ऽ'

सुली गडबडीनं उठली. तिनं हातरुणावर बसलेल्या बायजाकडं बघितलं. बायजाच्या अंगावरचं लुगडं भिजून काला झालतं. बायजा पेकाळून पडलीती. सुलीनं दांडीवरचं लुगडं काढलं. आईला उठवून उभा केलं.... लुगडं बदललं तवा बायजानं आवसान आल्यागत सुलीच्या तोंडाकडं बघितलं. सुली रडकुंडीला आलती.

हातरुणातलं वरचं फडकं बी भिजलंतं. सगळं बघून सुलीच्या काळजाचं पाणी पाणी झालं. तिनं हातरुणातलं फडकं बदलतच बाबाला हाक मारली. कातर आवाजात म्हणाली,

'काय खरं न्हाई ऽ ऽ आता कायतरी बघायलाच पायजे ऽ ऽ'

सुबाना गळाटला. त्याला काय करायचं, हिंगलजला हालवायचं, काय गुंडापाच्या म्हातारीला पुन्हा बलवायचं, हेच समजंना. तेवढ्यात सुलीच म्हणाली, 'गुंडापाच्या म्हातारीला तरी बलवून आण ऽ ऽ'

तिच्या बोलण्यासरशी सुबानानं उंबरा वलंडला. सुली बायजाजवळ बसून ऱ्हायली.

बायजाला बोलवत नव्हतं. आवसान गळून गेल्यागत झालतं. पापण्या उघडायलासुद्धा ताकद नव्हती. निपचित पडून ती मनातल्या मनात घाबरत चाललीती. तिचं तिलाच सगळं संपल्यागत वाटाय लागलंतं. सुली मात्र तिच्या किलकिल्या डोळ्यांवर नजर रुतवून यल्लूआईला साकडं घालीत बसलीती. घटका घटका दोघींच्यामधनं वेळ निघून गेला. सुलीनं पुन्हा आईच्या लुगड्याकडं बघितलं. लुगडं कव्वाच वल्लंकिच्च व्हवून गेलतं. आता मात्र सुलीच्या पायातलं आवसान गळून गेलं. तिला घशाला कोरड पडल्यागत झाली. ती तडक देव्हाऱ्याकडं गेली. इटाळात सावट पडायचा नसतो हे ती पार विसरून गेली. तिनं परडीला जाम्म चिमटीत धरलं आणि यल्लूआईच्या नावानं मोठ्यानं पुटपुटली,

'हेच्यातनं वाचवलीस तर तू यल्लूआई!'

एवढ्यात गुंडापाची म्हातारी घरात आली. तिनं सुलीला कडकडीत पाणी तापवायला सांगितलं. बायजाला उठवून बसविलं. नवं लुगडं तिला नेसायला दिलं. बायजाचं हात हालंचनात. सुली चुलीवर पाण्याचं भांडं ठेवून आली. तिनं बायजाला लुगडं नेसवलं. बायजाच्या डोळ्यातनं घळाघळा पाणी गळालंतं. सुलीला बी आवंढा आवरला न्हाई....

गुंडापाची म्हातारी बायजाजवळनं उठली, पुढच्या सोप्यात गुडघ्यात मान घालून बसलेल्या सुबानाजवळ जातच म्हणाली,

'कुणाची तरी गाडी बघ बाबा ऽ ऽ हे काय आता हितं आवरण्यातलं दिसत न्हाई ऽ ऽ'

सुबानाला सगळीच पंचीती पडली. आता ह्या वेळंला कोण उठणार, गाडी जुपणार हेचंच त्याला गुडारत वाटाय लागलं, तो भिन्नबडावल्यागत तिथंच बसून ऱ्हायला. तशी गुंडापाची म्हातारी पुन्हा म्हणाली,

'असं बसून काय उपेग न्हाई बाबा ऽ ऽ हिला हितनं हालविल्यालीच बरी.'

सुबाना उठला. त्यानं गावातल्या सगळ्या गाडीवानांची घरं डोळ्यापुढं न्हेली.

ह्या वेळेला कोण उठलं असं त्याला वाटंना. आकिरला उठवून तरी बघूया म्हणून त्यानं पायताणं सरीकली. उंबऱ्यातनं बाहेर पडताना त्येची हाडं करकरली.

गुंडापाच्या म्हातारीनं पेलाभर कडकडीत पाण्यात कसलातरी पाला चोळून पिळला. त्यात जिरं वरनंच टाकलं आणि बायजाला घोटाय लावलं. बायजानं जिवाच्या करारावर पेला संपविला. एक लांबलचक सुस्कारा टाकला. सुलीच्या अंगातला कापरा सुटलाता. तिनं धीर सोडलाता. बायजाच्या अंथरुणाजवळ हाताच्या अंतरावर असणारी म्हातारी किलकिल्या डोळ्यानं बघीत बसलीती. तिची जीभ उचलायला तयार नव्हती.

घोरपड्याच्या बबन्याला कसंतरी घोड्यावर बसवून सुबाना गाडी जुपून घेऊन आला. सुलीच्या जरासा जिवात जीव आला. गल्लीतल्या तीन-चार घरांना जाग आली. सुबानानं गडबडीनं कवळाभर चगाळ गाडीत टाकलं. घोंगडं अंथरलं. वाकाळ टाकली आणि गुंडापाच्या म्हातारीला हाळी मारली. म्हातारीनं बायजाला उठवलं. बायजाचा तोल जायला लागला. सुलीनं आपल्या अंगावर भार घेतला. बायजाला गाडीत बसवलं. सुलीनं दोन लुगडी पिशवीत कोंबली. फडकी घेतली आणि घरातनं भाईर पडली. तसा सुबाना म्हणाला,

'तू थांब म्हातारीजवळ ऽ ऽ गुंडापाच्या आजीलाच घिऊन जातो ऽ ऽ' गुंडापाच्या म्हातारीला न्हाई म्हणायचं गुडरत पडलं. गुमान गाडीत चढली. तिनं बायजाच्या अंगावर वाकळ झाकायला सुरुवात केली. वाकळ झाकता झाकता तिचा हात वल्ल्याकिच्च लुगड्याला लागला. ती मनातच पुटपुटली,

'असा कसा जगायेगळा बांध फुटला लेकी ऽ ऽ'

गाडीनं जागा सोडली. सुलीच्या पापणीतनं पाणी घरंगळलं. ती तशीच चौकटीला उभा ऱ्हायली. सुली भानावर आली. तवा गाडीचा आवाज लांब गेलता. सुली घरात वळली. तिनं पुन्हा देव्हारा गाठला आणि परडीतली कवड्यांची माळ हातात घिऊन यल्लुआईला सांगितलं,

'ह्यातनं काय वाईट झालं तर.... उद्यापस्नं डोंगराच्या वाटंवर पाय सुद्धा असणार न्हाई ऽ ऽ ऽ आई, हे तुझं तूच निस्तराय पायजेस ऽ ऽ' तिची कवड्यावरची तिटी एकाएकी आवळ झाली. त्या कवड्या जशाच्या तशा तिच्या हातावर उठल्या.... ती त्या ठशांच्याकडं पाहातच बसली.

दिवस बक्कळ डोळ्यासमोर आलता, तरी धुकं हाटायला तयार नव्हतं. चार कासऱ्यावरचा माणूस अजूनबी वळखायला तयार नव्हता. घोरपड्यांचा बबन्या आता नांगर धरून धरून शिणपाटलता. पाठीमागनं हारबुरं टाकणाऱ्या सुबानाच्या अंगात मात्र अजून तरतरीतपणा व्हता. बबन्यानं आडासाला नांगर आल्यावर सुबानाला इच्यारलं,

'जरा तंबाखू खाऊया व्हय ग ऽ ऽ'

'कसला गडी तू ऽ ऽ चार तास मारायच्या आत दमलास? अशानं जेवणाच्या येळापतोर निम्मंतरी वावार व्हईल काय?'

'खरं, बावकांडं दुखाय लागल्यात बाबा ऽ ऽ'

'कसला बापय गडी ऽ ऽ आरं, आमच्या तरुणपणात आमी वावर संपविल्याशिवाय कधी मधी बसत न्हवताव ऽ ऽ बैलं नुस्ती फेसाळायची.'

'ते खरं गा ऽ खरं आता आंगच आडमासल्यागत झालंय त्येला मी तरी काय करू?'

'बाबाला लगीन करायला सांग ऽ ऽ' सुबाना बांधावर बसतच म्हणाला. बबन्या त्येच्याजवळ टेकला. बैलं सुस्कारत उभा ऱ्हायली. बबन्यांत तंबाखूची पिसवी काढली.

'धुकं अजून कसं गा ऽ ऽ' बबन्यानं तंबाखूची चिमट पिसवीतनं भाईर काढताच विचारलं.

'पडतंय कधी कधी आसलं आडगं धुकं...' सुबानानं व्हट्यातला हरबरा तोंडात टाकताच सांगितलं. बबन्यानं तंबाखू मळायला सुरुवात केली. सुबानानं त्याच्याकडची पिसवी आपल्याकडं घेतली.

....आता धुक्याचा पडदा बाजूला झाला की उन्हाच्या चटका मारायला सुरुवात व्हईल. तवर हेची बैलं फेसाळतील. गडी बी काय तग धरंल असं वाटत न्हाई ऽ ऽ म्हणजे आज बी काय हरबऱ्याची कड लागंल असं वाटत न्हाई ऽ ऽ न्हाई लागली तर न्हाई लागली... केवडा लागल तेवढा घातीला लागंल, पुढचं पुढं....

सुबनानं तंद्रीतच तंबाखू तोंडात टाकला. दोघं पिचीपिची थुकत घटकाभर बसले. लगेच सुबानानं बबन्याला उठवलं. आपली कमरंची हरबऱ्याची व्हटी बबन्याच्या कमरंला बांधली. चाबूक खांद्यावर घेतला. बैलास्नी दा ऽ ऽ म्हटलं. वावर भलतंच कडांगलतं. वल्लं नावालाच वाटालंती. बबन्याला ह्या हरबुऱ्याचं काय खऱ्यातलं वाटत नव्हतं. खरं, बोलायचं कसं म्हणून ते मुठीतनं हरबुरं तासातनं इस्कटत चाललतं. बैलास्नी चेव आल्यागत नांगराचं तास सुरात चाललतं....

'लई मागास केलासा गा ऽ ऽ' बांधावरनं आवाज आला आणि दोघांनीबी एकदम मागं वळून बघितलं. केसरकरचा म्हारुती बांधावरनंच आपल्या पांढऱ्याशिबूर मिश्या सावरत उभा असलेला दिसला. बबन्या त्येच्याकडं बघून गम्मतशीर हसला. सुबाना मात्र मनातल्या मनात म्हणाला, 'ह्यो आनी कुठनं टाईम काढायला टपकला?' आडसाला बैलं परतून आणली. म्हारुती काय जागा सोडायच्या बेतात नव्हता. तो पुन्हा म्हणाला,

'लई मागास झालं गड्या ऽ ऽ लोकाचं हारबुरं उगवून आलं ऽ ऽ'

'जनावरं असणाऱ्याचं काय बाबा ऽ ऽ'

सुबानानं बैलाचं कासरं सैल सोडलं. बबन्यानं लगेच बैठक मारली. म्हारिती केसकरनं चंप्यावर बसतच खिश्यातल्या चिलमीला हात घातला. सुबाना नांगराच्या इसाडावरच टेकला.

'यरवाळी कुठं दौड मारलास ऽ ऽ'

'आलो आपलं पोरांनी कुठं शाळू घातलाय म्हणं बघून फिराटी मारून जायचं....'

'पोरांच्याकडं एवढी सत्ता आणि कवा दिलास ऽ' बबन्यानं केसकरला डिवचलं. तसा चकमकीवर इस्तू पाडतच म्हारुती केसकर म्हणाला,

'तर काय तुझ्या बा वाणी व्हय रं ऽ ऽ हे घोरपड्याचं बेनं तुला कसं गावलं...?'

'गावलं झालं ऽ ऽ गरीबाला येळ परसंगाला कोणतरी पावतंय झालं.'

सुबाना इवाळल्यागत बोलला. म्हारुती केसकरनं लांबलचक झुरका मारला. सुबानानं बैलास्नी दा म्हटलं आणि मारुती केसकरनं बांध सोडला. बबन्याला म्हाताऱ्याचं हसूच यायला लागलं. हसू आवरता हारबुरं टाकता टाकता तो म्हणाला,

'म्हातारा झालाय खरं अंगात हाईत तशा कला हाईत बघ ऽऽ' सुबाना बैलास्नी दबवताना मनातल्या मनात हसला. म्हारुती केसरकरच्या विचारातच गुतपळला...

... आमच्या पुढ्यात भाकरी दुसऱ्याच्यातनं मागून आणून खाईता गडी. आज पोरं डोकेबाज निघाली. गड्याच्या जलमाचं सोनं झालं. काठीला हात लावत न्हाई... ह्येला म्हणायचा जलोम. न्हाई तर आमचाबी जलमच! काय तिच्या आयला...

सुबाना पाचकन थुकला. बैलांनी नांगराला जरा जोराची वड दिली. सुबाना हिंदकाळला. कासऱ्यालाा धरून सावरतच त्यानं बैलाला आईवरनं शिवी दिली.

सुलीनं जेवणाची बुट्टी बांधावर उतरली, वावार निम्मं आलतं. जेवणाची बुट्टी बघितल्यावर बबन्याच्या जिवात जीव आला. तास आडसाला कव्वा जातय असं वाटाय लागलं.

बैलास्नी उभा करतच सुबानानं सुलीला विचारलं,

'आजून का ग ऽऽ ?'

'माद्याळची मावशी आईला बघाय आलीया ऽऽ'

'तिला आजच सवड गावली व्हय?' म्हणत सुबानानं बांधावरच बूड टेकलं. बबन्यानं मोग्यातलं पाणी हातावर वतून घेतच सुलीकडं बघतलं. सुली डोळ्यातल्या डोळ्यात हसली. तिनं दोघांच्यासमोर ताटल्या सरकल्या, खोपरावर गाल ठेवून ती बैलाकडनी बघत बसली. दोघास्नीबी चापून भूक लागलीती. बुट्टीचा अंदाज घेतच सुबानानं हात आवरता घेतला. बबन्या मात्र सुलीला न्याहाळतच हातातला तुकडा

धक्कल व्हयाच्या आतच गिळाय लागलंता. सुबानानं हात धुतला. मोग्यातलं पाणी टोपात वतून ठेवलं.

'पाणी घिवून येतो. शिस्तीनं खा रं ऽऽ' म्हणत सुबाना उठला. गणू पाटलाच्या विहरीकडं सरकला. बबन्याला एवढंच पायजे व्हत. त्यानं दमानं तुकडा मोडायला सुरुवात केली. सुलीनं बाबाचं ताट धुवून बुट्टीत उपडी घातलं.

'तुम्हास्नी हारबुरा काय साधंल असं वाटत न्हाई बाई.'

तुकडा चावतच बबन्यानं कायतरी बोलायचं म्हणून बोलायला सुरुवात केली.

'तू नांगराय आलास म्हटल्यावव कसा साधंल सांग की?' सुलीनं त्याला बोलायचं बंद केलं.

'आयला, बायकाची जात लई वाईट. कव्वा कसं बोललं काय नेम न्हाई.'

'आनी बाापयाची जात लई चांगली. कुठं कसली नदार लावंल ह्येचा नेम न्हाई ऽऽ' सुलीनं त्येंचं बोलणं त्येच्याच घशात घातलं. बबन्याच्या तोंडावर हसू दाटलं. एकाएकी तो 'खो ऽऽ' करून हसला. सुलीला त्येची गम्मतच वाटली.

'कशाचं हसू आलं रं?' सुलीनं त्याला विचारलं.

'कशाचं न्हाई ऽऽ'

'मग काय झटका-बिटका आला काय?'

'न्हाई... रात्री घरात आलतो तवा एकदम कशी बावचाळलीस ते आटावलं आणि हसू आलं...'

'लईच निघालास की रं ऽऽ' म्हणत सुली पुन्हा बावचाळली. तिनं स्वतःलाच सावरलं. विषय बदलत तिनं विचारलं,

'काय वाढू...?'

'सगळंच-'

'खा ऽऽ' म्हणत सुलीनं बुट्टी त्येच्या ताटाजवळ सरकली, आणि ती मागं सरून बसली. बबन्याला गमज्याचं वाटली. त्यानं सुलीच्या डोळ्यात बघितलं. सुलीच्या डोळ्यात एकदम कायतरी भिरभिरलं. बबन्या हेंड्यातल्या हारबुऱ्यागत गदबाळलं..

'आजून गिळालास व्हरं?' पाठीमागनं सुबानाचा आवाज आला. बबन्या गोंधळला.

'काय तात्या लई भुक्यावलोतो ऽऽ' त्याानं स्वतःला सावरलं. हात धुतला तंबाखूची पिसवी काढली. सुलीनं सगळी भांडी बुट्टीत भरली. तंबाखू मळतामळता बबन्याची नजार सुलीवरच रुतलीती. सुलीला मात्र कव्वा एकदा हितनं सुटतोय असं झालतं.

बैलं पुन्हा तासाला लागली. बबन्यानं सुलीकडं बघीतच कमरंला व्हटी आवळली. सुबानानं बैलास्नी सणकून दम भरला. बैलं सुराला लागली. सुलीनं बुट्टी

डोक्यावर घेतली. मनात नसतानाही तिनं एकाएकी बबन्याकडं वळून बघितलं. बबन्यानं दात काढून तिला यडवान दाखविलं. सुलीला हासूच आलं. तिनं गडबडीनं बांध वलंडला.

सुली गावच्या वाटंला लागली आणि तिच्या मनात एकाएकी विचाराची वारुळं उठली...

... आईच्या आजारपणापास्नं एवढी बबन्यात आपण का घुटमळाय लागलोय. त्येनं राच्च गाडी जुपली. आईला हिंग्लजला न्हेलं खरं, त्यातनंच त्येचं घराकडं येणं वाढलं. म्हणून काय आपुण एवढं त्येच्यात गुतपळायचं? किती केलं तरी त्येचं घराणं निराळं, माझं निराळं. मनात काय बी नसून आपूण एवढ्या कशात वड खायाला लागलोय, बबन्या दारावरनं जरी गेला, तरी डोळं त्येच्या पाठीमागं लागल्यात. घरात कामात असतानाबी त्येचा आवाज आला तरी मनाला कशातच रस वायत न्हाई. ह्येच्यातनं काय चांगलं निपजायचं न्हाई... मनाला कुठंतरी दावणीला बांधाय पायजे. या विचारातच ती पांदीत आली आणि पाठीमागनं आवाज आला,

'काय कराय गेलतीस ग?' सुलीनं माग वळून बघितलं. शेवन्ताक्का कुठनं हातात परडी घेऊन यालती.

'जेवण द्यायला गेलतो. खरं, तू हिकडे कुठं ऽऽ?'

'गेलतो म्होयत्याच्यात. मागच्या मंगळवारी त्येचा म्हातारा डोंगराला गेलता. आज देव परल्यांनी ऽऽ'

'यसाद्याची फुली बी गेलती वाटतं-?'

'गेली आसंल... आईचं कसं काय हाय ग?

काय तरी चुकालंय बाई कुठंतरी. मलाबी त्येचंच कोडं वाटतयं.'

शेवन्ताक्का सज्जवारी बोलली आणि सुलीच्या मनात भलतंच लागलं.

'काय चुकत आसंल ग? मंगळवार सुकीरवार जोगवा मागतोय-कुठली पुणव चुकवायची न्हाई-म्हाईच्या पुणवंला डोंगर चढतोच. आणि काय करायचं? मला तरी वैताग आलाय ऽऽ'

'असं म्हणून कसं भागंल बाई ऽऽ आपल्या हे जलमालाच लागलंय ऽऽ खरं हे वाईट बाई.'

एकाएकी शेवन्ताका बोलून गेली. सुलीनं तिच्या पिकल्या केसाकडं सज्जवारी नजर टाकली आणि मनातल्या मनातच ती शेवन्ताकाच्या बोलण्याचा अर्थ शोधायला लागली. चावडीजवळच्या तिट्यावर दोघीबी न बोलताच थांबल्या. शेवन्ताका जातो म्हणून वळली. सुली मात्र मनात गुतपळतच गेली.

घरात मळक्या कपड्याचा ढीग पडलाता. त्यात म्हातारीच्या अंगाखालची बोतरं

कुजल्यागत घुमाय लागलीती. सुलीला सगळं मिळून एका येळंचं काम व्हतं. कधी तरी ह्या आठवड्यात हे बडवून आणायलाच लागणार, ह्येच्या परास आज खदबळून आणावं म्हणून सुलीनं सगळा ढीग एका ठिकाणी गोळा केला. म्हातारीचं हातरुण बदलून, तिला नवीन जुनेर नेसवलं. म्हातारीच्या अंगाचा घाणघिस वास मारालाता. हातरुण तरी काळंमिट झालतं.

सुलीनं पाण्याच्या गाडग्यात कडकडीत पाणी उकळलं. त्यात अधिकमाप सोडा टाकला आणि म्हातारीच्या अंगाखालची सगळी बोतरं त्यात बुडविली. कसला तरी फुंगुस वास घरभर घुमला. सुलीला उभाळून आल्यागत झालं. बुट्टीतल्या पाण्याला गुळवणागत काळपट किरमिजी रंग आलता. सुलीनं नाकाला तिडा दिला. आईची सगळी मळलेली लुगडी गोळा केली. आपली पातळं मोजली. पुन्हा सगळी मिळून सोड्यात बुडविली, बुट्टीत रचली आणि बाबाची कापडं सगळ्यांवर टाकून तिनं बुट्टी उचलली.

तळ्यावर चिटपाखरू नव्हतं. सुलीला भयाणभूस वाटाय लागलं. सगळीच आज कुठं उलाथली, असं तिला वाटून गेलं. तिनं लांबसडक दगड गाठला. बुट्टी पालथी घातली. समोरचा वल्लाकीच्च ढीग बघून तिनं कपाळावर मारून घेतलं. ती स्वतःशीच पुटपुटली, 'कव्वा आटपायचं रं देवा ऽऽ' तिनं बाबाची धडुतं पहिल्यांदा बडवायला सुरुवात केली. अंगी घासता घासता तिच्या हाताला काय तरी बोचलं. सुली मनगट आवळूनच उभा ऱ्हायली. तिनं अंगीचं खिसं चाचीपलं. सुबानानं खिशाला टोचलेली सुई तिला गावली. 'आमचा बाबा म्हणजे खुळाच' ती पुटपुटली. एक एक पिळा तिनं घासून काढायला सुरुवात केली.

तळं शांत होतं. कुठंच कशाची हालचाल नव्हती. आभाळाचं दिसणारं पाण्यातलं रूप खऱ्या आभाळापेक्षा भलतंच गोड वाटलतं. काठावरच्या बाभळीच्या झाडांच्या सावळ्या पाण्यात हळुवार वाऱ्यानंसुद्धा हेलकावाय लागल्यात्या. आख्या तळ्यातलं पाणी संथ वलयांकित होऊन सुलीला निरखत बसलतं. सुलीला कशााचीच जाणीव नव्हती. कव्वा एकदा ह्यो ढीग आटपतोय असं तिला झालंतं. पायाला ढसणाऱ्या चिंगळ्या मासळ्यासुद्धा तिला जाणवेनाशा झालत्या. ती तिच्याच तालात एक एक मळका पिळा पिळून काढालती. मळीचा पाट दगडाभोत्यानं पाण्यात मिसळलाता.

सुलीची पाण्यात पडलेली सावली तरंगाबरोबर हळुवार हालता हालता पाण्यावर तवंग झालती. सुलीनं वर खोचलेली पातळाची निरी मदी मदीच निसटालती. सुली बेभान झाल्यागत दगडावर एक एक पिळा आपटायला लागलीती. एवढ्यात तळ्याच्या खायल्या बाजूला कोणतरी खाकरला. सुली भानावर आली. तिनं तिरक्या डोळ्यानं खायल्या वाटेकडं नजर टाकली. बबन्या म्हशीला दोरी लावून घिवून यालतं. सुली एकाएकी गदबाळली. एवढ्या उन्हाचं ह्येनं म्हशीला कशाला भाईर

काढलं आसंल! तिनं समोरचं झंपर घसा घसा घासायला सुरुवात केली. बबन्या तिच्याजवळच म्हशीला उभा करून चकारल्यागत म्हणाला,

'एवढ्या उन्हात कशाला मरायला एकटीच आलीस?'

'का बाबा, तुला लई काळजी पडली वाटतं. आनी तुला काय सपान पडलं व्हय रं, म्हणून हिकडं उलातलास?'

बबन्या तळामुळातनं मोहरला. त्यानं म्हशीला पाण्यात सोडली. हातात दोरी धरून जवळच्या दगडावरच सुलीच्या वाकलेल्या अंगाकडं बघत बसला.

'आता कशाला आणालास हिला हिकडं ऽऽ?' सुलीनं झंपर पाण्यात बुडवता बुडवताच प्रश्न केला.

'तुझ्या सोबतीला!' बबन्या मोठ्यानं हसला.

'उद्या बाजाराला न्हायची हाय ऽऽ तवा चकाचक करावी म्हणून आणलीती खरं, तू आनी हितं टपाकलीस.' बबन्यानं सुलीच्या पेंढऱ्या नजरेनंच चाचपायला सुरुवात केली. सुलीनं तिरक्या नजरेनं एवढंच हेरलं आणि खोवलेल्या निऱ्या खाली सोडायच्या हेतूनं हात कमरंकडं न्हेला. आणि मनात काय आलं कुणास धक्कल, तिनं हात तसाट दगडावरच्या पिळ्याकडं न्हेला. बबन्यानं हातातली दोरी सैल करतच सुलीला विचारलं,

'एवढं धुणं किती वरसाचं गोळा करून आणलीस?'

'आणलंय धा वरसाचं. धुवू लागतोस''

'महाराणीची आज्ञा ऽऽ'

'आहारं तुझी आज्ञा ऽऽ कसा रागूगत बोलतोय बघ ऽऽ'

'धुवायला माणूस चांगलं हाय ऽऽ'

'आणजा की तुझी बी ऽऽ'

'तू हितं हाईस हे म्हाईती आसतं तर आणली असती.'

'म्हणं आणली असती... कोण तरी ईल की तुझी धुणारी...'

'...' बबन्या कायच न बोलता सुलीच्या डोळ्याकडं बघत बसला.

बबन्या गप्प कसं म्हणून सुलीनं त्याच्या डोळ्याला डोळा भिडवला. बबन्या एकदम शहारलं, गदबाळलं.

'हे आटपाय आता चार तास लागतील.'

'काय करतोस बाबा ऽऽ म्हातारी एक बसलीया की माझ्या मड्यावर. चार दिवसाला हातरूण गू-घाण करून टाकतीया.'

'मरंल घे आता -'

'हू, मरालीया. आता दोन वरसं झाली. सगळी आसंच म्हणत्यात. खरं, म्हातारी माझं बळ बघाय बसलीया. ती अशी तशी जाती व्हय?'

'एवढं तिच्या नावानं रडाय तुझं काय वाईट केलंय तिनं?'

'काय राकलंय...' सुली एकाएकी बोलून गेली आणि मनातल्या मनात गदबाळली. आपण असं बोलाय नको व्हतं, असं तिला वाटाय लागलं. तिच्या डोक्यावरचा पदर ढळला. खांद्यावर पडला. बबन्याला आता सुली भलतीच आकर्षक वाटाय लागली. तो नकळत बोलून गेला.

'बामनाच्या पोरीगत दिसतीस बघ ऽऽ'

'किती येळा म्हणशील, लई येळला ऐकलं ऽऽ'

'हाय ते सांगितलं-'

'मग काय इच्चार सांगून टाक आताच. लई झालं कवतीक.' सुली हसली. तिच्या गालावर पिकल्याली हुंबरं एकाएकी लखलखली.

'खरं देवानं तुझ्यासारख्या रूपाच्या पोरीला धराय नको व्हतं.'

'मग कुणाला धरंल?' सुली कातर आवाजात मनातल्या मनात कण्हली. तोंड काळंमिट्ट झालं. बबन्याला उगंचच आपण बोललो असं वाटाय लागलं. त्यानं सुलीवरची नजर तिच्या पाण्यातल्या सावलीवर रुतवली. तो पाण्यातल्या म्हशीगत गप्पगार बसला. सुली बी न बोलताच लुगडी बडवाय लागली. मनात अनेक विचार धबाधब फुटत होतं.

'आता तुमच्या वयल्यांगाची भाऊबंद एकाएकी तुमच्याशी एवढी गोड कशी वागल्यात ग ऽ'

'त्येच हाय बाबा ऽऽ ह्येच्या आगोदर इस्तु आड जाईत नव्हता. आता आईला दिवस जाणार न्हाईत हे कळल्यावर लगड कराय लागल्यात!'

'म्हणजे ऽऽ'

'तस्संच आता वारसाला त्येनीच की.'

आपण पुन्हा त्याच विषयावर उगाच आलो, असं बबन्याला वाटाय लागलं. त्यानं ते बोलणं मध्येच तोडलं. दगडाकडंला ठेवलेला वस्तारा दगडावर घासायला सुरुवात केली. खरं सुलीबरबर बोलण्याशिवाय त्याला गम्मचना.

'कल ती व्हगाड्याची भयना इच्चारालाती...' बबन्यानं कायतरी बोलायचं म्हणून थाप जुळवली.

'काय?'

'माझं तुमच्या घराकडं येणं कसं काय वाढलं म्हणून.'

'मग काय सांगितलास?'

'म्हटलं, तुला कशाला? दात पाडल्यागत गप्प केली.'

'माझ्याकडं बी हल्ली तशीच बघतीया रं ऽऽ'

बबन्याला थाप पचल्याचा आनंद झाला. तो ओघातच म्हणाला,

'काय बी म्हण सुली. मला तुला बघितल्याशिवाय गमतच न्हाई बघ ऽऽ'

'व्हय ऽऽ' सुलीनं तोंडाचा चंबू करतच बबन्याला डोळ्याला डोळा भिडवला. अंगभर कायतरी पसरत गेल्यागत तिला वाटाय लागलं. ती लाजून चुरगाळली.

'खरं हे किती दिवसाचं ऽऽ' तिनं लुगडं पिळतच विचारलं.

'त्या दिवशी सांगितलंय न्हवं ऽऽ सुली काय बी व्हवू दे ऽऽ मी डगत न्हाई ऽऽ'

'हे म्हणायचं असतंय...'

'बघ तर-' बबन्या निश्चयाने बोलला. सुलीचं अंग अंग शहारलं. तिनं पिळलेला लुगड्याचा पिळा बुट्टीत व्हलपाटला. तिच्या गळ्यातल्या पांढऱ्या तांबड्या मण्यांनी हेलकावा घेतला.

'खरं मला तरी काय खरंच वाटत न्हाई रं ऽऽ'

'तुझं आपलं कायतरीच!' बबन्यानं म्हशीच्या दोरीला हिसका दिला आणि पाण्यात बसून कटाळलेली म्हस सुलीकडंच्या बाजूला उधाळली. बबन्यानं गप्पाकनं सुलीच्या दगडावर उडी मारली. सुलीचा उष्ण श्वास त्याला जाणवला. त्यानं म्हशीला परत कडेला आणलं. जाताजाताच सुलीच्या गालावर टिचकी मारली. सुली शहारली.

'ह्यो काय घरातला खोपडा न्हवं ऽऽ' सुली पुटपुटली. बबन्यानं जागा सोडली. सुलीच्या डोळ्यात खोलखोल बघितलं. अंगभर नजर फिरवली. सुलीच्या उघड्या मांडीवर मघाचा आलेला काटा जशाचा तसा होता. बबन्या एकाएकी हसला. सुलीनं लुगड्याचा पिळा लांब पाण्यात व्हलपटला. मध्येत फुगा तयार झाला. सुलीनं सरसर लुगड्याला पाण्यातच गोळा केलं... तिचं मन पाण्याहून पाणी झालं...

❑

चार

मधल्या गल्लीला सगळी धांदल उडालती. खरंदाळ्याच्या घरात आंबील घुगऱ्याची जत्रा. खरं, सगळी गल्ली त्याच धावपळीत असल्यागत झालतं. गल्लीतल्या आया-बायांची सारखी खरंदाळ्याच्या घराकडं जा-ये चाललीती. कुणाला वाटावं सगळ्या गल्लीची जत्रा हाय, असंच वातावरण तयार झालतं. आप्पा खरंदाळ्यानं दारात लग्नागत मांडव घातलाता. पोरांची मांडवाखाली खेळण्याची झुंब्बड उडालती. सगळी गल्ली गजबजून गेलती. या सगळ्यात आप्पा खरंदाळ्याची बायको मात्र शून्य नजरेनं सगळं बघत दारात टाकलेल्या बाजल्यावर बसून होती. तिच्या नजरेसमोर तायाक्का घरात व्हती तवाधेनातच्या आंबील घुगऱ्या सारख्या धेनात यायला लागल्यात्या. तायाक्का मोठ्या म्हातामाची बाई! सगळं गाव तिच्यासमोर मान टाकायचं. लांबनं लांबनं लोक यायचं, शब्दाखातर रात रात चालत जायाचं. सगळं इपरीत असल्यागत त्यावेळचं घराचं रूप तिला आज एकाएकी आठावलतं. घरात सुना सगळं बघालत्या, त्यामुळं तिला मोकळं बसून आज सगळं आठवायला वेळ मिळालता. चोर रामा पाटलाची म्हातारी गंगू आजी काठी टेकत टेकत आपलं लोंबकाळणारं नाक सांभाळतच आप्पा

खरंदाळ्यांच्या बायकोजवळ आली. बाजल्यावर टेकता टेकताच म्हणाली,

'तायाक्काला मरून दहा-पंधरा वरसांच्या वर दिस झाल्या असतील न्हवं ग ऽऽ'

'व्ह ऽऽ य ऽऽऽ' आप्पा खरंदाळ्याच्या बायकोनं तितका लांब सुस्कारा सोडला. तिच्या म्होरं तायाक्काचं रूप जसंच्या तसं उभं ऱ्हायलं. सदा भंडाऱ्यात भरलेलं कपाळ, तितकं घारट डोळं, सगळ्यात उठून दिसणारं नाक, डोक्यावरच्या जटा, मदीमदीच लोंबकाळणाऱ्या, पदर कायम कमरेला खोचलेला. तिला तायाक्का जवळ बसल्यागतच वाटाय लागली. तिनं डोळ्यांना आवर घालून चोळलं आणि म्हणाली,

'ह्या दिसीच तायक्काची आठवण हाटकून येतीया बघऽऽ'

'ह्यो दिसच तिचा हाय बाई ऽऽ तरी कसं तिचं म्हातम चालवत आणल्यासा ऽऽ' शेजारची गंगू म्हातारी बडबडली.

'आमचं जीवमान काय तवर तरी चालवणार बघ ऽऽ' आप्पा खरंदाळ्याच्या बायकोनं गल्लीत लांबवर नजर रुजवत सांगितलं. दोघी न बोलताच गप्पगार बसल्या. घटका घटका वेळ वाढत चालला. तशी गंगू म्हातारी काठी टेकतच उठली आणि म्हणाली,

'गादीच्या पाया पडाय आलतो. मागनं सगळ गर्दी उसाळतीया.'

'चला की आत ऽऽ' म्हणत आप्पा खरंदाळ्याची बायको उठली. दोघी देवाच्या खोलीत पोहचल्या. सगळीभर दिवं लावून झगझगाट केलता. देव्हाऱ्यावरचा जग आणि जगाच्या कडंनं बसवलेलं आरसं चकाकाय लागलतं. जगाच्या भोत्यानं बसवलेली मोरपिसं टवटवीत असल्यागत झगमगायला लागलीती. मदी बसवलेला देवीचा चांदीचा टाक, दिव्यांच्या उजेडानं लखलखाय लागलाता. देव्हाऱ्याच्या भोत्यानं चुन्यानं रंगवलेली नक्षी सगळ्याच देव्हाऱ्याला उठाव देत होती. गंगू म्हातारीला तायक्का बसल्यागतच वाटाय लागलं. तिनं देव्हाऱ्यावर डोकं ठेवलं. तायक्का बसत होती त्या जाग्याला ती गुडघे टेकून पाया पडली. सगळी खोली पिवळट प्रकाशात गंभीर व्हवून बघत व्हती.

सूर्य कलतीला लागला तशी आप्पा खरंदाळ्याच्या घराकडं माणसांची वर्दळ अधिक अधिकच वाढायला लागली. बायकामान्सं पोराबाळास्नी घिऊन तायक्काच्या गादीचं दर्शन घेऊन जायला लागली. घरातल्या सगळ्यांची तारांबळ उडायला सुरुवात झाली. किनीट पडायच्या आत लिंब नेसून, कुंडाला जाऊन यायचं व्हतं. बायकांचा तरी टाका ढिल्ला तुटलाता. या वरसी बाळ जोगतीनीचा मान सुलीकडं आलता. त्यामुळं सुली आप्पा खरंदाळ्याच्या घरभर हिकडनं तिकडं लुडबुडायला लागलीती. हवं नको करून घ्यालती. मधी मधीच तायक्काच्या देव्हाऱ्याचं रूप डोळ्यात साठवत वेळ घालवत व्हती. तिला तायक्काचं सगळंच आगळं-येगळं आयकायला मिळाय लागलतं. तिचं म्हातम तिच्या मनाला ढूसण्या द्यायला लागलतं. सुली तायक्काच्या

भंडाऱ्याखाली मन मारून घरभर चक्करा मारालती.

आप्पा खरंदाळ्याच्या थोरल्या सुनंनं लिंब नेसवला. आंबील घुगरीचा मोगा घेऊन तिलाच कुंडापत्तोर जायाचं व्हतं. त्यामुळं सुली सारखी तिच्या पाठीमागं पाठीमागं करत सगळं बयवार सांगालती. काय चुकू ने म्हणून सगळं आठवून करायला लागलीती. दारात हालगीचा ठोका पडला आणि घरातल्या सगळ्या बायकांची घाबरगुंडी उडाली. सगळ्या काचबारून हिकडं-तिकडं घुमाय लागल्या. कुणाचा पायपोस कुणाच्या पायात थरंना झाला. एवढ्यात दारातनं आप्पा खरंदाळ्याची हाळी आली-

'आटपा, किनीट पडली. कुंडाला लवकर जायाय पायजे.' बायकांनी आप्पा खरंदाळ्याच्या थोरल्या सुनंचं कपाळ भंडाऱ्यानं भरलं आणि आंबलीच्या मोग्याला हात लावतच 'उदं गं ऽ आई ऽ उदं ऽऽ' चा आवाज दिला. बाहेर हालगीचा तालबद्ध ठोका सुरू झाला. एकाएकी येसाद्याच्या फुलाच्या अंगात भरलं. सगळ्यास्नी कवतीक वाटलं. तायक्कानं गावात आपलं नवं झाड निर्माण केलं, असं सगळ्यांच्या तोंडात आलं. खरं, शेवन्ता सरनोबतीन मात्र फुलीकडं संशयानं बघाय लागली. तिला फुलीचं काय हे खरं वाटंना. फुलीच्या प्रत्येक हालचालीकडं बघतच आपल्या पिकलेल्या केसात खाजवू लागली. सुलीनं तिच्या कानाला तोंड लावलं.

गल्लीतनं माणसं थट्ट उभा ऱ्हायलीती. तायक्काच्या आंबील घुगऱ्या म्हणून आदरानं हात जोडालती. सगळ्यांच्या पुढ्यात येसाद्याची फुली बेभान होऊन नाचायला लागलीती. सगळ्यांच्या डोळ्यात नवं आबजूक साचत चाललंतं. सगळी फुलीकडं आणि एकमेकांच्या तोंडाकडं बघत व्हती. आपआपसात कुजबुजाय लागलीती. सगळी वाजत-गाजत कोयनाईच्या कोपऱ्याला आली, आणि धबाल्या गणपाला फुलीला नाचतानं बघून एकदम चढली. त्यानं सगळ्यास्नी ऐकू जाईल असा आवाज काढला,

'आरं, हिच्या अंगात कोण भरलं बघा ऽऽ'

सगळ्यांच्या तोंडावर अस्पष्ट हसू दाटलं. सगळ्यांच्या मनात हेच आलतं. धबाल्या गणपा नशेत बोलला एवढंच. आप्पा खरंदाळ्यानं गण्याचा रोख वळीकला आणि तो सगळ्यांच्या जरासं पुढं आला. धबाल्या गणप्याची लगेच उतारली. गडी एकाएकी गांगारला. सगळी त्याच्याकडं टकमका बघाय लागली. सुली मात्र जमलेल्या माणसांच्यावर परत-परत नजर फिरवत होती. गर्दीतला प्रत्येक माणूस हेरून बघत व्हती, 'उदं ग ऽऽ आई उदं ऽऽ' सगळी अजाणपणे तिच्या तालात ताल मिसळत व्हती.

कुंड म्हारोड्याच्या वयल्यांगाला. गावापास्नं जरासं लांब. सगळं गाव पालथं घालून, म्हारोडा वलंडून कुंडाला जायला लागायचं. त्यामुळं हालगीवाल्यानं पायाची

गती वाढवली. बायका आपआपल्यात कुजबुजत पुढं सरकत व्हत्या. शेवंताक्काचं लक्ष मात्र फुलीच्या नाचण्यावर बारकाईने फिरत व्हतं. तिच्या पायांच्या प्रत्येक हालचालीवर तिची कटाक्षानं नजर होती.

कुंडाजवळ सगळी आली. फुला जोरानं घुमाय लागली. तिच्या शरीराचा प्रत्येक अवयव कंप पावू लागला. कुणालाच कशाचं भान ऱ्हायलं नाही. सगळी पूजेत गुंतली. उभा ऱ्हायलेली तोंडानंच 'उदं ग ऽ आई उदं ऽऽ' म्हणत डोळ्यात यल्लूआईला साठवायला लागली. एवढ्यात शेवंताक्का पुढं सरली. फुलाजवळ गेली. फुला मिटल्या डोळ्यानं हुंकारत व्हती. तिच्या हातांची तिट्टी गोल वर्तुळाकार फिरायला लागलीती. फुला अंग मोडून घुमाय लागलीती. शेवंताक्कानं एवढंच साधून इनती घातली-

'यलू आई माझी इनती हाय?'

'का ऽऽ य' फुला हुंकारली.

'दरवरसी कुंडाजवळ घुमण्णारं झाड पेटता कापूर तोंडात टाकतंय. आवंदावी टाकाय पायजे...'

शेवंताक्काला वाटत व्हतं, फुला अर्धवट डोळे उघडंल. एकाएकी घुमता घुमता किंकाळंल. तसं कायच झालं नाही. फुलानं होकार दिला. वेळ साधून शेवंताक्कानं हाताची तिट्टी सोडवली. मनगट आपल्या हातात घेतलं. फुला अंगाला झोका देतच होती. तिच्या तळहातावर कापूर ठेवला. पेटती काडी लावली. शेवंताक्कानं मनगट जाम्म आपल्या हातात धरून कापूर चांगला पेटू दिला. फुलानं हा काय हू केलं न्हाई. अंगात काटा बी आला नाही. शेवंताक्कानं हात सोडला. सगळ्यांच डोळं ताणलं. फुलानं पेटता कापूर तोंडात टाकला. सगळ्यांच्या डोळ्यांच पारण फिटलं. प्रत्येकाच्या मनातला संशय न्हाई नपत झाला. आता मात्र सगळी म्हणाय लागली, 'तायाक्कानं गावात नवं झाड तयार केलं' सर्वांचा फुलाकडं बघण्याची भावना एकाएकी बदलत गेली. कुंड सोडून हालगी लक्ष्मीच्या देवळाच्या दिशेला वळली. सगळ्यांच्या पायाला हळूहळू घसारत लागली. गावातली पोरं-टारं पुन्हा गर्दी करायला लागली. सुलीची नजर पुन्हा भिरभिरली.

लक्ष्मीच्या देवळाजवळ आल्यावर सुलीच्या काळजात एकाएकी कायतरी हाललं. तिला कायतरी पायजे व्हतं, ते मिळाल्यागत तिचं तोंड फुललं. ती म्हवारल्यागत बायकात गदबाळली. गर्दीतनं बबन्याला हेरून तिच्या डोळ्यांनी पाठलाग सुरू केला. क्षणाक्षणाला ती स्वतःला हरवत चालली. बायकात उभा ऱ्हाऊनसुद्धा तिची नजर बापयांत उभा ऱ्हायला लागली. इपरीत घडल्यागत सुली मनातल्या मनात सैल पडत गेली. बबन्यानं सुलीचं गुपीत हेरलं. आज त्याला हिरव्या पातळातली सुली भलतीच गोंडस दिसालती. कापसाच्या बोंडागद फुलाय लागल्याचा भास त्याला

व्हायला लागलाता. ते बी धिंदारल्यागत झालं. बायकांच्या पाठीमागनं लुडबुडत खरंदाळ्याच्या घराकडं वळलं. सुलीचं डोळं तोल सोडल्यागत बबन्याचा पाठलाग करत होतं.

रात्रीच्या जागरणीकला सांगितलेला निंगनूरचा मेळा कव्वाच दारात येऊन बसलाता. आप्पा खरंदाळ्यानं सगळ्यास्नी घरात नेऊन चहा देण्याचे काम सुलीवर सोपवलं. तशा मेळ्यातल्या सगळ्या जोगतीनी सुलीच्या वळखीच्याच होत्या. आता चार म्हयन्यात कुठंच भेटाय नव्हत्या. त्यामुळं सुलीला बी बोलायला चांगलाच वेळ गावला. तिनं सातीजनांचा मेळा आप्पा खरंदाळ्याच्या परड्यात न्हेला. बोऱ्या अंथरला. मेळ्यातला रकमाप्पा गमगतीला आल्यागत सुलीची टर उडवालता. सुलीला तेवढंच मनमोकळं हसू यायला लागलंतं. खरं मेळ्यातली तंगव्वा गप्पगप्पच हिरमुसल्यागत बसली. सुलीला कोडंच वाटाय लागलं. सदा खळखळून बोलणारी तंगव्वा मूग गिळून गप्प का ह्येच्या विचारात सुली दडली. सिद्धवा आणि बना मात्र नेहमीगत माना डोलवत बोलत व्हत्या. त्या दोघींच्या जीभंला नेहमीच हाड नसतंय. सारख्या सारख्या पानचाट बोलण्याच्या हौसंनं त्या पाहिजे तशा बरळत असत्यात हा सुलीचा नेहमीचा अनुभव. लुगड्यातला म्हादबा मात्र कोणतरी मेल्यागत सदा बसलेला असतोय तसाच आजबी बसून होता. सुलीनं सगळ्यांच्या म्होरं बश्या अंथरल्या आणि तांब्यांतनं आणलेला चहा वतला. चहा बघून रंगात आलेला रकमाप्पा सुलीला म्हणाला,

'सुला ऽऽ आता पाणी पालाटलंय वाटतं?' सुली गालातल्या गालात हसली. रकमाप्पा पुन्हा हसत्या मिशा सावरतच म्हणाला,

'खरं, पाणी पाटालाच जाऊ दे. सारणीला नको ऽऽ' सुलीला हे जरासं लागलं. तिनं करड्या नजरेनं रकमाप्पाकडं बघितलं. गडी चाचापला. ह्ये काय मेळ्यात आलेल्या जोगतीनीगत प्रकरण न्हाई हे त्यानं मनाशी ताडलं आणि गप्पगार बसला. तंगव्वानं व्हट चावतच रकमाप्पाकडं बघितलं. गडी पुन्हा इरामला. सुली पुन्हा तालात आली. तिनं तंगव्वालाच सरळ विचारलं,

'आज तंग्याक्का ऽ एकदम अशी गप्प का?'

'तिचा बाबा मेला–' रकमाप्पानं पुन्हा आवाज काढला आणि सगळ्यांच्यात खळखळ पिकली. तंगव्वाचं तोंड पुन्हा गंभीर बनलं. सुलीनं वळीकलं, मामला कायतरी वेगळा हाय. आजच्या रात्रीला काय रंग न्हाई. तिनं कपबशा घरात ठेवल्या. रकमाप्पानं पानसुपारी सगळ्यांच्यासमोर पसरली. तंगव्वानं पानालाबी हात लावला नाही. सिद्धवानं पान तयार करून तंगव्वापुढं ठेवलं. तशी तंगव्वा ठिसाकली. सगळ्यांच्या कपाळाला आटी पडली. सुलीला सगळं इपरीत वाटाय लागलं. रस्त्यानं

चालतानासुद्धा रकमाप्पाला बावट्यानं धक्का देणारी तंगव्वा, खळखळून शिव्या हासडणारी तंगव्वा आजच कशानं पिसाकाटलीया तिला कशाचाच कशाला थांगपत्ता लागंना. तीबी तेच्याजवळ गप्पगार बसून ऱ्हायली. एवढ्यात अंग झाडतच सिद्धवा उठली. तिनं सगळ्या निऱ्या झाडल्या. सगळ्या अंगभर लुगडं सरळ केलं आणि सुलीला म्हणाली.

'शेवन्ताक्काच्या घराकडनं येऊ चल जरा ऽऽ'

'मी बी यऊ व्हय ग ऽऽ' बनानं सहज विचारलं.

'तू आणि कशाला?' म्हणत सिद्धवा पुढं आली. सुली पाठोपाठ उठली. अंधार बाळसं धराय लागलाता. गल्लीतल्या मांडवाखाली पोरांनी नुस्ता कल्लोट उडवलाता. गल्लीत माणसांची वर्दळ वाढलीती.

'आज गाण्याला लय माणसं जमतील असं वाटतय.'

'व्हय ऽऽ ' सुलीनं मान डोलवली.

'मागच्या यळंलाबी गल्ली थट्ट व्हती. तुमच्या गावात गाण्याला आल्यावर जरा बरं वाटतंय.'

'ते कसं ग ऽऽ'

'चार माणसांनी आपलं आयिकलं, बघितलं की तेवढंच मनाला समाधान!'

'खरं आज गाणं काय रंगंल आसं वाटंना ग ऽऽ तंगव्वाचं चित्त काय ठिकाणावर दिसंना झालंय मला.' सुलीनं मनातील फिरतं चक्र सिद्धवापुढं उघड केलं. सिद्धवा मनातल्या मनात चपापली. तिनं मनाला काय बाय दटावलं. आणि ती न बोलताच सुलीबरबर चालाय लागली. सुलीला मात्र ऱ्हावंना. तिनं सरळ आपणहून सिद्धवाला विचारलं,

'आज तंगव्वाला असं काय झालंय ग?'

'कुणास धक्कल.' सिद्धवानं बगल दिली.

'आता एका मेळ्यातल्या माणसांचं एकमेकाला माहीत नसतंय व्हय?' सुलीनं डाफरतच सिद्धवाला विचारलं आणि सिद्धवाचं तोंड एकाएकी उतरलं. ती विषय तोडायसाठी सहज म्हणाली,

'मालकाचं आणि तिचं कायतरी झालंय बाई ऽऽ'

'कुणाचं? रकमाप्पाचं आणि तिचं?'

'हुं ऽऽ अं ऽऽ'

'कशावरनं?'

'ते सगळं रामायण हाय. आता ह्यो मेळा काय लय दिस टिकंल असं वाटत नाही बाई.'

'एकदम असं काट्यावर कसं आलं ग?'

'एकातनं एक निपजत चाललंय. सगळा इदोस व्हायलाय ऽऽ'

'खरं हेच्या आगोदर एकमेकाला नजरंआड व्हवू देत न्हव्हत्यानी न्हव्हं ग ऽऽ'

'व्हय, खरं आता सगळं पालाटलंय. एकमेकाचं त्वांड सुद्धा लयस कोण बघत न्हाय ऽऽ'

'हे असं कशानं व्हाव?'

'ती अवदसा तुला वळाखली?'

'कुठली?'

'आमच्या साजणात बसल्याली सातवी?'

'न्हाई बाई ऽऽ मी म्हणलोय निगणुरास्नं ऐकायला म्हणून कोणाला तरी घिऊन आल्या असशीला!'

'हूं बाई ऽऽ चार म्हयनं झालं, ही पांढऱ्या पायाची मेळ्यात मिसाळलती आणि तिनं तेरा वाजवलं.'

'खरं, कोण ही?'

'हासुरची हाय रांड.'

'तुमच्यात कशी मिसाळली?'

'मालकाला बरी दिसली, आणल्यानं मेळ्यात. त्येला काय उशेर लागतोय?'

'व्हय ग, ती मेळ्यात आल्यावर बिघाडलं काय?'

'बिघाडतंय कुठलं काय? मालकानं हातरून बदललं. आली पंचाइत! तंगव्वा तवापासून दात व्हट खाऊन बार भरून हाय.'

'आसणारच की ग ऽऽ'

'आसणारच नव्हं, आता मेळा बी सोडायच्या इच्यारात दिसतीया. आज काय केलं तर यायला तयार नव्हती. आकीरला मीच तायाक्काची शपथ घातली तवा चौंडक्याला हात घालीत म्हणाली, हे गाणं शेवटचं!'

'रकमाप्पा काय म्हणतोय?'

'त्येचं काय ग ऽऽ गेली तर गेली. म्हणतोय हाय यावर मेळा चालतोय ऽऽ'

'खरं तंगवाला वगळून तुमचं गाणं आयकायचं कुणी?'

'मी बी तेच म्हणतोय.'

'सगळं इपरीत हाय बाई.'

'नुसतं इपरीतच नव्हं लय इपरीत! चार म्हयन्यात ह्यो पहिली इडा ऽऽ कसं व्हायचं सागं? नुसत्या सुगीतल्या जोगव्यावर भागतंय आता ऽऽ'

सुली कायच बोलली न्हाई. मेळ्यातनं बाहेर पडलेल्या तंगव्वाची नजर सारखी म्होरं यायला लागली. तंगव्वा कशी बी असली तरी गाण्याच्या बाबतीत एवढ्या दहा कोसात तिच्याबरोबरीला थांबणारा मेळा नव्हता. असा मेळा फुटतोय ह्येची कळ

सुलीला कुठंतरी पोखराय लागली. दोघी शेवंताक्काच्या दारात आल्या. शेवंताक्का उंबऱ्यावर बसलीती.

सगळा गाव - म्हारोडा तंगव्वाचा मेळा म्हणून गोळा झालता. गल्लीत उभा ऱ्हायला जागा नव्हता. मुंगीच्या रिवनागत माणसं जमलीती. उनाड पोरांची टोळकी मोक्याचा जागा धरून उभा ऱ्हायलीती. बायकांनी घरातनं आणलेली किलतानं गल्लीत अंथरून बूड टेकलतं. सगळ्यास्नी गाणं कवा एकदा चालू होतंय असं झालतं. ह्येच्यात बबन्या मात्र सुलीच्या शोधात होता. अंधार पडल्यापास्नं बबन्यानं घराकडं दहा येरझाऱ्या घातल्यात्या. खरं, सुली घराकडं परतली नव्हती. बबन्याला भलतंच अस्वस्थ वाटायला लागलतं. त्याचं डोळं सारखं सुलीच्या शोधात होतं. बिचारं सारखं उगंच आत-बाहीर डोळं करालतं. सुली मात्र तंगव्वाला बोलून-बोलून वळणावर आणण्याच्या प्रयत्नात होती.

सुली तंगव्वाबरबर मांडवात आली. गल्लीतनं शिट्टीचा आवाज आला. बबन्या चकारल्यागत बघायला लागला. सुली आज मेळ्यात नाचणार, काय गाणं म्हणणार? सुली तिथनं समोरच्या बायकांत टेकली. बबन्याचा जीव भांड्यात पडला. त्यानं मोकळ्या मनानं तंबाखूच्या पिसवीला हात घातला आणि त्यानं समोरच्या गॅसबत्तीकडं बघितलं. ती उगीचच भडकायला लागलीती.

तंगव्वानं चौंडकं काखंत आडकवलं. यल्लूआईला हात जोडला. सिद्धवानं तुणतुण्याला हळूच ताणून बघितलं. रकमाप्पानं हातात चिपळी घेऊन खाकरून घेतलं. म्हादबा मुरकासून उभा ऱ्हायला आणि तंगव्वानं चौंडक्याला हात घातला. टॉय ऽ टॉय ऽऽ ढीग ऽ चँक ऽ टॉग ऽऽ टॉग ऽऽ सुरू झालं. ताल वाढत गेला आणि उंडग्या पोरांनी सगळ्या शिटांचा कल्लोट केला. तंगवा भान हरखून चौंडकं वाजवायला लागली. रकमाप्पाला बी आबजूक वाटलं. तो हातातल्या चिपळीचा ठोका न धरताच नुसता टाळा पगळून चौंडक्यांचा आवाज ऐकत उभा ऱ्हायला. चौंडकं काळजात धडाकलं. तो अस्वस्थ झाला. तंगव्वानं चौंडक्याचा ठोका गतीनं कमी-कमी करत आणला. सिद्धवा कासावीस झाली. घशाला कोरड पडली. तंगव्वाच्या चौंडक्याचा आवाज बंद पडला आणि सिद्धवानं पाण्याचा तांब्या उचलला.

'गाणं सुरू व्हायच्या आत हिच्या घशाला कोरड पडली काय र ऽऽ?' पोरांच्या घोळक्यातनं कोणतरी ओरडलं. सगळ्यांच्यातच हास्याचे कारंजं फुटलं. तंगव्वाच्या तोंडावरची रेघसुद्धा हालली न्हाई. तिनं लगेच यल्लूआईचं नमन सुरू केलं. बायाबापड्या मनातल्या मनात हात जोडत यल्लूआईचा महिमा ऐकत बसल्या. कधी नव्हत्या एवढ्या जोमानं तंगव्वाच्या गळ्याकडं बघत उभा ऱ्हायल्यात्या. गाण्यातनं गाणं निघायला सुरुवात झालती. जमलेल्या लोकांच्या पापण्या हालायला तयार नव्हत्या.

गाणं मध्यान रातीला आलं. उनाड पोरांना आता सारखी देवाची गाणी ऐकवंनात. त्यांच्या जीव चुटचुटायला लागला. मध्ये-मध्ये नाचणाऱ्या बनीचा थोबडा बी त्यांना नकोसा वाटाय लागला. त्यामुळं धाडसानं उभारलेलं पोरातनं एकटं आरडलं,

'काय तरी आजच्या चालीतलं व्हवू दे ऽऽ' तंगव्वानं ऐकणाऱ्यांच्यातनं आलेला शब्द कधी मोडलेला नव्हता. तिनं लगेच नव्या चालीतलं गाणं चौंडक्याच्या तालावर आणलं-

'डोंगरावर गेल्यावर कळं ऽ ऽ'

माझ्या यल्लूआईचं बळ ऽ ऽ'

पोरं एकाएकी चेकाळली. तंगव्वाला एवढंच पायजे व्हतं. तिनं गाण्याचा सूर वाढवला. पोरं कानात वारं शिरल्यागत झाली. सगळ्यांच्या मनात पुन्हा तासभर थांबावं असं यायला लागलं. कधी न्हाई ते तंगव्वाचं मन बी क्षणक्षणाला फुलायला लागलं.

सुलीला तंगव्वाचं मांडवातलं रूप बघून मन भरून आल्यागत झालं. तिला तंगव्वाला कुठल्या डोळ्यात ठेवू, कसं साठवू असं झालं. तिनं पयल्या गाण्याला पगळलेला टाळा अजून बी मिटवलेला नव्हता. आजपर्यंत असं गाणं कधी तंद्रीत ऐकल्यालं तिला आठवायला नव्हतं. मधी चहाला गाणं थांबवलं आणि बसलेल्या तंगव्वाच्या मांडीवरच सुलीनं डोकं ठेवलं. तंगव्वाला भरून आलं...तिनं सुलीच्या गालावर हात ठेवला. सुलीला मात्र अंगभर ऊनजाळ कायतरी फिरल्यागत वाटलं.... ती त्याच लहरीत तरंगत बसली.

तंगव्वा पुन्हा चौंडकं घेऊन उभा ऱ्हायली. बसलेल्या आयाबायाचं डोळं ताणलं. आता तंगव्वा परशुरामाच्या कथेलाच सुरुवात करणार असे प्रत्येकाला वाटाय लागलतं. तंगव्वानं चौंडक्याचा ताल धरला आणि गळ्यातनं एकाएकी आवाज काढला–

'आई तुझ्या नादानं नाव गाव सोडलं

कसं बाई नितीनं ताळमेळ मोडलं ऽ ऽ

डोंगराच्या आई तुझं महातम मी सोडलं!

कपाळाच्या रेषानी वैर कसं मांडलं ऽ ऽ'

सिद्धवाच्या तुणतुण्याचा ताल एकदम बिघाडला. ती एकाएकी गदबाळली. तिचा हात तुणतुण्यावर थरंनाच झाला. तिनं तंगव्वाच्या डोळ्यात बघितलं. तंगव्वा बेदरकारपणे गाणं म्हणत होती... सिद्धवाला आक्रीतच वाटलं. रकमाप्पा चक्रावला. तो थंडगार होत गेला. ऐकणारी सगळी मात्र काळजातला आवाज ऐकल्यागत भिन्न होत गेली. तंगव्वा अंगात भरल्यागत बेभान झाली. तिच्या हातातलं चौंडकं एका अनोख्या लईत कंप पावू लागलं. तिचा तिच्यावरचा तोल सुटल्यागत झाला.

सुलीला तिचं ते रूप बघून भ्या वाटाय लागलं. सुलीनं डोळं गच्च मिटलं. ती

फक्त गप्पगार बसून ऱ्हायली. कितीतरी वेळ तिला डोळं उघडून तंगव्वाकडं बघायचं धाडस व्हईना. एवढ्यात गडबडीनं आप्पा खरंदाळ्याचं थोरलं पोरगं सुलीजवळ आलं. बसलेल्या बायकांत खसखस पिकली. खरंदाळ्याचं पोरगं एकदम बावचळून सुलीच्या कानात आरडलं,

'सुली ऽ लवकर घराकडं जायाला पायजे. ऊठ ऽ ऽ'

सुली एकाएकी गदबाळली. तंगव्वानं गाणं तिथल्या तिथं बंद केलं. सुली गडबडीनं जाग्यावरनं उठली. सगळं भयाण शांत शांत झालं. एवढ्यात गल्लीतली पाठीमागची बाई आरडली,

'सुलीच्यांची म्हातारी सपली वाटतं, गाणं बंद करा.'

सुलीच्या अंगातलं अवसान एकाएकी गळाटलं. ती मट्टकन खाली बसली. आप्पा खरंदाळ्याच्या थोरल्या सुनंनं तिला रट्याला धरून बाजूला न्हेली ऽ ऽ मांडवाला टांगलेली बत्ती एकाएकी भडकून गप्पकन इजली ऽ ऽ सगळीभर क्षणभर अंधाराची दाट साय पसरली.

म्हातारीला जाऊन म्हयना संपत आलता. घरात आता कुठं वर्दळ कमी झालती. बायजा नावनाव सगळं इसरत चाललीती. सुबानाच्या आत वडलेल्या डोळ्यातनं मात्र म्हातारी म्हयना झाला तरी हालायला तयार नव्हती. सुलीनं म्हातारीला मनातनं हळूहळू पुसायला सुरुवात केलती. गल्लीतल्या आया-बाया येऊन बसायच्या. तेवढंच सुलीला माणसात आल्यागत वाटायला लागलतं.

तिनं गोठ्यातनं शेणाचा पू आणला. पुढच्या सोप्याला टाकला. भुईला एक डिवाळ ऱ्हायला न्हवतं. सगळं घर उकरलेल्या देवळागत झालतं. तिनं भुईकाला वडून घ्यायचा म्हणून परडकीतल्या हावळदाराच्या भावीतलं दोन घागरी पाणी आणून घेतलं. श्याण कालीवलं. काय केलं तरी काला भुईला डसायला तयार नव्हता. आणल्यालं शेण बघता बघता उलागलं. सुलीला हे काय खरं वाटंना. तिनं मदघरातनं हुडकून भांगलणीचं खुरपं आणलं. उरलेल्या सोप्यातलं डिवाळ डिवाळ खुरप्यानं खुरपून काढलं. सगळीभर पाणी शिंपडलं. मग सारवायला सुरुवात केली. बघता बघता सोपा सपला. मधल्या सोप्यात सुलीनं उरलेला काला टाकला. आणि कमरंत खवलेल्या निऱ्या सावरत ती मदघरात आली. बायजा गल्लीतनं घरात आली. बघती तर सगळा सोपा सारवून काढलेला. तिनं सुलीला हाळी मारतच विचारलं,

'आजच हे ख्याट कशाला काढलीस?'

'कव्वातरी काढायला पाहिजेतच की ऽ ऽ' सुलीनं सारवतच उत्तर दिलं. बायजा मधल्या सोप्याला आली. माचळीभोत्यानं पडलेलं कायबाय माचळीवर, दिवळीत ठेवण्यात गुतली. दोघी मायलेकी एकदम कामात गुतल्या. एकमेकीबरबर बोलायची

उसंत त्यास्नी -हायली न्हाई. एवढ्यात उजदारच्या उंबऱ्यावरनं कुणाचा तरी आवाज आला. सुलीनं हात थांबवला.

'कोण हाईसा ग ऽ ऽ?'

'आमी हाव.'

'आत ये की ग मामी ऽ ऽ' म्हणतच सुली काला सोडून उठतच उजदारला गेली. घोरपड्याची नानूमामी दारातच उभा -हाऊन म्हणाली,

'सारवाण घातलीस व्हय ग लेकी?'

'व्हय ऽ ऽ' सुलीनं तिच्या आवाजात आवाज मिसळला.

'आई कुठं हाय ऽ ऽ?'

'हाय न्हवं मदघरात ऽ ऽ' सुलीनं सांगितलं.

बायजा हातातलं काम सोडून उजदारला आली. घोरपडनीला बसायला पाट सारला. तिच्याबरोबर बोलत बायजा तिथंच टेकली. सुली पुन्हा मधल्या सोप्यातल्या सारवणाकडं वळली. तिचं लक्ष मात्र घोरपड्याच्या मामीच्या बोलण्याकडं व्हतं.

'आता कसं काय उन्हाचं फिरल्यासाई ऽ ऽ' बायजानं सगळ्या बोलण्यातनं घोरपडनीला मूळ विषयाकडं आणलं.

'आठवडा झाला, सुली कुठं फिराकली न्हाई ऽ बघावं तरी म्हणून आलतो.'

'काय यायला जमतंय ऽ ऽ सारखा माणसांचा राबता, डोस्कं वर काढायला सवड न्हाई ऽ ऽ काय करत्यासा ऽ ऽ'

'खरं, त्यात्नंबी घराकडं फिरल्याशिवाय -हाणार न्हाई बहादरीन. खरं, कशात -हायली ते बघावं म्हणून आलो.' घोरपडनीनं आपलंच म्हणणं पुढं रेटलं. तशी सुली सारवानाचा काला खोपड्याला गोळा करता करताच म्हणाली,

'आमीच तेवढं तुमच्या घरला यायचं, तुम्ही कुठं आमच्या गरीबाच्या घरला येत्यासा ऽ ऽ'

'लेकी ग ऽ कोण न्हाई कोण तरी असतंयच की.'

'ते कुठलं, आता बबन्यासुद्धा कुठं चार दिवस दिसलं का इच्यार की-' बोलता बोलता सुलीचा आवाज घोगरा झाला. मग सुलीच्या लक्षात आलं की, आपण आसं म्हणायला नको व्हतं. तिनं हळूच चोरट्या नजरंनं दोघींची बी तोंडं निरखून बघितली. त्येंच्या तोंडावर कशाचंच काय नव्हतं. सुलीला पाण्यातनं भाईर आल्यागत वाटलं. तिनं सगळा काला सुपात भरला. परड्यात आली. सूप सारवावं असं तिला वाटायला लागलतं. खरं घोरपड्याची मामी उठून जाईल म्हणून काला तेवढा उकीरड्यात व्हलपाटला आणि गडबडीनं हातपाय खळबळून ती उजदारला आली. सुली उंबऱ्यावर टेकली आणि तिनं गवताच्या काडीनं नखातली घाण काढायला सुरुवात केली. घोरपडीनीनं सज्जावारी विषय काढला,

'कलचा मंगळवार बी गावात कुठं फिरली न्हाईस ग?'

'न्हाई, कलचा तेवढा पाळावा म्हटलं ऽ ऽ'

'झालं की आता!'

'हं....' सुली नकळत होकारली. घोरपडनीनं विषय वाढवला.

'येसाद्याच्या फुलाच्या शब्दाचा बी गुण आता यालाय म्हणं ग ऽ ऽ'

'ते कसं काय?' सुलीनं एकदम प्रश्न केला.

'गल्लीत बोलत्याली मी ऐकलं बाई ऽ ऽ कल कुठं म्हणं लिकमाच्या पोरीला लागीर झालतं. फुलीनं भंडारा दिल्याबरबर लागीर न्हाईनपत झालं ऽ ऽ'

'झालं आसंल....' सुलीनं हळूच होकार भरला.

'खरं, माझा अजून काय इसवास नाही बाई त्या उंडाळीवर.' घोरपडीन सज्ज बोलली.

'असं म्हणू नका देवाच्या बाईला-' बायजानं हळूच सूर वडला.

'कसली घे देवाची बाई ऽ ऽ' घोरपडनीनं नाक मुरडलं. सुली तिच्याकडं पहातच बसली. तिघीतलं कोण बी बोललं नाही.

'मला मात्र करंबळीच्या जाधविनीचा गुण आला ऽ ऽ' घोरपडनीनं स्वतःच सांगायला सुरुवात केली.

'कशाबद्दल-?' बायजानं विषय वाढवला.

'मालकाच्या पायाला खांडकानं भरलतं.... तेच्याबद्दल तिच्याकडं गेलतो. तिनं सांगितलेलं सगळं पटलं आणि खांडकंबी गेली बाई!'

'सांगितलं तरी काय-?' सुलीनं पाठपुरावा केला.

'हेच की! कुठं तरी वाऱ्याचं वलंडलंय. उतारा तिकटीवर टाकाय सांगितला. खांडकं आपोआप बंद झाली. दुसरं बी असंच एक पटलं. माझं तरी मन तिच्या सांगण्यावर बसलं बाई ऽ ऽ'

'आसतंय एकाएकीचं महातम ऽ ऽ' बायजानं तिच्या सुरात सूर मिळविला. सुली दोघींचं बोलणं फक्त ऐकत बसली.

'येत्या मंगळवारी दिवसभर सुला आमच्या हितं यायला पायजे हुँ काय?' घोरपडनीनं बोलता बोलताच मनातला मूळ विषय बाहेर काढला.

'काय यवजलासा ऽ ऽ?' बायजानं सबागतीवर विचारलं.

'आणि काय यवजायचं? त्येच की! जाधवीनीनं सांगितल्यापरमानं डोंगरास्नं देवीला एकदा घरात आणतो, म्हणजे सगळ्यातनं मोकळं झाल्यागत व्हईल....'

'ह्या मंगळवारी? लगेच....'

'व्हय ऽ एकदा देवाच्या कामातनं मोकळं झाल्यालं बरं ऽ ऽ उगंच द्याव पाठं लागाय नकोत...'

घोरपडीन बोलता बोलता मध्येच थांबली. बायजाच्या नजरंम्होरं देवीला आणतानं घरात घडल्यालं रामायण आलं. तिला घोरपडनीच्या घरातल्याचं कवतिकच वाटलं. तिनं घोरपडनीला फांगसून विचारलं,

'हे देवस्थान तुमच्या वाडवडलात हाय काय?'

'आमच्यात पूर्वपारपास्नं हाय ऽ ऽ आता भाऊबंदांच्या वाटणीला ते घर गेल्यापास्नंच आमच्यात नव्हतं....'

मग बायजाच्या मनातला किंतु ढळला. घोरपडीन 'जातो बाई ऽ' म्हणतच उठली. सुलीला कसंच झालं. घोरपडीनीनं सुलीला पुन्हा एकदा मंगळवारची आठवण करून दिली आणि तिनं गल्लीत पाय टाकला. बायजानं गल्लीत कललेल्या उन्हाचा अंदाज घेतला.

सुबाना म्हशीचं तुटलेलं दावं वळत चौकटीच्या कडंला टेकलाता. बायजा चपरात म्हशीच्या पुढ्यातलं जगाळ गोळा करालती. सुली आपली एकटीच मदघरात बसून तांदळातलं खडं बघालती. सुबानाला हातातल्या दाव्यानं काय खरं वाटंना झालतं. या परास नवं दावं वळावं काय, या विचारातच तो दाव्याकडं बघत बसलाता.

'कोण कोण हाईसा घरात?' म्हणत बबन्या सुबानाच्या पुढ्यात टपाकलं आणि सुबाना भानावर आला.

'हाईत की सगळीच,' म्हणत त्यानं हातातलं दावं ताणून बघितलं आणि बबन्याच्या पुढ्यात आणून टाकलं.

'हे टिकंलं व्हय रंऽऽ'

बबन्यानं हातात दावं घिऊन बघितलं. सगळीकडनं पिंजून गेलतं.'

'हे काय तग धरंल आसं वाटत न्हाई बाबा ऽ ऽ'

'आनी रं ऽऽ'

'नवं वळायचं!' बबन्या सज्ज बोललं.

'वाक कुणाच्यात हाय गड्या ऽ ऽ तुझ्यासारखा काय आमचा आंबाडा पिकतोयऽ ऽ'

'व्हय, आमच्यात रास लागलीया ऽ ऽ'

'तसं न्हवं ऽ ऽ कारणापुरता तरी हाय का न्हाई ऽ ऽ'

'हां, आसं म्हण वाटल्यास–'

'आता मी काय करायचं सांग ऽ ऽ' सुबाना बोलता बोलता बोलून गेला. सुलीला बबन्याचा आवाज ऐकून तांदळातला एक बी खडा दिसंनासा झाला. ती नुस्तं तांदूळ हिकडनं तिकडं सुपात हालवत बसली. बायजा चपरातनं उजदारला आली आणि बबन्याला बघून म्हणाली,

'आता कसा उगावलास रं ऽ ऽ'

'आईनं सुलाला बलवून आण म्हणून सांगितलं. आलो तसाच.'

'तिला आणि कशाला बलीवलंय?' बायजाच्या कपाळाला बारीक आठी पडली.

'उद्या बाबा डोंगराला जाणार हाय. ते काय न्हायचं इच्यारायला.'

'खरं देव मंगळवारी आणणार न्हवं ऽ ऽ?'

'मग काय दिवसा दिवस जाऊन यायला व्हतंय ऽ' बबन्यानं बायजाला विचारलं आणि बायजा निरुत्तर झाली. एवढ्यात सुली तांदूळ तिथंच सोडून उजदारला आली. बबन्या एकदम गोंधळला,

'ही घरातच हाय की ऽ ऽ'

'मग कुठं जाईल तर?' बायजानं तिरक्या नजरेनं बबन्याला बघितलं. तिला बबन्याचं वागणं एवढंसं बरं वाटंना. बायजा लगोलग बबन्याला म्हणाली,

'तू चल ऽ ऽ येती मागनं म्हणून सांग.'

'खरं आत्ताच यायला सांगितलतं.' बबन्यानं हळूच सुलीकडं बघितलं. सुलीला सगळं गुडारतच वाटाय लागलं.

'भाताचं गाडगं चुलीवर ठेवून येती म्हणून सांग जा ऽ ऽ' बायजा ठिसाकली. बबन्या घरातनं बाहेर पडला. सुलीनं वळीकलं, यो कुठंतरी मदी बसंल आता. ती मदघरात वळली आणि तांदळाचं सूप घिऊन चुलीकडं सराकली.

तिनं भाताचं गाडगं चुलीवर चढवलं. आईला विचारलं, 'आई, मी जाऊन येऊ? जाऊ?'

'जा, खरं लई उशीर थांबू नको ऽ ऽ' बायजानं सुलीला सांगितलं. सुली फुलागत हालकी होऊन उंबऱ्यातनं बाहेर पडली. गोडश्याच्या कट्टीवर वाट बघतच बबन्या बसलाता. सुलीला बघितल्या बघितल्या तो उठला आणि म्हणाला,

'तरी लवकर आलीस ऽ ऽ मला वाटलं हितंच रात व्हती वाटतं ऽ ऽ' बबन्या सलगीला आलं.

'ही गल्ली हाय ऽ ऽ' सुलीनं बजावलं आणि कुत्र्यागत बबन्या तिच्या मागोमाग चालायला लागला.

सुलीनं बबन्याच्या घरात पाय ठेवला. बबन्याची आई जागा सोडून हालली.

'ह्यो आमचा भाड्या कुठं हाय ग ऽ?'

'हाय न्हवं मागं ऽ ऽ'

'आता आला बघ. त्येला सांगितलं, नुस्तं सुलीला सांग आणि परत ये. तर ह्यो तिथंच ठाण मांडून बसला असंल. म्हार सोडूने म्हारोड्यात आणि रेडा सोडूने...' बबन्याच्या आईनं वाक्य अर्धंच सोडलं आणि ती चुलीकडं वळली. सुली तिच्या

मागोमाग सरकली. दोघींचं काय आणायचं, कसं आणायचं, कुठं काय करायचं ह्येचं बोलणं सुरू झालं. बबन्यानं मध्येच लुडबुडायला सुरुवात केली. बबन्याच्या आईनं हे वळीकलं आणि तिनं डाफरतच बबन्याला फर्मावलं,

'बैलास्नी पाणी दाकीव, न्हाई तर आल्यावर जोडं खातोस बघ.'

बबन्या आईच्या बोलण्यासरशी टाण ऽ क्यान उडाला. न बोलताच गोरणीकडं सरकला.

बबन्याच्यांचं घर भलंतच मोठं व्हतं. न्हाई न्हाई म्हटलं तर सोळा आकणी असणाऱ्या घरात पाचच माणसं. त्यामुळं भुईभुंगऱ्यात ऱ्हायल्यागत वाटायचं. घरातल्या सगळ्या खोल्या आणि लग लोटायची म्हणजे बबन्याच्या आईच्या जीवावर यायचं. सारवण म्हटलं की, कमी कमी म्हटल्या तरी पाच-सहाजणी बायका लागायच्या. माळ्यावर सगळा धाबा करून घेतलाता. खरं वर काय ठेवायची वेळच अजून यायला नव्हती. सुलीला हे बबन्याचं ऐसपैस घर भलतंच आवडायचं. त्यामुळं ती आलं की, उगंचच सगळं घर फिरून बघायची. घराच्या खांबावरती नजर रुतवून बसायची. बबन्याची आई मात्र तिचा सारखा पाठलाग करत असायची.

आताबी सुलीची नजर आल्याकडच्या रेखीव वाश्यावर खेळलीती. तशी बबन्याची आई म्हणाली,

'वाश्यावर काय पाल-बील बसलीया काय ग ऽ ऽ'

'न्हाई' म्हणतच सुली शुद्धीवर आली.

'मग मंगळवारी मला लिंब नेसायला पायजे म्हणं ऽ ऽ'

'व्हय ऽ ऽ'

'आणि काय काय कराय लागतंय ऽ ऽ'

'काय न्हाई ऽ जमलं तर आंबील-घुगऱ्या, सांगितलं तर कुठल्यातरी मेळ्याचं गाणं. हे जेच्या तेच्या ऐपतीनुसार...'

'आंबील-घुगऱ्या काय करूया ऽ ऽ खरं गाणं बिनं आवंदा नको बाई ऽ ऽ'

'तसं करा ऽ ऽ'

'खरं पाळणूक मात्र देवी घरात आल्यावर कराय लागणार बघ.'

'पाळणूक असतीया तरी काय काय?'

'इटाळात परडीवर सावटसुद्धा पडून उपेगाचा न्हाई. गावात कोण मेलं तर नव्या पाण्यानं जेवाण केल्याशिवाय जेवाचं न्हाई ऽ ऽ भाऊबंदात कोण बाळंत झालं तर इटाळ बारा दिवस पाळायचा. दर मंगळवार सुकीरवार पूजा ऽ ऽ हे सगळं पाळायलाच पायजे.'

'मग हे काय आताबी करतोयच की ऽ ऽ' बबन्याच्या आईनं भाकरीला परात घेत सांगितलं. तिनं परातीत पीठ घेतलं. भाग वाटाला पाणी घेतलं. एवढ्यात बबन्या येऊन टपाकलं.

'पाणी पाजून गवात टाकलास ऽ ऽ' बबन्याच्या आईनं तव्यातलं पाणी पिठात वतून घेतच विचारलं.

'हूँ ऽ ऽ' म्हणत बबन्यानं सुलीला निरखून बघितलं. ती त्याला भलतीच गोड-गोड वाटाय लागली. सुलीला बी बबन्याकडं बघितल्याशिवाय ऱ्हावंना. दोघं नजरनंच एकमेकांशी बोलायला लागली. बराच वेळ न बोलताच गेला. तशी सुली म्हणाली,

'खरं तुम्ही देवीला देव्हाऱ्यात पुजणार, काय येगळं ऽ ऽ'

'माप मोटा हाय की ग देव्हारा ऽ ऽ येगळी कशाला ऽ ऽ'

'परडी बिरडी मावंल एवढा हाय न्हवं ऽ?'

'बघच की डोळ्यानं ऽ ऽ' म्हणत बबन्याची आई उठायच्या बेतात व्हती. एवढ्यात भाकरी वराडली. ती बबन्याना म्हणाली, दाकीव रं ऽ ऽ देव्हारा हिला.' बबन्या बंदुकीतल्या गोळीगत उठला. त्यानं दिवा पेटवून घेतला. त्याला एवढंच पायजे व्हतं. सुलीनं जागा सोडला.

'आमची आई तरी कशी पावली ऽ ऽ' बबन्या देव्हाऱ्याकडं जाईतच म्हणाला, सुलीनं व्हट चावला. दोघं देव्हाऱ्याच्या खोलीजवळ आली. तसं बबन्या म्हणाला,

'चार दिसात एकादाबी भेटावं असं वाटायं न्हाई ऽ ?'

'तुला तरी वाटलं...?' सुलीनं त्यालाच प्रश्न केला. दोघं देव्हाऱ्याच्या खोलीत आली. सुलीनं देव्हारा निरखून बघितला. बबन्या तिच्या अंगाला अंग घासून उभा ऱ्हायला. त्याच्या अंगात काय तरी पेटत गेलं... त्यानं कशाचं तरी निमित्त काढून देव्हाऱ्यावर चिमणी ठेवली आणि फाक्क ऽ ऽ किऱ्यान इजवली. सुली एकदम घाबरली. बबन्यानं सरळ सुलीला मिठीत वडलं. सुलीचं अंग एकाएकी मोहरलं.

'आई इल की रं ऽ ऽ'

'हूँ, येतीया ऽ ऽ' म्हणत बबन्यानं मिठ्ठी अधिक घट्ट केली. सुलीला अंग पेटल्यागत झालं. बबन्या तापत गेला. त्याचा उष्ण श्वास उभ्या सुलीच्या गालावर थांबला. जवळजवळ बबन्यानं सुलीचा गाल चावलाच... सुलीला असंच थांबावं असं क्षणभर वाटलं. क्षणात तिनं स्वतःला सावरलं. बबन्याच्या मिठीतनं सोडवून घेतलं. बाजूला सरली. हळूच म्हणाली,

'देव्हाऱ्यातलं देव काय म्हणतील...?'

'अंधारात त्यास्नी कुठलं दिसतंय घे ऽ ऽ' म्हणत बबन्या पुन्हा पुढं सरकला. सुली पळतच व्हटीवर आली. तिनं गाल पुसला. पदर सरळ केला. तिचं अंग पार म्हवरून गेलंतं. तिचं तिलाच काय सुचनासं झालंतं. ती तशीच चुलीजवळ आली.

'बघितलीस ऽ ऽ' भाकरी परततच बबन्याच्या आईनं विचारलं. 'बेस हाय ऽ ऽ येळ झाला. जातो बाई' म्हणत सुली तिथनं सटकली. गल्लीत कोण कोण नव्हतं. सुलीला अंगातलं ऊनपण अजून जाणवलं. बबन्याची मिठ्ठी अंगभर पसरल्यागत

वाटालती. गावातल्या अंधाराला फुलं येऊन अंधार पार म्हवारल्यागत झालता!!

सुलीनं गडबडीनं चार तांबे पाणी अंगावर वतून घेतलं. देवाची पूजा आटीपली. घाईघाईनं जेवाण आटपायच्या नादाला लागली. आज गावात जोगव्याला फिरायचं न्हाई, गल्लीतलीच पाच घरं मागायची, असं सुलीनं कालच ठरवलंतं. पाण्याचं तापलेलं गाडगं उतरून निवण्यावर ठेवलं. सांडग्याला चुलीवर गाडगं चढवलं. बायजा अजून बी दातच घासालती. सुलीला घटकाभर तिचा राग आला. तिनं चुलीजवळच आईला सांगितलं,

'आई, आटीप लवकर. चहा झाला बघ.'

सुबान्या उठल्या उठल्याच तोंड धुवायच्या अगोदरच कुठं गेलता. बांबरातल्या वावराकडं फिराटी माराय गेला आसंल, म्हणून सुलीनं त्याचा चहाही ठेवाय न्हवता. फक्त दोघींपुरता दोन कप. बायजानं पोरीला एकदम रिकामं करावं म्हणून गडबडीनं तोंड धुतलं. चुलीजवळ येतच म्हणाली,

'ह्येनी कुठं सांगून गेल्यात व्हय गऽऽ?'

'न्हाईऽऽ' सुलीनं कपात चहा वततच सांगितलं.

बायजाच्या कपाळाला काळजीची आटी पडली. तिनं बशी जवळ वडली. चहात बोट बुडवलं. चुलीकडं झाडलं. कप बाजूला करत बशी तोंडाला लावली. सुलीनं गडबडीनं तवा घासून घेतला. भाकरीला बसली.

'भाकरी मी घातल्या असत्या की! आज मंगळवार नव्हंऽ? गावातनं उशेर व्हईल की गऽऽ'

'न्हाई व्हाईत. आज गल्लीतलीच पाच घराव मागांव म्हणतोय.'

'का?'

'आज घोरपड्यांच्यात देव आणणार हाईत न्हवंऽऽ'

बायजा कायच बोलली न्हाई. 'तव्वाच ही बया सकाळधरणं सारखी गडबड करायला लागली व्हय.' तिनं मनातच ताडलं. बायजाच्या डोळ्यात किंचित राग जमा झाला. तिनं सुलीचं भाकरी करत्यालं रूप न्याहाळलं. उफाड्याच्या शेंगंगत सुली मळतामळता हालालती. जटंची वळकट भित्तीला टेकलीती. गालावर चुलीतल्या इस्तवागत लालपटता पसरलीती. बायजाला एकाएकी सुलीची काळजीच वाटाय लागली. तिनं सुलीला बघतच गुडघ्यावरची हानवट दोन्ही गुडघ्यांच्या मदी घेतली. बायजा तिच्या समोरनं उठली. तिनं हातात साळोता घेतला. उजदारच्या सोप्याला आली. बसूनच कडं-खोपडा लोटून काढायला सुरुवात केली. मदल्या दिवळीपतोर ती आली. एकाएकी थांबली. तिच्या हातातला साळोता सुटला.

कालच कासळ्याची लक्ष्मी म्हणालती, 'बघा बाईऽऽ आताच सुलीला खरं जपाय पायजं. कुठं तरी पाय घसरंल. तिच्यावर नजर ठेवाय पायजे. न्हाईतर संगतीनं

संगत वाढत जातीया. त्यातनं कायतरीच निपाजतंय... आतापास्नंच सारखा ठोका धरला तर पोरगी घरच्या अब्रूला सांभाळंल. न्हाईतर... आदीच पोरगी म्हणजे काचंचं भांडं...'

लक्ष्मीचा शब्द आणि शब्द तिच्या कानात घुमाय लागला. सुलीच्या रूपाची भीती वाटायला लागली. बायजा पुन्हा आपल्याच विचारात गडगडायला लागली.

....ह्येच्या आगोदर घराला कदी काळं लागाय न्हाई... आता ही बया काय करती कुणास धक्कल... हिचाच पाय चुकला बिकला तर आदीच चाक निसटलेल्या गाड्याचं बावकडं बी मोडून पडलं... गावात ऱ्हायचं कठीण व्हईल... सुलीला सगळं एकदा समजून सांगाय पायजेऽऽखरं सांगायचं तरी कसं? आता का लहान वय? पदर यीऊन चार वरसं झाली. तिचं तिला कळत बी आसंल.

तिला एकाएकी अंग भरल्यागत झालं. भूल पडल्यागत बायजा टाळा पगळून बसली. कितीतरी वेळ. ती भानावर आली तवा सुबाना तिच्या पुढ्यात उभा होता. ती काचबारली. साळोत्याला हात घालतच तिनं विचारलं,

'यरवाळी यरवाळी कुठं दुंडून आल्यासाऽऽ?'

'गेलतो बांबरातऽऽ'

बायजानं साळोता फिरवायला सुरुवात केली. सुबाना मदघरात गेला. बायजाच्या डोक्यातनं मघाचा विषय घुबडाच्या आवाजागत घुमायला लागलाता. तिला साळोता हालवावा असं बी वाटंना. ती तिच्याच तंद्रीत गदबाळत गेली.

सुली जोगव्याला बाहेर पडली. बायजानं परत एकदा तिला निरखून बघितलं. तिच्या पाठीवरचा पदर अर्धा अर्धाच तिला वाटायला लागला. तिनं सुलीला हाळी मारली आणि परत बोलावून घेतलं. सुली एकाएकी गदबाळली. कधीच परत न बोलवणाऱ्या आईनं आजच कशी हाक मारली. ती आत वळली.

'पदोर जरा लांबलचक काढऽऽ'

सुली गोंधळली. तिला आबजूक वाटलं. आईनं आजच हे असं बोलावं हेचंच तिला कोडं वाटाय लागलं. तिनं भर्रकिक्यानं लांबलचक पदर काढला. आईकडं तिरप्या नजरेनं बघतच सुली उंबऱ्यातनं भाईर पडली. बायजाला जरासं बरं वाटलं. खरं तिचं मन एकाएकी खाया लागलं. आपण सुलीला सांगितलं ते चांगलं केलं का वाईट. ती आपल्याच विचारातच गुतपळली.

'अशी काय बसलीस गऽऽ' सुबाना भाईर येतच म्हणाला. ती फक्त सुबानाच्या तोंडाकडं बघतच बसली. पार वाळून गेलता. डोळं खोल खोल गेलतं. ती एकाएकीच भांबावली. तिचं डोळं गदबाळलं. सुबानानं हेरलं, हिचं काय बिनासलंय. तो न बोलताच बायजाकडं बघत उभा ऱ्हायला. तिच्या तोंडावरच्या सुरकुत्या त्याला व्याकुळ करून गेल्या. बायजानं स्वतःला सावरलं. ती सुबानाला म्हणाली,

'सुलीचं मला खरं वाटत न्हाईऽऽ'

'कशाबद्दल..?' सुबाना अजाणपणे बोलून गेला.

'आनी कशाबद्दल? कुठंतरी पाय घसरंल हेचंच भ्या वाटाय लागलंयऽऽ'

'आसं व्हायला ती पोरगी कुणाची हाय!' तो स्वतःशीच पुटपुटल्यागत पुटपुटला. बायजाला जरासा धीर आला. तिचं डोळं एकाएकी पाणावलं. सुबानाला एकदम धक्काच बसत गेला. त्याला उभा ऱ्हायला व्हईना. त्यानं तिथनं काढता पाय घेतला. मनातल्या मनात खोल कण्हत गेला.

सुली घोरपड्याच्या घरात आपल्याच तालात फिरत होती. बबन्याच्या आईनं गणगोतवळा गोळा केलता. येरवी मोकळं मोकळं वाटणारं घर माणसांनी भरून गेलतं. गल्लीतल्या माणसांची वर्दळ सुरू झालती. बबन्याची आई नुस्ती चाबकाच्या वादीगत सळसळालती. पोळीला बबन्याची हिंग्लजची मावशी बसली. वाडीच्या आत्तीला चुलीभोत्यानं लुडबुडायचं काम दिलतं. बबन्याच्या थोरल्या भनीनं घरभर नुस्ती देखरेख ठेवलीती. बबन्या मात्र उत्साहात लिंबाच्या ढाळ्या आण, दुकानास्नं हिंगूनिगू आण, ह्येच्यातच गुतपाळलतं. सगळी भंडारा उधळल्यागत मनातनं उधळून गेलंती!

बबन्याचा बाबा डोंगरास्न येऊन येशीतल्या वडाराच्या घरात थांबलाता. तिथनं देवीचा टाक वाजतगाजत आणायचा व्हता. सगळ्यास्नी डोळंउजेडी देवी घरात यावी, असं वाटाय लागलतं. सुलीनं सगळ्यास्नी नुस्त धारंवर धरलतं. बबन्याच्या आईच्या डोळ्यात सुलीचं कौतुक मावंना. सुलीनं देवाऱ्यावर चुन्यानं झ्याक-पाक्क नक्षीदार झाड काढलं. सगळ्या देवांची जागा हालवाहालव करून देवीची जागा निश्चित केली. त्या जागंवर नवं करकरीत अस्तर अंथरलं. परडी आडकायला भित्तीला मोळा मारला. देवीचा फोटो ठेवायची जागा निश्चित केली. सुली भाईरच्या वटीवर यायच्या नादात व्हती. एवढ्यात बबन्याची थोरली भन टपाकली.

'हितलं सगळं सपलं व्हय ग?'

'झालंच बघ.' म्हणत सुली देव्हाऱ्याजवळनं हालणार, तोच बबन्याची थोरली भन म्हणाली.

'ह्येच्यात देवीचा टाक मावंल व्हय गऽऽ'

सुलीनं अस्तर हातरलेला जागा बघितला. तिलाबी वाटंना, एवढ्याशा दाटणीत देवीचा टाक बसंल आसं. तिनं पुन्हा दहा-बारा टाकांची हालवाहालव केली. तिच्या मनात यायला लागलं, एवढं देव देवाऱ्यावर पायजेतच कशाला? तिनं पुन्हा अस्तराकडं बघितलं आणि बबन्याच्या भनीला म्हणाली,

'मागनं टाक आल्यावर बघूया चलऽऽ' दोघी वटीवर आल्या. बबन्या केळीची

पानं फाडत बसलतं. बबन्याला बघितल्या बघितल्या काय तरी बोलावं असं वाटाय लागलं. ती तिथंच रेंगाळली. तसं बबन्या म्हणाला,

'झालं आतलं?'

'झालं की!'

'मग आता ही परडीत बसतील एवढी केळीची पानं तूच काड बाई...'

'आणि तू काय करतोस?' बबन्याची भन आधीच बोलली. बबन्याला थाप सुचंना. सुलीनं वळीकलं, तशी तीच म्हणाली, 'हेला कुठला त्यातला येबावऽ मीच करतो एवढं...'

बबन्याची भन आत सराकली. बबन्या फुलारलं. सुली त्येच्याजवळच टेकली. हातात केळीचं पान घेतलं. बबन्या जरासं सरकलं.

'मघापास्न भाईर येशीला म्हटलं तर तिथंच मेलतीसऽऽ'

'काऽऽ एवढं का नडलंतं?'

'नडतंय कुठलंऽऽ डोळंच गदबाळल्यागत करालतंऽऽ'

'मग बघा की आताऽऽ'

बबन्या हासलं. त्याचा हात सुलीच्या पाठीकडं सरकला. हळूच उघड्या पाठीवर फिरला. सुली शहारली. बबन्या पेटलं. त्याला हात तसाच ठेवून बसावं असं वाटाय लागलं.

'आरंऽऽकोणंतरी बघंल. हात काढ!'

'बघंनातऽऽ' बबन्यानं तिच्या गालावर टिचकी मारली. सुली पुन्हा शहारत लाजली.

'भरल्याल्या घरात बरं नव्हंऽऽमोकळ्या जागंत माप लगडतोस तेवढ्यानं...' सुलीनं हसत हसत त्याच्याकडं बघितलं. बबन्यानं हिकडं तिकडं बघतच तिच्या नाकाचा शेंडा हातानं हलवला. एवढ्यात चौकटीतनं बबन्याच्या भनीची बारकी पोरगी पळतपळत आली. बबन्या दचकलं. सुली आकासली. बबन्याची भनीची पोरगी दोघांच्या जवळच थांबली. बबन्याला तिला कसं कटवावं हेच समजंना. सुली मात्र आपण काय करतोय, हेच इसारलीती!

'सुलाऽऽआटापलं आसलं तर शेवंताक्काला हाळी मारऽऽ' बबन्याची आई वटीवर येतच म्हणाली. सुलीनं जागा सोडली. गल्लीत पाय टाकला. शेवंताक्काचं घर वयल्या गल्लीला असताना ही मधल्या गल्लीला वळली. लगेच भानावर आली. तिचं तिलाच हसू आलं. ती पटकन वयल्या गल्लीला वळली.

शेवंताक्का आणि सुली घोरपड्याच्या घरात यायच्या आदीच फुला येऊन टेकलीती. फुलाला बघितल्या बघितल्या शेवंताक्काच्या कपाळाला आठी पडली. सुलीला तिच्या मनातला राग अस्पष्ट जाणवून गेला. तिनं फुलाकडं न बघताच शेवंताक्काला सांगितलं,

‘आता सगळी आल्याली दिसत्यात. हालगीवाला तेवढा आला असला तर लगेच भाईर काढूयाच सगळ्यास्नी.’

शेवंताक्का कायच बोलली न्हाई. ती आपल्याच विचारात गढून गेली. सुली आतल्या बायकात मिसाळली. बबन्याची आई नुक्तीच न्हावाणाच्या तयारीला लागलीती. तिला लिंब नेसवला की निम्मअर्ध काम संपणार व्हतं. तवपतोर टाक वाजत आणाय लावून द्यावं, असं सुलीला वाटाय लागलं. तेवढ्यात फुलानं शंका काढली,

‘लिंब नेसणारी बी टाक आणाय जायाय पायजेऽऽ’

सुली गदबाळली. बबन्याच्या आईला लिंब नेसवून वडराच्या घरापातोर नेण्यापरास हितंच देवघरात लिंब नेसून पुजा केल्याली बरी, असं तिला वाटाय लागलं. तिनं शेवंताक्काला बलवून इच्यारलं, तशी शेवंताक्का ठिसाकली.

‘ती काय सांगतीया भवानी-टाक आणाय आमी जाताव. तू हितंच नानाक्कांना लिंब नेसीव.’ म्हणत तिनं सरळ सगळ्यांस्नी भाईर काढलं. फुलाचं तोंड एकाएकी उतरलं.

सुलीनं बबन्याच्या आईला लिंब नेसवला. तिच्या खांद्यावर टाकायला नवं लुगडं आपल्या जवळ घेतलं. एवढ्यात टाक वाजत गाजत दारात आला. सुली पळतपळत गल्लीत आली. गल्लीत आलेल्या सगळ्यांची कपाळं भंडाऱ्याने माकलीती. अंगात भरलेल्या फुलाचं तोंड मघासारखंच काळंठिक्कर पडलतं. सुलीला वाटाय लागलं, ही कायतरी घोटाळा करणार हितं. म्हणून तिनं लगबगीनं घरातनं भाताची शितं, भाकरीचा तुकडा, आरती आणून घेतली. देवीचा टाक गडबडीनं घरात घेतला. फुलाचं झाड आजूनबी सुटायला तयार नव्हतं. शेवंताक्का लालबुंद नजरेनं फुलाचं मोडणारं अंग निरखत उभी ऱ्हायलीती. फुलानं एकाएकी गचकं द्यायला सुरुवात केली. हालगी बंद पडल्याली सुरू झाली. फुला तालात कण्हाय लागली. शेवंताक्कानं वळीकलं, हिनं कायतरी आडवं आणलंय. तिनं सुलीला लगबगीनं बलीवलं. सुलीनं लगेच पाय धरलं आणि म्हणाली, ‘आईऽऽ आता झाड सोडऽऽ’ हालगी बंद झाली. फुला घुमता घुमताच म्हणाली,

‘काऽऽ मला कटाळलीस व्हय ग?’ सुली यडबाडली. म्हणाली,

‘तसं नव्हं. पूजा आटपाय पायजे.’

‘पूजा कुणाची आटोपणार?’

‘तुझी.’

‘माझी पूजा बाळ जोगतीनीनं आटपाय पायजेऽऽ’ म्हणून फुला ओरडली. शेवंताक्काचं डोस्कं भिरंबाटलं. ती पुढं व्हवून म्हणाली, ‘आमचं काय झुलवं लागल्यात व्हय गऽ भवानी?’ सगळी चकारली. सुली पिसाळली. एकाएकी थंड झाली. झाड हाऽऽहाऽऽ म्हणता सुटलं. शेवंताक्काला तिचं तिलाच हसू आलं.

बबन्याच्या आईनं कमरंला लिंब गुंडाळून डुईवर लिंबाच्या ढाळ्या घेतल्या. देवीला देवाऱ्यावरच्या अस्तरावर ठेवलं. सुलीनं नवं लुगडं तिच्या खांद्यावर ठेवलं. नवी आणलेली परडी हातात दिली. भंडाऱ्याची पाच बोटं लावली आणि 'उदं गऽआईऽऽउदंऽऽ' म्हणतच परडी देव्हाऱ्यावर ठेवली. शेवंताक्काचा जग देव्हाऱ्याजवळच पुजला. सगळा देव्हारा भंडाऱ्यानं पिवळा झाला!

सुलीनं पाच बाळ जोगतीनींच्या देव्हाऱ्यासमोर वळीनं मांडल्या. त्यात पोळीचा निवद ठेवला. बबन्याच्या घरची परडी तेच्यात मिसळली. शेवंताक्काला हाळी मारली. सगळ्यास्नी बलीवलं, खरं फुलानं जागा सोडली न्हाई. सुलीनं वळीकलं, 'आपुण बलीवलं तर ही ठिसकणार' म्हणून तिनं बबन्याच्या आईच्या कानात हळूच सांगितलं. म्हाराची रत्ना सुलीला म्हणाली,

'ती काय हालंल असं वाटत न्हाई बाईऽऽ'

'का?'

'मला म्हणालती, हितनं जेवायच्या आदीच जातोऽऽहेंच्या देव्हाऱ्यावर देव कसा बसतोय बघूया म्हणालतीऽऽ'

सुलीनं मानंला तिडा दिला. एवढ्यात बबन्याची आई मिणत्या करून फुलाला घिऊन देव्हाऱ्याजवळ आली. सगळ्यांनी आपापल्या परडीला हात लावला. पूजा केली आणि 'उदं गऽआई उदंऽऽ' म्हणतच परडी हालवली. सुलीनं लांबलचक श्वास सोडला. बबन्याची आई गुडघे टेकून परडीच्या पाया पडली. फुला मात्र परडीतल्या पोळीवर शेवंताचं नरडं घोटल्यागत बघत उभा ऱ्हायली.

जेवणं आटापली. फुला, शेवंता आपापल्या घरला कव्वाच गेलत्या. घरातली पावण-पै पेंगुळाय लागलीती. पोरं-टोरं डारडूर झालती. भांडी-कुंडी घासून बायका रिकाम्या झालत्या. रात निम्मी व्हईत आलती. सुलीला आता घराकडं जावावं असं वाटाय लागलंतं. तिनं बबन्याच्या आईला सांगितलं, तशी बबन्याची आई म्हणाली,

'त्या कडंला आता कुटं एकटीच जातीस? कुणाला तरी संगं लावून देतो थांबऽऽ'

'कशाला? जातो की.' सुली एकदम बोलून गेली. तिला वाटाय लागलं, आपण आसं म्हणाय नको व्हतं. तेवढीच सोबत मिळाली असती. एवढ्यात बबन्याची आई म्हणाली,

'नक्को बाईऽऽह्यास्नी लावून देतो थांबऽऽ' बबन्याच्या आईनं मालकाला हाळी मारली. सुली एकदम एकाएकी धास्तावली. बबन्याचा बाबा भाईर येतच म्हणाला.,

'आगं लई शिणपाटलंयऽऽ बबन्यालाच लाऊन दी कीऽऽ' सुलीला मनाजोगतं वाटाय लागलं. बबन्याच्या आईनं बबन्याला हाळी मारली. बबन्या एका उडीवर तयार. दोघं उंबऱ्यातनं बाहेर पडली.

'लई शिणपाटलीस वाटतंऽ?' बबन्या गल्लीत ईतच म्हणाला.

'तुला कसं कळलं?' सुलीनं जांभई दिली.

'आळोस द्यालीस म्हनून म्हटलंऽऽ'

'हंऽऽ' ती हुंकारली. बबन्या तिच्या अंगाला अंग घासतच चालाय लागलं. गल्लीत सगळं सामसूम झालंतं. अंधाराशिवाय कोणकोण नव्हतं. सुलीला कव्वा एकदा अंथरुणावर अंग टाकीन असं झालतं. बबन्या मात्र अंधारातनं चालता चालताच एकदम बावचाळातलं. दोघं तिट्यावर आली. बबन्यानं तिन्ही गल्लीस्नी डोळं फाडून बघितलं. अंधारसुद्धा झोपल्यागत पडलाता.

'परड्या पुजतानं, लई गोड दिसालतीस गऽऽ'

'आजचंऽऽ?'

'न्हाई, रोजच्यापेक्षा आज लई गोड-गुळमाटढ्यानं!'

'मग इच्यार कायऽऽ सारखं सारखं बरं नव्हंऽऽ'

'सारखं सारखं कुनं आनीऽऽ?' बबन्याचा रडवेला आवाज.

'तुझं फुरंऽऽ.'

'जा हितंऽऽ. म्हणतच बबन्यानं चालता चालता तिच्या खांद्यावर हात टाकला. गालाला डोस्कं भिडवलं.

'गावातनं चाललोय-चल तिकडंऽऽ' म्हणतच सुलीनं त्याला ढकललं. बबन्या हेटपाटलं. पुन्हा जवळ इतच म्हणालं,

'आता कोण बघालंयऽऽआता तरीऽऽ' म्हणत त्यानं सुलीच्या गालावर चालता चालताच हात ठेवला. सुलीलाबी बरं वाटाय लागलं. बबन्याच्या खांद्यावरनं गालावर आल्याला हात असाच ऱ्हावावा, असं वाटाय लागलं. ती अस्पष्ट पुटपुटली.

'आसंच ऱ्हावावं असं वाटतंयऽऽ'

'कसंऽऽ' म्हणत बबन्यानं दुसरा हात तिच्या गळ्यात टाकला. सुलीचं सगळं अंग सुखावलं. बबन्यानं गच्च कवटाळलं. घटकाभर दोघं तशीच भर गल्लीत थांबली. नरू पाटलाच्या खोपड्यातनं कुत्रं भोकलं. दोघं चालाय लागली. सुलीचा हात बबन्यानं करकचून आवळून धरलाता. घर जवळ येऊच नये, असं त्याला वाटाय लागलतं. खरं गल्लीतलं एकएक घर मागं पडाय लागलंतं.'

'बबन्या, आता भ्या वाटालंयऽऽ' सुली एकदम घोगरत बोलली.

'कसलं?'

'हे घरात समाजलं तरऽऽ?'

'समाजलं!' बबन्या बोलून गेलं. सुलीनं लांबलचक श्वास सोडला.

'बा घरातनं भाईर काढंलऽऽ' तिनं शंका व्यक्त केली.

'गावात दुसऱ्या घरात ठेवतो, त्यात काय एवढंऽऽ'

'खरंऽऽ'

‘खरं कायऽऽतुला काय वाटतंय मदीच सोडंन. त्यातला ह्यो बबन्या न्हवंऽऽ’

‘मग लगीन करणार न्हाईसऽऽ ‘सुलीनं पटकन विचारलं. बबन्या गदबाळलं. त्याच्या हातून सुलीचा हात निसटला. त्यानं स्वतःला सावरलं आणि म्हणालं,

‘लगीन केलं काय, न्हाई केलं काय, तू माझीच ऱ्हाणार हाईसऽऽ’

‘ते कसंऽऽ?’

‘शेवंताक्का न्हाई आता बाबूमाचीऽऽ?’

‘खरं, तिचं येगळं हायऽऽ त्येंच्या घराला त्येंचं काय न्हाई. आमची आई जीव दिलं रंऽऽ’

‘हूं! जीव देतीयाऽऽतुमचं आमचं पावणं-पै व्हत्यातच की.’

‘व्हत्यात खरं लग्नाशिवायऽऽ’ सुलीनं मनातनं सगळं ओकाय सुरू केलं.

‘तुझं लगीन झालंय की–’

‘म्हणूनच म्हणतोय रंऽऽ’ सुली कण्हली.

बबन्यानं एकदम विषय बदलला. ‘हेचा इचार आताच कशाला? जवाचं तव्वा बघाय ईल.’

दोघंबी गप्प झाली. सुलीचं घर चार कासऱ्यांवर आलतं. बोळ वलांडला की उंबराच लागणार व्हता. बबन्या बोळात थांबलं. त्यानं सुलीला बी थांबवलं. ‘आता जराऽऽ’ म्हणत त्यानं सुलीला जवळ ओढलं. सुलीनं त्याच्या गालावर गाल टेकवला. बबन्याचा उष्ण श्वास तिच्या अंगभर फिरला. अंग पेटल्या इस्तवागत झालं. सुलीच्या मनावरचा तोल सुटला. तिनं बबन्याला गच्च उराशी कवटाळलं. बबन्या स्वतःला विसरून गेला. एवढ्यात कसाळ्याच्या दारात मुताय बसलेलं कोणतरी खाकरलं. सुली पालंगत लांब झाली. तिच्या अंगाचं पाणी पाणी झालं. दोघं कायबी न झाल्यागत पुढं गेली.

‘कोण गाऽतेऽऽ’ कसाळ्याच्या दारातनं आवाज आला.

‘मी’ सुलीनं आवाज दिला.

‘घोरपड्याच्यातनं आता आलीस?’

‘व्हयऽऽ’ म्हणत सुली पुढं गेली. बबन्या तिच्या मागनं. दोघांच्याबी काळजात धडधड भलतीच वाढलीती. सुली आपल्या दारात आली. बबन्या तिच्यासमोर गप्पगार उभं ऱ्हायलं. तिनं बबन्याला फक्त हात हलवला. बबन्या दगडागत उभाच ऱ्हायलं.

‘जा की आताऽऽ’ सुलीनं हळू आवाजात त्याला सांगितलं. त्यानं पाय मागं घेतला. तशी सुलीनं कडी वाजवून आईला हाक मारली. बबन्या गर्रकन मागं वळलं. त्याच्या मनातला अंधार चुलीतल्या कोंड्यागत फुलाय लागला...

❑

पाच

मधल्या गल्लीची मान्याची सुसा एकटीच तळ्यावर धुणं बडवालती. समोर ढीग कव्वा एकदा सपतोय, असं तिला झालतं अजून घरात शिमग्याचं सारवण घालायचं तसंच ऱ्हायलतं. आजा घालायचं, उद्या घालायचं ह्येच्यात पंधरवडा तसाच गेलता. आज तरी हात लागतोय काय ऱ्हाई, हेच्च तिला समजंना झालतं. त्यामुळं भराभरा कपडं घासून काढायला तिनं सुरुवात केलती. ती आपल्याच तंद्रीत गुतपाळलीती.

'आलं काय गऽआटपतऽऽ?' समोरून एकदम आवाज आला. सुसा गदबाळली. तिनं हातातली अंगी तशीच दगडावर सोडून वर बघितलं. पाटलाची सखूवयनी डोस्क्यावर धुण्याची बुट्टी घिऊन उभी होती. सुसारला जरासं बरं वाटलं. तिनं हसतच विचारलं,

'वयनी, वेळ केल्यासाऽऽ'

'केला झालंऽऽ' म्हणतच सखुवयनीनं डोस्क्यावरची बुट्टी खाली उतरली. आजूबाजूला नजर टाकली. तळ्यातला एक बी दगड धुण्यासारखा शिल्लक नव्हता. पाणी भलतंच खोल गेलतं. लांबवर एक दगड दिसलाता. खरं तेवढ्या लांब आनी बुट्टी हलवायचा कट्टाळा आलता. ती तिथंच थांबली.

'आज कामाला कुणाच्यात जाय्याचं न्हाईस वाटतंऽऽ?' तिनं चुंबळ बुडाखाली घेऊन तिथंच टेकत सुसाला विचारलं.

'न्हाई बाऽऽआज जरा घरातलंच आटपावं म्हणून थांबलोय.'

'घरात आनी काय आटपायचं हाय?'

'हेच की, तोंडावर शिमगा आला. आज सारवाण तरी घालावं म्हणत व्हतोऽऽ'

'मग सारवाण घालून धुवायला येशील, काय धुवून सारवाण? आसलं काय आडमढेंग गऽऽ?'

'लई दिसाचं धुणं पडलतचं ईऽऽ पोरास्नी अंगावर घालायसुद्धा आंगराकी नव्हत्या ऽ म्हटलं, आदी हे आटपावं म्हणजे सारवाण आज न्हाई आटापलं तरी चालतंयऽऽ'

'असं व्हयंऽऽ' म्हणतच सखुवयनीनं तळ्याच्या पाण्यावर नजर रुतवली. पाणी वरसापेक्षा लई लई खोल गेल्यागत तिला वाटाय लागलं. त्याच इच्यारात ती पुटपुटली,

'वरसापेक्षा पाणी लई खॉल गेलं गऽऽ'

'जाणारच की-' सुसा ठसकावली.

'खरंच गऽऽआसा, कधी तळ बघाय न्हवताऽऽ

'माणसं बदालल्यात, मग तळ्यानं तरी का तसंच ऱ्हावावंऽऽ' सुसा एकदम फडकं घासता घासता बोलून गेली. सखुवयनीला तिचं बोलणं काय बी समजलं न्हाई. ती भोळ्यागत म्हणाली,

'तुझं काय समजत न्हाई बाईऽऽ'

'न समजायचं आता मी काय बोललो ईऽऽ'

'हेच कीऽऽतळंबी बदाललं म्हणजे काय गऽऽ?'

'तसं न्हवं ईऽऽमाणसाची न्यात बदालली, मग तळ्याची बी बदलणारच की!'

'हे मात्र खरं बाईऽमाणसं पयल्यागत ऱ्हायली न्हाईत. आता कलचंच आमच्या गल्लीचं बघं की–' सखुवयनी थांबली.

'काय आलं ईऽऽ?'' सुसानं एकदम विचारलं.

'तेच की मिसाळाचं पोरगं मेलंऽऽ'

'व्हय, मग काय झालंऽऽ?'

'व्हतंय कायऽपोरग्याचं मडं सरणावर न्हेलंऽऽ मिसाळीन वड्यापतोर मड्याबरोबर गेली. मडं सरणावर चढलं. सुनंची काकण फोडली. कुंकू पुसलं. एवढ्यात मिसाळणीनं सुनंवर झडप घातली आनी डोरलं तोडून घेतलं.'

'काय म्हणत्यासा ऽ ऽ?'

'आता काय सांगायचं बाई ऽऽ आमी गेलताव की ऽ ऽ नुस्तं डोरलं तोडून घेतलं

न्हाई, तर चांगलं कनवटीला लावलं, त्यावर पदर सोडला आनी मग रडाय लागली. 'माझा राजा चांगला व्हता ग बाई ऽ ऽ म्हणून'

'काय ग बाई व्हईकच की.'

'बघ म्हणजे झालंऽ ऽ' सखुवयनी बोलतच ऱ्हायली. सुसाचं डोकं भिन्नाटल्यागत झालं. समोरचं लुगडं चांगलं चार घटका त्या तालातच घासत ऱ्हायली. तिची सुदच एकाएकी गेली. दोघी इजल्या गारगोटीत थंड आल्या. घटाकाभरानं सुसाच म्हणाली,

'बघा माणसं कशी असत्यात.'

'पयल्यातलं काय ऱ्हायाचं न्हाई बाई ऽ ऽ सगळं बिघाडलं ऽ ऽ'

'गावच बिघाडलं ई ऽ ऽ'

'तर काय ऽ ऽ?' सखुवयनीनं सुसाच्या धुण्याचा अंदाज घेतला.

'काय न्हाई न्हाई ते गावात पिकाय लागलंय ऽ याक याक नवीनच ऽ ऽ'

'आनी काय झालं ग ऽ ऽ'

'हूं ऽ आता तुमास्नी नवीन असल्यागत इच्चारा ऽ ऽ'

'न्हाई ग ऽ ऽ शप्पथ ऽ ऽ' सखुवयनी गळ्याला हात लावला. सुसानं तिच्या नजरंत नजर मिसळली आणि मग म्हणाली,

'घोरपड्याच्या म्हाताऱ्याला मागच्या चार दिवसात बबन्यानं दणीकला की चांगलाच.'

'का ग?'

'काय कुठलं त्येच की ऽ ऽ'

'म्हणजे ऽऽ'

'हूं ऽ ऽ तुम्हाला म्हाईत नसल्यागत -'

'आता काय सांगायचं, म्हाईत असल्यावर - आईच्यान ग सुटले म्हण.'

'सुटले ऽऽ त्या सुलीबद्दल ई ऽ ऽ ती एक जोगतीन झालीया की घर पेटवायला'

'ऽ ऽ हां ऽ ऽ मागं एकदा कानावर आलतं ग ऽ ऽ खरं.'

'व्हतय काय? बबन्या सारखा तिच्या भोत्यानं घुटमळत आसतोय. गावात सगळी हेचीच चरचा. म्हातारा कुठं म्हणाला वाटतं सुदीनं वाग. तर पिरपिरलं, बडिवल्याने की ई ऽ ऽ'

'आता त्या रांडंला तरी कळाय नको ऽ ऽ?'

'तिला कसं कळंल - गावाचं पिक, कुणीबी जनावर सोडावं ऽ ऽ ही मोकळीच की ऽ ऽ देवाची ती देवाची ऽ तिला कशाचं काय आणि कशाचं काय ऽ ऽ?'

'खरं त्या घराला घरपण व्हतं ग ऽ ऽ आता बायजाबाई धडकीनं मरती बाई ऽ ऽ'

'आता ती तरी काय करंल ऽ ऽ देवालाच सोडलीया हिला तर -'

'तसं न्हव ग ऽ ऽ सगळ्या जोगतीनींचं येगळं, हिचं येगळं - ह्या घरात काय तरी

सत्पण व्हत बाई ऽ ऽ आमीतरी ऐकून व्हताव. खरं ऽ आता हे कुठलं किरडू जलामलं रं देवा ऽ' सखुवयनीनं कपाळावर हात मारून घेतला तशी सुसा म्हणाली,

'कसलं सत्पण घेवा ऽ ऽ आई - बाबाचा ताबा नसल्यावर ढोरागत पोरं बी उदाळणारच की ऽ ऽ'

'त्यातलं त्ये घरं न्हवं बाई ऽ'

'ते कसं ऽ ऽ ?'

'अग, बायजाच्या सासऱ्यानं नुस्ता पोरीचा संशोय आला तर पत्त्या न्हाई त्ये डोंगरात पुरून आला ऽ ऽ त्या घरात ह्ये आसं ऽऽ मग काय सुलीची म्हातारा-म्हातारी जगत न्हाईत बाई ऽ ऽ'

'आता गावभर झालंय ऽ ऽ सा म्हयनं काय वरीच व्हईत आलं. घोरपड्याच्या घरात देव आणला तवापास्नं गावात हेचीच चरचा सुरू हाय बाई. काय सांगायचं ...!'

'खरं पोरीनं सत्पण बाळगाय पायजे व्हतं... आसं श्याण खायाय नको व्हतं ऽऽ'

'श्याणपण बाळगायचं तरी कसं ई ऽ ऽ तिलाबी कायतरी हायच की ऽ ऽ!'

'आसलं म्हणून काय झालं ऽ ऽ! बोटं घालून बसायचं व्हतं रांडनं ऽ ऽ काय मेली असती? तायाक्कानं सत्पण जपाय न्हवतं..?' सखुवयनी एकदमच घाईला आल्यागत चिघळली. एकाएकी तिचं डोळं लालवटलं. गळा घोगरा झाला. अंगाची ल्हाई ल्हाई झाल्यागत तिला वाटाय लागलं. ती एकदम चिघळत म्हणाली,

'रांडला डोंगरावर न्हिवून पुरा तरी म्हणावं की ग ऽ ऽ आनी त्यो भाड्या काय तिला जलमभर पोसणार हाय ऽ ऽ'

'त्ये कुठलं. लगीन झालं म्हणजे ऽ ऽ' सुसानं तिची री वडली. दोघी अधिक अधिकच चिघळत गेल्या. तळ्यातल्या पाण्यात पडलेल्या दोघींच्या सावल्या लांब लांब होत गेल्या.

कामाचा वकोत झालता. गावातनं हळूहळू माणसं रानाकडं निघालती. गल्लीतल्या कडंनं घरांच्या खापऱ्यावरनं उन्हं दाट व्हवून घरंगळाय लागलीती. सुली आपल्यात नादात गल्लीतनं एकएक पाय उचलायला लागलीती. तिला आता घरातलं आईचं वागणं नको नको वाटाय लागलतं. सारखा सारखा त्योच ठोका ऐकून जीव आंबलाता. आदीमदी बाबानं बी डफरायला सुरुवात केलती. त्यामुळं घरात घटका घालवायची म्हणजे तिला मरण आल्यागत वाटाय लागलतं. त्यात बबन्याला घरात यायचं आईनं कव्वाच बंद केलतं. त्येच्या घरात जावावं म्हटलं तर त्येच्या घरातलाबी टोकावर येऊन बसलीती. सुलीला गल्लीतनं फिरायची सुद्धा चोरी झालती. ती खालमान घालून एक-एक पाय उचलाय लागलीती. खरं चौकटी-

चौकटीतनं आपल्याबद्दल कोण तरी काय बाय बोलाय लागलंय, असं तिच्या मनाला उगचंच वाटाय लागलंतं. ती मनावर दगड ठेवून पुढं सरकालती.

शेवंताक्काचं घर आलं आणि सुलीनं गल्लीभर लांबलचक नजर टाकली. गल्लीतनं एखाद-दुसरं कुत्रं तेवढं निर्ढावून फिरायला लागलतं. सुलीनं शेवंताक्काचा उंबरा गाठला आणि लांबलचक सुस्कारा सोडला.ती उंबऱ्यातनं आत गेली. शेवंताक्का भित्तीला टेकून पाय लांब सोडून बसलीती. जवळच ऐनापूरची मंगव्वा जोगतीन परडी घेऊन गुडघ्यावर हनवट ठेवून टेकलीती. शेवंताक्कानं सुलीला बघून हसल्यागत केलं. सुलीला तिचं तोंड भलतचं आत वडल्यागत दिसलं तिनं जवळ जातच मंगव्वाला विचारलं,

'कव्वा आलीस ग ऽ ऽ'

'दिवस उगवायला आलोय बाई ऽ ऽ'

'झालं गाव मागून?' म्हणतच सुली दोघींच्याजवळ टेकली.

'झालंच म्हणायचं ऽ ऽ' मंगव्वा सुलीला निरखीत म्हणाली. तिघी घटकाभर काय बी बोलल्या न्हाईत. तिघींच्या नजरा तीन भित्तीवर रुतल्या व्हत्या. किती वेळ गप्पच बसायचं म्हणून मंगव्वा सुलीला म्हणाली,

'ठकलीस ग?'

'मी?'

'हूं....!'

'मला आनी ठकायला काय धाड भरली बाई ऽ ऽ'

तिघींच्याही तोंडाला भुरा आल्यागत हसू फुटलं. कुणाला काय बोलावं असंच वाटंना. शेवंताक्कानं आपलं लांब सोडलेलं पाय आखडून घेतलं. हाताची तिठी गुडघ्यावर ठेवली आणि त्यावर हानवट ठेवून ती गप्पगार बसली. मंगव्वाला मात्र असं थंडगार बसणं काय जमंना. तिनं पुन्हा विषय काढला,

'रंगव्वा परवादिसी बाळंत झाली ऽ ऽ'

'कोण? आमची ही देवाची रंगव्वा?' शेवंताक्कानं गडबाडून विचारलं.

'व्हय ऽऽ'

'काय झालं?'

'पोरगा!'

'काय बाई ऽ ऽ आता पुरं म्हणावं की-' शेवंताक्का चिडचिडली.

'म्हणजे आसी किती झाली...?' सुलीनं न ऱ्हावून विचारलं.

'एकट्याबरोबर एक अशी सा ऽ ऽ' मंगव्वानं सांगून टाकलं. तिघी एकमेकींच्या तोंडाकडं बघत बसल्या. तिघींच्या डोस्क्यात किडं पडलं.

'हे कुणापास्न म्हणायचं?' शेवंताक्कानं विषय सुरू केला.

‘इचनाळच्या कुंभारापास्नं ऽ ऽ’

‘तेच्याकडं आनी कव्वा जाईती गं ऽऽ’

‘दिवसभर मोकळीच आसतीया की..’

‘आनी ह्या सगळ्या पोरास्नी घालतीया काय?’ सुलीचा भाबडा प्रश्न.

‘थोरलं पोरगं मोठं हाय न्हवं गं ऽ ऽ’ शेवंताक्कानं मंगव्वाकडं बघितलं.

‘त्येनंच तर कल राती म्हारोड्यात गोंदोळ घातला !’

‘का?’

‘आता ह्या पणात बी आई बाळतच व्हतीया म्हणून तोडायलाच उठलंतं ऽ ऽ आवरोपतोर फुरंवाट.. म्हारोड्यात गाव जमलं. काय बोलायचं सांग?’

‘तोडलं तर बेस व्हईल ऽ ऽ’ शेवंताक्कानं व्हट चावला.

‘तर काय.... जोगतीन झाली म्हणून काय झालं ऽ ऽ जरा तरी - एकीमुळं दहाजनीना येतंय ऽ ऽ’

‘म्हणूनच म्हणतोय ऽ ऽ’

सुली दोघींचं बोलणं डोळं मिटून ऐकत बसली. तिच्या कानात कायतरी घरघरल्यागत तिला वाटाय लागलं. मंगव्वाकडं बघावं असंही तिला वाटंना. तिनं मिटवलेलं डोळं उघडायचा प्रयत्नच केला न्हाई. मंगव्वा आणि शेवंताक्काचं बोलणं वाढत चाललतं.

‘आता तिला मेळ्यात घिऊ नकोसा -’

‘तिला कुठं पायजे हाय - ?’

‘मग काय करती - ?’

‘दुसरा मिंड गाठती-’

‘गाटलं !’ करंबळीच्या यल्लवाचं म्हाईत हाय न्हवं? कशी किडं पडून मेली ऽ ऽ हातरुणात मिंगीच्या रिवणागत किडं लिवलिवाय लागलंत. तसं व्हईल म्हणावं ऽ ऽ !’ शेवंताक्कानं सुलीकडं बघतच मंगव्वाला सांगितलं. सुलीच्या अंगातनं कायतरी सळसळत डोस्कीत भिनभिनलं. तिनं पापण्या गच्च आवळून धरल्या.

‘असल्या रांडास्नी चटणी भरून पुराय पायजे’ शेवंताक्का परत चिघळली.

‘तसं न्हवं ग ऽ ऽ बायकाचा जलोम हाय तुमचा. करा की, खरं तर एक असू दे ऽ ऽ म्हयन्याला लुगडं बदलल्यागत बापय बदललं, तर काय म्हणायचं ह्येला ऽ’ मंगव्वा तणतणली.

सुली पुन्हा खोल कण्हत गेली.

‘मी बी त्येच म्हणतोय ऽ ऽ धरम सोडून कसं चालंल? त्यात काय सत्पण ऱ्हातयं ऽ ऽ ऽ’ शेवंताक्कानं प्रश्न केला आणि सुलीनं मान हलवली. नंतर तिचं तिलाच कोडं

पडलं. आपण मान कशी काय हालवली? मंगव्वानं जांभई देतच आखडलेलं पाय जवळ वडलं आणि सुलीला म्हणाली,

'ह्या वरसात कवा पुनवंला डोंगराला गेलतीस ऽ ऽ?'

'गेलतो चैताच्या ऽ ऽ' सुलीनं भांबावून सांगितलं.

'आईच्या सेवंत खंड पाडू नको, बाई ऽ ऽ लई वाईट हाय'

'खंड कशाचा आलाय? बारा तास त्यातच हाय ऽ ऽ'

'आसायलाच पायजे ऽ ऽ!'मंगव्वानं सुलीला सांगितलं. जवळची परडी लांब ठेवली. अंग मोडलं. पुन्हा हात लांबलचक करून आळोस दिला आणि म्हणाली,

'व्हय ग शेवंताक्का, तुमच्या गावात आता फुलाच्याच तेवढं अंगात येतंय व्हय ऽ ऽ'

'तिच्यातरी कुठलं ऽ ऽ' शेवंताक्कानं नाक मुरडलं.

'आता ह्या भागात म्हणावी तशी म्हातमाची बाई कोण ऱ्हायाय न्हाई बाई ऽ ऽ'

विषय तिथंच बंद झाला. मंगव्वानं परडीला हात घातला. शेवंताक्का आपल्याच विचारात गुतपाळलीती. तिला मंगव्वाचं उठणं बी जाणवलं न्हाई.

'जाणार व्हय ग ऽ आता ऽ ऽ' सुलीनं मंगव्वाला विचारलं आणि शेवंताक्का भानावर आली. तिचं तोंडावरचं सुरकुतलेलं चमडं किंचित हाललं. तिनं मंगव्वाला निरखलं आणि म्हणाली,

'बस की आनी जरा -'

'न्हाई बाई जातो ऽ ऽ गाव गाठाय पायजे ऽऽ' म्हणतच ती उंबऱ्याच्या बाहेर पडली. सुली आणि शेवंताक्का तिच्या फाटक्या पाठमोऱ्या पदराकडं बघत बसल्या.

दोघी बराच वेळ न बोलताच बसून ऱ्हायल्या. घटका घटका वेळ निघून जायला लागला. एकमेकीशेजारी आपण बसलोय, हेही त्या विसरून गेल्या. त्यांच्या मनात वारुळाची गजबज वाढायला लागली. शेवंताक्का एकाएकी भानावर येत सुलीला म्हणाली,

'आसं काय मढ्याजवळ बसल्यागत बसलाव हाय ग ऽ ऽ'

'त्येच म्हणतोय मी बी ऽ ऽ'

पुन्हा दोघी पयलयागत थंड होत गेल्या. शेवंताक्काला घर खायला उठल्यागत व्हयाय लागलं. तिनं कायतरी बोलायचं म्हणून विचारलं,

'ह्या पुनवंला डोंगराला जाऊया व्हय ग ऽ ऽ'

'आदी नी मदीच ...?' सुली गदबाळली.

'त्येला काय व्हतंय ऽ ऽ खरं, मला सारखं वाटाय लागलंय, डोंगराला जाऊन यावं ऽ'

'आसं का वाटावं ग आक्का ऽ ऽ?'

'काय समजत न्हायी, खरं सगळं संपल्यागत व्हयाय लागलंय. लाकडं नदीवर गेली, आता एकदातरी देवीला .....'

'गप्प बस तिकडं ऽ ऽ तुझं आपलं काय तरीच असतंय!'

'न्हाई ग, खरंच ऽ ऽ गळ्याशपथ! लई गळाटल्यागत वाटाय लाटलंय ऽ'

शेवंताक्का गळ्यातलं तांबडं-पांढरं मणी हातात धरून बोलाय लागली. दर्शन हातात घित बोलत्याली शेवंताक्का सुली पयल्यांदा बघाय लागलीती. तिला एका एकी भडभडून आलं. तशी हुंदका आवरतच सुली म्हणाली,

'अजून बी डोंगराला जावावं असं तुला वाटतंय ऽ ऽ?'

'म्हणजे ऽ ऽ ? डोंगराची आई म्हातमाची हाय पोरी. डोस्कीत कायतरी खूळ घेऊ नको ऽ ऽ' शेवंताक्का कण्हली.

'कुटला घीऊन बसली देव आणि म्हातम? मला सगळं उकिरड्यागतच वाटाय लागलंय?'

'काय म्हणालीस?' शेवंताक्का एकदम चवताळली. सुली गप्पगार बसली. दोघी एकमेकीकडं टकमक बघत होत्या..

दोघींच्या डोस्क्यातला विषय हळूहळू उतरत चाललाता.

दुपार कलायची वेळ आली तवा सुलीला वाटाय लागलं, आपण जे सांगाय आलोय ते सांगून टाकावं. पुन्हा तिला वाटाय लागलं, शेवंताक्का पुन्हा भिन्नाटलं. आज तिची चिन्हं काय सरळ न्हाईत. हेच्या परास आणि कधीतरी सांगावं ऽ ऽ मनातच तिनं कायबाय ठरवलं. शेवंताक्काला जातो म्हणून सांगितलं आणि ती उंबऱ्यातनं भाईर पडली. तिच्या डोस्क्यात चकरं घुमाय लागली...

...शेवंताक्काला सांगाय पायजे व्हतं .... सांगायला तिला आता हे काय म्हाईत नसलं?....आसलं तरी तिनं व्हवून कव्वातरी इच्याराय पायजे व्हतं.... आता गाव बोंबलाय लागलंय आनी हिला म्हाईत नसलं व्हय? .... म्हाईत असायच पायजे. मला काय बी इच्च्यारायला तिला मन व्हईत न्हाई. त्याआरती तिला बी हे पायचे हाय, मग सांगा कशाला....

....खरं जे सांगायलाच पायजे ते तरी सांगाय पायजे व्हतं ऽ ऽ ते कसं शेवंताक्काला समजलं. आजून मला बी पत्त्या न्हवता, त्येचा तिला कसा पत्त्या लागलं? खरं आपुण गोष्ट सांगाय पायजे व्हती.... सांगून तरी काय उपेग ऽ ऽ डोंगरावर बसतीया निस्तरणारी. हिला काय सांगायचं?

ती स्वतःच्याच विचारात भरकटत गेली. खरदाळ्याच्या आंब्याला आल्यावर तिला आठवण आली. आपण गाव सोडून लांब आलोय. घर लांब गेलंय. तिनं मागं वळावं असा बी विचार केला. घरात जाऊन तरी काय करायचं? ह्येच्यापरास जळकीचा बांध तरी बघून यावा, म्हणून तिनं पाय उचललं.

तिच्या डोक्यातली चक्करं फिरतच होती.

ती जळकीच्या बांधावर आली. शेताकडं एकदा लांबवर नजर टाकून तिनं बघितलं आणि एकाएकी तिच्या नजरंम्होरं आई आली. तिला आईचा चेहरा आकसल्यागत वाटाय लागला. आईची घरातली तळमळ तिच्या अंगभर पसरली आणि तिच्या मनात एकदम येऊन गेलं... 'आईला हे समजलं तर?' त्या विचारानं डोळ्यात पाणी तरळलं. अंगाला कंप सुटला पायात लटपटा भरला. ती मट्कीऱ्यान खाली बसली. डोकं गच्च व्हवून तोंडात कसली तरी आंबट गुळणी आली. तिचा तोल सुटला. भडाभडा वकली. बांधावर पिवळ्या धम्मक वकण्याची तार तयार झाली. तिच्या गळ्यातली पांढऱ्या-तांबड्या मण्यांची माळ मात्र धक्का बसल्यागत मागं-म्होरं हालाय लागली...! !

पावसानं भलतीच रीपरीप सुरू केलती. बेंदरात चिकोल झाला म्हणून सगळ्यांच्याच मनाला आनंद झालता. सणाचा उत्साह दुपटीनं वाढलाता. गावात पावसातनं भिजत बैलांच्या मिरवणुका चालल्यात्या. पावसाच्या पाण्यानं फटाकड्या सुद्धा फिसकालत्या. सगळीभर नुस्ता गोंधळ. बायजा मात्र चौकटीला उभा ऱ्हावून गल्लीत झिमझिम पडणाऱ्या पावसाकडं बघत उभा ऱ्हायलीती. पावसाच्या नाचण्यागत थेंबासारखा तिच्या मनात भलता-सलता विचार येऊन चाललाता. तिचा एक हात चौकटीला गच्च चिकटलाता. बराच वेळ ती तशीच उभा ऱ्हायलीती. पेंडरीवरचं लुगडं सावरत, भिजणारं अंग पोत्यात लपवत गल्लीतनं चाललेल्या कसाळ्याच्या लक्ष्मीनं तिला हाळी मारतच विचारलं,

'आसं ई का उभारल्या स। ऽ ऽ'

'काय न्हाई ऽ ऽ उभारलोय झालं ऽऽ' ती पुटपुटली. लक्ष्मी बरीच पुढं गेलती. बायजा आपल्याच नादात तिच्या हालत्या पायांकडं बघत उभा ऱ्हायली. लगेच तिच्या ध्येनात आलं, म्हशीला एकादी पेंडीतरी टाकावी. ती तशीच मागं वळली आणि गोट्याकडं सरकली.

सुलीनं अंघोळ करून पोळ्या आटपत आणल्यात्या. अजून देव पुजून लिंब नेसायचा व्हता. घरात लिंबाची तर काडी नव्हती. आई पोळ्या करू लागाय मदत करील म्हटलं तर बायजा चुलीकडं फिरकायला तयार नव्हती. सुबाना कव्वा एका सकाळी घरातनं भाईर गेलता, त्येचा अजूनबी पत्त्या नव्हता. काय काय करायचं आणि काय काय ठेवायचं ह्येच सुलीला समजंना झालंतं. त्यातनंबी गडबडीनं सुलीनं एक एक आवरायला सुरुवात केलती. आता हा ऽ ऽ हा ऽ म्हणता सांज व्हईल, ह्येचीच तिला भीती वाटाय लागलीती. तिनं हातातल्या कामाला पुन्हा पुन्हा गती द्यायला सुरुवात केलती.

सुबाना हातात लिंबाच्या डाळ्या घिऊन घरात आला. बायजा पुढच्या सोप्याला एकटीच गुडघ्यात मान घिऊन बसलीती. सुबानाला घटकाभर बायजाचा राग आला. सणावाराचं तरी हिनं आता आसं का बसावं, हेच त्याला समजंना. त्यानं बायजाला न बलवताच मधलं दार गाठलं. लिंबाच्या ढाळ्या मधल्या दारातनंच चुलीच्या सोप्याला व्हलपटल्या. सुलीनं वळीकलं, बाबा लिंब घेऊन आला हे त्यानं सांगायचं तरी व्हतं-असं तिला वाटलं. डोळं भरल्यागत झालं. तिनं मनाला आवरलं आणि चुलीतल्या लालभडक झालेल्या इंगळाकडं बघितलं.

सुबाना म्होरल्या सोप्याला आला. बायजाला बोलवावं असं घटकाभर त्याला वाटलं. पुन्हा त्याच्या मनात आलं, 'बसू दे तिकडं, हिच्या डोस्क्यात काय तरी कीडच आसतीया.' त्यानं बायजाकडं फक्त बघितलं. तिनं आता हाताची तिट्टी गुडघ्यावर टेवलेली होती आणि त्याच्यावर गाल टेकवलाता. डोळं गच्च मिटवून घेतलतं. सुबानानं झटक्यात नजर बाजूला केली. तंबाखूची पिसवी काढली. हातातल्या काळ्याकिट्ट झालेल्या तंबाखूच्या पिसवीकडं बघतच उभा ऱ्हायला. त्याचं त्यालाही तंबाखू खाण्याचं भान ऱ्हायलं न्हाई. वरच्या गल्लीला औट उडल्याचा आवाज त्याच्या कानात घुमला. तो तसाच हातात तंबाखूची पिसवी घेऊन गल्लीत आला. तसाच वरच्या अंगाला चालायला लागला.

बायजाला वाटाय लागलं, ह्यो घराचा धनीच असा कानाडोळा कराय लागला तर घरातली जनावरं रानभर हिंडणारीच की! जरा तरी दम भराय नको? नुस्तं सगळं आबात मारतोय. कधीतरी बसंल हाका मारत, म्हणजे समजलं. हाणून-बडवून तवा काय उपेग? ढगाऱ्याची नानू म्हणालती तसंच व्हयाचं. घराचा मांडव व्हयाचा. जरा तरी बघाय नको. खरं कुणी सांगायचं? सांगितलं की कडू लागतंय. मग हे निस्तरणार कोण...? ती तिच्याच विचारात गुतपाळत गेली. तिच्या मनात लांबलचक वालकांडं तयार झाली. एक एक पीळ घट्ट घट्ट रुतत गेला. तिला कसंसचं झालं.

सुलीनं आमटीला आदान केलं. शेक करायची मनात व्हतं, खरं तीन टाकली खाणार तर काय म्हणून तिनं हाय त्यातच आटपून घ्यायचं ठरवलं. ती देव्हाऱ्याकडं वळली. अजून लिंब नेसायचा व्हता. अंघोळ झाल्या झाल्या आदी लिंबच नेसाय पायजे व्हता. 'खरं, आपलंच चुकल.' ती चुकचुकली. तिनं देव्हाऱ्याकडं नजर टाकली. तिचं तिलाच कसंतरी वाटाय लागलं. अंग पारोसं झाल्यागत भासाय लागलं. अशा अंगानं काय लिंब नेसून उपेग न्हाई, म्हणून ती देव्हाऱ्याजवळची ठावकी घेऊन परड्याकडल्या सोप्याला वळली. ठावक्यात येशेल तेल वतलं. डब्यानं तळ गाठलाता. दिवळीतला कापूस हुडकून काढला आणि ती वाती करीत बसली... आता आनी कशाला अंगावरनं पाणी वतून घ्यायचं? ह्याच अंगावर लिंब नेसावा तिकडं...खरं, ह्यो बेंदराच्या पुनवंचा लिंब हाय, वल्ल्या अंगानं नेसाय पायजे. वल्ल्या

अंगाचा लिंब काय वरसातनं दहा वेळा नेसायचा नसतोय. चार तांबे वतून घ्यावचं.... तिनं मनातच निश्चय केला. तिनं केलेल्या वाती ठावक्यात बुडवल्या.

गल्लीत अजूनबी पावसाचं झिरमाट पडायला लागलंतंच. कोंड्यागत गल्ली पावसाच्या झिरमाटात बुडलीती. गावातल्या गल्लीगल्लीत माणसांची झुंबड उडालती. बैलांच्यागत माणसंबी मिरवणुकीला आणल्यागत फिराय लागलीती. प्रत्येकजण आपल्याच तालात मदीच एकादा उचमळायला लागलाता. गल्लीत पोरांच्या अंग्या चिखलानं माखायला लागल्यात्या. बायजा हळूच जाग्यावरनं उठली. असं किणकिण एकटंच बसण्यापरास कसाळ्याच्या लक्ष्मीकडं जाऊन यावं म्हणून तिनं पावलं उजदारला वळवली. सुली काय करायलीया ह्येचा अंदाज घेतला. सुलीचं आणि तिचं आता म्हयना झालं काही बोलणं नव्हतं. दोघी तोंड शिवल्यागत घरात फिरत होत्या. बायजाला पुन्हा ते सगळं आठवलं. सुलीबद्दलची सणक तिच्या डोक्यात वाढत गेली. तिनं त्या रागाच्या भरातचं उंबरा वलंडला. पाय बाहेर टाकताना ती पुटपुटली,

'रांड माझ्याच पोटाला कशाला आली आसंल ....?'

सुलीनं न्हाणीतनं वल्या अंगानंच मधल्या सोप्यात पाय टाकाला. अंग निरपून काढलं. लिंबाच्या ढाळ्या कमरंभोत्यानं गुंडाळल्या. डोक्यावर बसवल्या. ती देव्हाऱ्यासमोर परडीकडं बघत उभा ऱ्हायली. तिनं भंडाऱ्याचा डबा घेतला परडी पुजली. देवास्नी पुजलं आणि कपाळभर भंडारा माखून ती परडीकडं बघून भारानं जड झालेली परडी तिला आपल्या पोटागत वाटाय लागली. तिचं लक्ष लिंबाच्या ढाळ्यात दडलेल्या पोटाकडं केलं. अंग एकदम शहारलं. क्षणात मोहरलंही. किंचित पुढं आलेल्या पोटावरनं भंडाऱ्याचा हात फिरवला. एक पिवळट पट्टा तिच्या पोटावर उठत गेला. हिरव्या गर्द लिंबातनं आणि गोऱ्या कातडीतनं ती पिवळी रेषा तिला भलतीच गोड वाटाय लागली. ती त्यातच गुतपळून पलीकडं बघत उभा ऱ्हायली. एकाएकी तिला बबन्याची आठवण झाली आणि मनात भंडारा पिवळा धम्मक होत गेला.

उठल्या उठल्या सुलीला अंग जड जड वाटाय लागलं. पेंढरीतनं गोळं चढवल्यागत झालं. पापण्या भिन्नाटल्यागत उघडायलाच येईनात. सगळं सुंद सुंद वाटाय लागलं. ती घटकाभर तशीच बसून ऱ्हायली. अंग अधिकच भिन्न व्हायला लागलं. अंथरुणात तसंच पडून ऱ्हावावं असं तिला वाटाय लागलं. ती अंग लवंडण्याच्या बेतात व्हती, एवढ्यात तिला आठवलं, शुकीरवार हाय, गावातनं फिरून यायला वकोत व्हईल, उठावंच. तिनं अंग झटकून बघितलं. फक्त लदबदलेलं अंग क्षणभर हाललं. आळस तसाच ऱ्हायला. सुलीनं जांभई दिली.

बायजा अजून अंथरुणातच वळवळाय लागलीती. उठून तरी काय करायचं

म्हणून ती तशीच पडून ऱ्हायलीती. तिनं सुली उठल्याचा अंदाज घेतला आणि सुबानाच्या अंथरुणाकडं बघितलं. तो अजूनबी घोरायलाच लागल्याला. असली कसली काळ झोप लागली? उठावावं, तिच्या मनात फक्त तेवढंच आलं. एकाएकी तिचं डोळं जड व्हवून मिटलं.

सुलीनं काय-बाय आवरलं. दिवस कासराभर वर आलता. तिनं पाण्याच्या घागरी मोकळ्या केल्या. प्यायच्या पाण्याचा डेरा पिंजराच्या चोथ्यानं घासला. घाणवष्ट झालता. तिनं दांडीवरच्या फाटक्या झंपराची चुंबळ केली आणि पाण्याची वाट धरली. वाटंला घागरींचं पिक आलंतं. दोन दिवस पावसानं उघडीप दिलती. त्यामुळं पायाखालच्या वाटंला खपल्या पडल्यागत झालतं. सुली गडबडीनं पाय उचलाय लागलीती.

'अग ऽ कसली घाई लागली? थांब की.' पाठीमागनं आवाज आला. सुली थांबली. गुणवंता लंगडत मोकळ्या घागरी सावरत तिच्याजवळ आली.

'वयनी, लंगडाया का लागल्यासा ऽऽ' सुलीनं तिच्या पायाकडं बघतच विचारलं, तशी गुणवंता ठिसाकली,

'तुझ्या यल्लूआईला ठावं ऽ ऽ'

'तिला कसं ठावं व्हणार?' सुलीनं तिला डिवचलं.

'आसली तर ठावं व्हईल..' गुणवंता फुणकारली. सुलीनं वळीकलं, मामला काय तर येगळा हाय. तिनं पुन्हा हासतच विचारलं,

'झालं तरी काय?'

'कुठलं काय ग ऽ ऽ कल शेरीत भागलाय गेलतो. बामणाच्या पांदीत पाय घसरल्याचं निमित्त झालं, आणि आज एकाएकी हे असं ऽ ऽ अग, कसला आवदाना आलाय जांगंत. चालायचं व्हईना ऽ ऽ'

'जरा रगतबावली तरी लावायची न्हाईसा ऽ ऽ'

'मरू दे तिकडं...' गुणवंता कटाळून बोलली. दोघी ऱ्हाटाच्या विहिरीच्या जवळजवळ आल्या. विहिरीवर सगळा कलोट उडालाता. कोण घागरी घासतं, कोण भरलेल्या घागरी उजलून जायाच्या नादात व्हतं. सासुरवासीन सुना तेवढ्याच बोलाय वेळ, म्हणून बोलत बोलत घागरी ऱ्हाटातनं काढत होत्या. सगळ्या आपआपल्या नादातच गुतपाळल्यात्या. सुलीनं घागरी उतरल्या. एवढ्यात व़यल्या ऱ्हाटावरनं आवाज आला,

'सुलीचं अंगलट पालाटली बाई ऽ ऽ'

'कळसवण्याचं पाणी लागलंय ऽ ऽ' तिघी-चौघी हसल्या. सुलीचं, काळीज कातरत गेलं. तिनं तिकडच्या बाजूला बघितलं. शिंद्याची बायना, गोडश्याची नानू तिच्याकडं बघून हसालत्या. सुलीला काय करावं समजंना. तिची शिर एकाएकी

ठणाकली. ती तिकडच्या बाजूला सरतच म्हणाली,

'खा बाई माझी कुट खा ऽ ऽ'

तिघी बी चपापल्या. एकमेकीकडं बघत ऱ्हायल्या. एवढ्यात बायना शिंदीन व्हट चावतच म्हणाली,

'तुझी कुट कशाला खावावं बाई ऽ ऽ?'

'एवढं फणकारायला आमी काय तुझी वडवडाळ काढली व्हय ग ऽ ऽ'

ढगारनीनं सुलीला डाफरतच विचारलं. सुली एकदम चिघळली. तिचा तोल सुटला.

'खावा ऽ ऽ खावा ऽऽ माझी कुट खावा. गाव दमलं कुट खाऊन, तुमी तेवढ्या ऱ्हायल्या व्हत्यासा ऽ ऽ!'

सुलीचं बोलणं ऐकून तिघीबी गांगारल्या. घागरी उचलून चालायला लागल्या. सुली त्यांच्या पाठीकडं बघतच थुकली. तिच्या डोक्याची शिर अधिकच ठणकत गेली.

सुलीनं देव्हाऱ्याजवळची परडी उचलली. भंडाऱ्याचा डबा हातात घेतला. देवाच्या टाकाला भंडारा लावला. कपाळ भंडाऱ्यानं भरून घेतलं. लांबलचक पदर काढला. घर सोडलं. गल्लीत सगळीभर शेवाळीगत हिरवट रंग पसरलाता. घराच्या भिंतीना ओलसर हिरवा पापुद्रा चिकटलाता. सुलीनं कसाळ्याच्या दारातनं हाळी दिली,

'आंकुदी जोगवा ऽ ऽ'

सुली एकएक दार वलंडून पुढं पुढं होत होती. गल्लीतलं मळाब उन्हागत हळूहळू दाट व्हयालतं. कव्वा पाऊस कोराळाय सुरू व्हईल ह्येचा नेम नव्हता. सुली गडबडीनं गल्ली आटपायच्या नादात व्हती. न्हाव्याच्या दारात सुली आली आणि आतनं आवाज आला,

'सुला ऽ ऽ तशीच आत ये ऽ ऽ' सुलीनं न्हाव्याच्या म्हातारीचा आवाज वळीकला. तिनं आतल्यांगाला पाय टाकला. म्हातारी गोट्याच्या लगत घातलेल्या गुडघाभर उंच कट्ट्यावर बसलीती. तिच्या तोंडाला सुरकुत्यांचं पिंजार डसलंतं. सुलीनं म्हातारीला समोर उभा ऱ्हाईतच विचारलं,

'काय ग काकू ऽ थंडगार बसलीस ऽ ऽ?'

'काय करायचं लेकी, आता आमचं संपलं की ...'

'कुणाची लगनं बघायची लेकी ऽ ऽ आता कव्वा एकदा डोळं मिटतील आसं झालंय.' म्हातारी कळवळून बोलली. सुलीनं मनात जाणलं, गाडी बिघाडलीया. तिनं म्हातारीला निरखून बघितलं. म्हातारी कसल्यातरी काळजीत बुडालीती. सुलीनं हळूच म्हातारीला बोलतं केलं,

'आज घरातली कुठं गेल्यात ग ऽ ऽ'

'माळाला भांगलाय लागल्यात.' म्हातारी गप्पगार झाली.

'आवंदा माळाला काय केलंय?'

'भुईमूग आणि भात...' म्हातारी तुटक बोलली. सुलीला आता म्हातारीबरबर काय बोलायचं, हेच सुचंना झालतं. ती थंड डोळ्यानं म्हातारीकडं बघाय लागलीती. एवढ्यात म्हातारीच म्हणाली,

'सुला ऽ मागं एकदा मी डोंगराला गेल्यावर नवास केलंतं ऽ ऽ अजून तसंच ऱ्हायलं ग ऽ ऽ'

'काय त्ये ऽ ऽ'

'पाच पुनवंला लिंब नेसतो म्हटलंत, तवा म्हातारा लई पडलाता. खरं काय घडलं न्हाई ऽ ऽ त्येचा तरास आता मला व्हयालाय....'

'व्हयालंय तरी काय?'

'सारख्या पाच-सा जोगतीनी सपनात येत्यात. गाणं म्हणत्यात, जात्यात. जाग आली की अंगाकडनं पाणी पडाय लागतंय ... आता ह्या पणात कसं करायचं लेकी ऽ ऽ सून कच्ची लिंब नेसायला तयार न्हाई. ह्यातनं कसं निबवून न्हायचं ग ऽ ऽ' म्हातारी कळवळल्यागत बोलली. सुलीनं म्हातारीकडं हासतच बघितलं आणि म्हणाली,

'सुना न्हाई नेसंनात, कोणच्यातरी लेकीला नेसाय सांग. त्यात एवढी ईद्या काय ऽ ऽ'

'चालतंय?'

'न चालायला काय झालंय...? पवाराच्या घरात आसच भांडाण झालं. त्येच्या पोरींनी आपल्या गावात लिंब नेसून देव घरात आणली. आता बेस चाललंय की...'

'हेच विचारायचं व्हतं गं ऽ ऽ' म्हातारीनं सुलीकडं बघतच लांबलचक सुस्कारा सोडला. उठून सुलीच्या परडीत जोगवा टाकला. सुली तिच्या घरातनं भाईर आली. आता म्हणजे सगळी गल्ली आटापली असती, असं वाटाय लागलं. ह्या म्हातारीला आताच टायम गावला. घराकडं आली असती तर काय उलातली असती? तिनं मनातल्या मनात म्हातारीच्या नावानं बोटं मोडाय सुरू केली.

तिकटीच्या तिट्यावर सुली जोगवा मागत आली. गोंगाण्याचा हरबा आणि तिघं-चौघंजण तिकटीवरच तंबाखू मळत उभी ऱ्हायलीती. सुलीला बघितल्यावर त्यांच्यात खसखस पिकली. पाटलाच्या गोंद्यानं जोरातच हरबाला इच्यारलं,

'आरं ऽ बबन्या घोरपड्या आज कुठं फिराकलं न्हाई?'

'काय की बाबा.' हरबानं भाबडं उत्तर दिलं.

'त्यो घरात बसला आसल वाट बघत ऽ ऽ' तिसऱ्यानं म्हाद्याला हवं ते उत्तर

दिलं. सगळ्यानी सुलीकडं नजार फिरवली. सुलीच्या अंगाची ल्हायी ल्हायी झाली.

'बबन्यानं श्यात बाकी चांगलं गाठलंय ऽ ऽ' एकटा.

'आरं ते कुठं त्येच्याच नावावर हाय ऽ ऽ' दुसरा.

'मग काय तूबी जातोस शेताकडं–' तिसरा.

'आता जाऊन काय उपेग, पीक-पाणी पिकलंय म्हणं.' म्हाद्यानं माहिती पुरवली. सुलीच्या काळजाला भोकं पडत गेली. तिचं आवसान एकाएकी गळाटलं. तिला एकदम अंधारून आल्यागत झालं. तिनं स्वतःला आवरतच लालबुंद डोळ्यानं त्या घुपळ्याकडं बघितलं. सगळीजन दात काढून मोठ्यानं हासत होती. केरबा गोंगाण्या तेवढा सगळ्यास्नी दटावण्याच्या प्रयत्नात होता. सुलीला कव्वा एकदा या तिकटीवरनं पुढं सरकतोय आसं झालं.

सुली वयल्यांगाच्या गल्लीला आली. तिनं मनातच ठरवलं, शेवंताक्काला सगळं सांगायचं. मनातलं भडाभडा वकायचं. सारखं मनातच ठिवून घिऊन खूळ लागंल. कव्वाबी एकदा गावाला समजणारच. आताच अर्ध्या गावाला म्हाईती झालंय. त्यात एवढं लपवायचं तरी काय? बबन्या हाय तवर असल्या कुत्र्यास्नी कशाला जुमाना? खरं शेवंताक्काच्या कानावर हे घालाय पायजे. निदान शेवटाला आपलं कोणतरी उराय पाहिजे. तिनं मनाशी असंच बरंच काय-बाय ठरवलं. पण तिची तिलाच भीती वाटाय लागली. शेवंताक्का सगळं गुमान ऐकंल काय? तिच्या मनाला ह्ये बरं वाटंल काय? न्हाई बरं वाटून तीबी तुटली तर काय करायचं, ह्येच तिला समजंना. आकिरला कायबी झालं तरी शेवंताक्काला हे सांगायचं असं ठरवून ती पुढं पुढं सरकायला लागली.

शेवंताक्काच्या दारात आल्यावर तिच्या घशाला एकाएकी कोरड पडली. पायात लटपटा भरला. तिला कसलीच काय सुद ऱ्हायला न्हाई. एवढ्यात आतनं आवाज आला,

'देवानं धाडल्यागत आलीस बघ.' शेवंताक्का उंबऱ्याजवळ उभा ऱ्हावूनच सुलीला म्हणत होती. सुलीनं झटक्यात मान झटकली आणि ती शेवंताक्काच्या घरात गेली. शेवंताक्काला तिचं आजचं रूप रोजच्यापेक्षा वेगळं वेगळं वाटाय लागलं. सुली अंगानं भरत असल्यागत तिला आज एकाएकी जाणवलं. ती त्याच विचारात म्हणाली,

'आता जरा अंगावर पाणी आलं बघ ऽ ऽ'

सुली एकाएकी गदबाळली. आजच शेवंताक्कानं आसं का म्हणावं ह्येचं तिला कोडं पडलं. काय हिलाबी समाजलं, तिनं केविलवाण्या डोळ्यानं शेवंताक्काच्या डोळ्यात बघितलं. तिला डोळ्यात तसंच कायतरी दिसलं. ती बुडफुटक्या गाडग्यागत मनातनंच कोलमडली. हातात परडी घिऊन तशीच भुईला टेकली.

'अग ऽ हातातली परडी तरी खाली ठेव ऽ ऽ' शेवंताक्का बोलली. सुलीच्या हातातली परडी आपोआप खाली गेली. सुली घटकाभर तशीच बसली. शेवंताक्कानं

मनातच हिशेब मांडला. आज जोगव्याच्या टायमाला काय तरी व्हयाय पायजे, तवाच ही बया अशी बसलीया. सुलीला थंड व्हवू द्यावं म्हणून शेवंताक्काबी तिच्याजवळ गप्प बसली. तिनं कानकुरन्यानं कानातला मोळ काढायला सुरुवात केलती. बराच वेळ दोघी न बोलताच बसल्या. आकिरला शेवंताक्काच म्हणाली,

'आज एवढी कशानं शिणलीस ग?'

'कुठं काय?' सुली कायतरी बोलायचं म्हणून बडबडली.

'न्हवं, मी म्हणतोय लई शिणलीस वाटतं ऽ ऽ'

'न्हाई बाई, शिणाय मी कुठं खडाक टाकाय गेलतो?'

'मग आल्या आल्या अशी का बसलीस?'

'बसलो झालं, काय तरी आसतंय की...'

'का आई आज आनी भांडली?'

'न्हाई बाई!'

'मग?' शेवंताक्कानं सुलीला मूळ मुद्द्यावर आणलं आणि सुली पुन्हा गदबाळली. तिला बोलवंनाच. तिच्या कपाळावर घामाचं थेंब जमा झालं, घाबरली. तिनं जागा सोडली आणि शेवंताक्काच्या घरात जाऊन पाण्याचा तांब्या भरून घिऊन आली. तिनं तोंडावर पाणी शिंपडलं. उरल्यालं घटाघटा पिलं. शेवंताक्का आक्रीत बघितल्यागत तिच्याकडं बघतच ऱ्हायली.

'एवढं कशाला घाबारलीस ग?'

'कुठं ऽ ऽ?'

'काय झालं सांगशील काय न्हाई?' शेवंताक्का चिडली.

'व्हतंय काय ऽ ऽ? सुली सुस्कारली. जराशी शांत झाली. मनातल्या मनात पुन्हा कुठं तरी खोल रुतत गेली. तिनं मनाला आवरलं. पदरानं तोंड पुसलं आणि शेवंताक्काला म्हणाली,

'आज आसंच कशानं व्हयालंय...?'

'काय व्हयालं तरी ऽ ऽ?'

'भ्याच वाटालंय ऽ ऽ'

'कशाचं? का कुणी अंगाला हात लावला, शिवी दिली, काय नाकरलं?'

'हूं ऽ ऽ एवढी कुठल्या भाड्यात मस्ती हाय?' सुली एकाएकी चिडली. तिचं मन जरासं ताळ्यावर आलं आणि मग तिनं शेवंताक्काला हळूच म्हटलं,

'काय तरी येगळंच सांगायचं हाय.'

'काय बबन्या सवत्या घरात ठेवतो म्हणालंय?' शेवंताक्का पट्टदिशी बोलून गेली. सुली एकदम ढेपाळली. विषयाला तोंड फुटलं म्हणून थोडीशी लाजली. मनातल्या मनात भ्याली!

'तसं काय न्हाई ऽ ऽ खरं त्येच्याबद्दलच व्हतंय ऽ ऽ' आता मात्र सुलीनं मनाला आवरलं.

'काय झालं? आनी कवा घरात भांडान केल्यान...?'

'घरात न्हाई ऽ ऽ माझ्या पोटात केल्यान!' सुली गप्पकन बोलून गेली. शेवंताक्काच्या कपाळावर लांबलचक आटी पडली. मनातल्या मनात ती कण्हली. तिला घटकाभर सुलीबरबर बोलावं असंच वाटंना. सुली मात्र आपल्या समोरच्या भुईवर बोटानं रेगा मारत होती. शेवंताक्का मनातच म्हणत होती,

'... हिनंबी माझ्यासारखंच श्याण खाल्लेलं. चांगल्या घरातली पोर आसं वागणार न्हाई आसं वाटलतं. खरं, पाय घसारलाच... आता घसारला त्यो घसारला. एका ठिकाणातच घसारला तर बरं व्हईल. न्हाईतर हिचीबी येसाद्याची फुला व्हईल ऽ ऽ देवा, तेवढ्यातनं सुलीला वाचीव... लई चांगल्या घरातली पोर हाय ऽ ऽ' शेवंताक्का भलतीच वाहात गेली. तिला आवरायलाच व्हईना. सुली मात्र तिच्या हालत्या भुवईकडं बघतच बसलीती.

'पाळी बंद व्हवून ह्यो कितवा म्हयना ग ऽ ऽ' शेवंताक्कानं स्वतःला सावरत विचारलं. सुलीला जरासं बरं वाटलं. ती झटक्यात म्हणाली,

'पाच सपलं ऽ ऽ'

'सपलं ऽ ऽ' शेवंताक्कानं टाळाच पगळला. 'मग आजून कसं बोलली हान्ईस ऽ ऽ?'

'बबन्यानं शपथ घातलीया ऽ ऽ'

'म्हणजे हे आसंच राकणार?'

'मग काय करायचं?'

'आनी वाढल्यालं प्वॉट घिऊन गावातनं फिरणार? आई-बाबा जगतील असं वाटतंय व्हय ग ऽ ऽ?'

'घरातनं भाईर काढतील! मलाबी आता त्येच पायजे हाय. जीव खराशीला आलाय ग ऽ ऽ'

'भाईर आल्यावर जगशील आसं वाटतंय तुला?'

'बबन्या हाय की. घर करून देतो म्हणालाय.'

'खुळी हाईस लेकी. आसं नसतंय. आपुण देवाच्या रांडा ऽ ऽ आपल्याबरबर संसार कोण करील? आसलं खूळ काय धरू नगस. सरळ मोकळी हो जा ऽ ऽ' शेवंताक्का कळकळून बोलली. सुली एकदम भ्याली. तिच्या अंगाचं पाणी पाणी झालं. तिला शेवंताक्काला वरडून सांगावं असं वाटाय लागलं– 'मी तसं करणार न्हाई...' तिनं मनाला आवरलं. तशीच कोलमडून बसली. तिचं तोंड व्याकुळ झालं. डोळ्यातनं एकाएकीच पाणी गळाय लागलं. हुंदका आवरता आवरंना. तिनं हुंदका आवरत

शेवंताक्काला सांगितलं, ‘मी मोकळी व्हणार न्हाई ऽ ऽ’ शेवंताक्का तिच्या डोळ्याकडं बघतच बसली. सुली रडून रडून सरकदान झाली. तशी शेवंताक्का म्हणाली,

‘माझंबी आसंच झालतं. मांगल्या, मोकळी झालीस तर कुराडीनं तोडीन म्हणालता. खरं लाज बापयास्नी नस्ती, लेकी-बायकास्नी आस्ती. रातोरात करंबळी गाठली. चौगुल्याकडची मुळी खाल्ली आनी मोकळी झालो. न्हाईतर कव्वाच जीव दिला असता ऽ ऽ आसं गाव तुझ्या-माझ्यासारखीला जगू दित न्हाई... त्येला वसावळ लागतीया. फुलासारखीला ते जमलंय. त्येंची वसावळच त्यातली. आमचं तुमचं येगळं हाय बाई... जरा तरी पाळाय पायजे...’ शेवंताक्काला दम लागला. तिची पांढरी केसं एकाएकी हालली. गळ्यातला पदर चळवळला. सुली मात्र चुलीतल्या रक्कगत बसून आढ्याकडं बघालती. अजून तिच्या गळ्यात हुंदका व्हता तसाच व्हता.

‘बघ. दिवसभर इच्यार कर. सांजच्याला हितं ये. तुज्यासंग यतो, खरं एकदा मोकळी हो ऽ ऽ ह्यो असला डाव बरं न्हवं ऽ ऽ लगट केलीस त्यात काय वाईट न्हाई, खरं आसल्यात गुतलीस तर काय खरं न्हवं ऽ ऽ’

शेवंताक्कानं सुलीची समजूत काढण्याचा प्रयत्न सुरू केला. सुलीला तिच्याजवळ जास्त वेळ बसवंना. ती उठली. हातात परडी घेतली. सरळ गल्लीत आलो. भर दुपारी अंधारल्यागत झालतं. गळा लई दाटून आलता. सुलीच्या पायास्नी खूळ लागल्यागत झालतं...

सगळी गल्ली थट्ट भरलीती. सुली रेडकू हंबरल्यागत हंबरालतदी. सुबानाचा आवाज पिसाळल्यागत खापरीतनं वर जायाला लागलाता. कुणाला दाराला जाऊन धडकी द्यायचं सुद्धा धाडस व्हईना झालतं. सगळी एकमेकात कुजबुजाय लागलीती. आता सुबाना सुलीचा जीव घेतोय, असं म्हणालती. खरं बंद दारावर धडक मारावी, असं मात्र कुणालाच वाटत नव्हतं. कितीतरी वेळ सुबानाचं ओरडणं आणि सुलीचं हंबरणंच लोक ऐकत उभं ऱ्हायलतं. सगळ्यांच्या मनात नाना तऱ्हांच्या पाला चुकचुकायला लागल्यात्या. सगळ्यांच्या अंगात कापरा भरल्यागत झालता. एवढ्यात मिसाळाचा गणपा म्हातारा पळत पळत आला. त्याला कोणच काय बोलंना. तसा गणपा मिसाळ सरळ पुढं झाला. त्यानं सरळ दाराला धडकी देतच हाळी दिली,

‘सुबाना, गुमान दार उघड, न्हाई तर दार मोडतो बघ ऽ ऽ’ म्हणतच त्यानं दारावर लाथ हाणली. जमलेल्या सगळ्यास्नीच व्हैक वाटलं. आतनं कायच आवाज आला न्हाई. गणपा मिसाळ दाराला कान लावून उभा ऱ्हायला. सुलीचं हंबरणं चालूच व्हतं. सुबानाचा आवाज मात्र थंड झालता.

घटकाभरानं पुन्हा सुबानाच कोंडा बडवल्यागत सुलीच्या अंगावर हाणत

असलेल्या काठ्यांचा आवाज आला आणि गणपा मिसाळनं काळधावानं दारावर लाथ हाणली. दार कडीसकट निकाळलं. गल्लीतली सगळी माणसं एकाएकी जमा झाली.

‘आरं, काय लाजभिडा सोडलास म्हणून हे आसं करालास का काय?’ म्हणतच गणपा मिसाळनं सुबानाच्या हातातली हिसकी काढून घेतली. सुली आडवी पडलीती. तिचा टाळा आता नुस्ताच पगाळलाच्या. त्यातनं नुस्ती घरघर यायला लागलीती.

‘आरं, मेली बिली तर फुक्कट दाणीला जाशील… काढते वेळी कळाय नव्हतं ऽ ऽ कशाला गल्लीत सोबाग करून घ्यालास? म्हातारा झालास मर्दा ऽ ऽ’ गणपा मिसाळ सुबानाला गुल करत होता. सुबाना मात्र दगडी भित्तीगत निपचित बसलाता. बायजा मागच्या सोप्यात कव्वाच सुद गेल्यागत पडलीती. गल्लीतल्या बायकांनी तिला कांद्याचा वास दिला. पाण्याचा कुडचा तिच्या टाळूवर मारला. बायजा हळूहळू डोळं उघडून बघू लागली. तिच्या डोळ्याला धार लागली. सगळी सुबाना आणि बायजा ह्येंच्या भोत्यानंच गोळा झाली. सुलीकडं कुणी बघितलंसुद्धा न्हाई.

हळूहळू सगळी गल्ली पांगली. माणसं घरातल्या घरात कुचकुचाय लागली. सुबाना काय बी ऐकून घ्यायला तयार नव्हता. बायजानं आपल्या किलकिल्या डोळ्यांनी सगळ्या घराचा अंदाज घेतला. घरात आता चौघांशिवाय कोणच शिल्लक नव्हतं. हे बघितल्यावर बायजा म्हणाली,

‘झोपा आता तिकडं. आता रांड आमाला मेल्यासारखी!’ गणपा मिसाळ जागचा उठला न्हाई. त्यानं सुबानाला हातरुण टाकाय लावलं आणि आपण उशाला बसला. चिलमीला छापी गुंडाळतच म्हणाला,

‘आता ऽ असं गाव गोळा करून नापत घालवून घेण्यापरास तिचा गळा घोटून पुरला असतास तर काय कुणी इच्यारलं असतं…?

सुलीनं एवढंच ऐकलं आणि कण्हता कण्हता तिच्या काळजाचं पाणी झालं. ती जागच्या जागीच कण्हत पडली. गणपा मिसाळ चिलीम इजवून सुबानाला दम भरून घरातनं भाईर पडला. सरकदान झालेल्या सुलीचा डोळा लागला.

सुलीला जाग आली तवा सुबाना दिवा घिऊन सुलीला उठवायला लागलाता. त्याचं तांबारलेलं डोळं बघून सुलीला गरगरलं. तिनं हात रेटून उठायचा प्रयत्न केला, तसा सुबानाचा हात तिच्या गळ्यावर पडला. त्यानं रेटून सुलीला खाली पाडतच विचारलं,

‘कुणाच्यात श्याण खाल्लीस त्येचं नाव सांग!’

‘…हं ऽ ऽ’ सुली फक्त हुंकारली.

सुबानानं तिच्या नरड्याभोत्यानं हाताची बोटं जाम्म रुततच हालवली आणि विचारलं,

‘झटक्यात सांग, न्हाईतर आता ऽ ऽ’ त्याचं दात एकमेकांवर रेटत गेलं.

हाताची पक्कड आवळ होत गेली. सुली वळवळली. तिनं हातानंच सांगतो म्हणून खूण केली. सुबानानं तिला उठून बसवली. तिची लांब होत चाललेली जट भुईला डसली.

'पा ऽ णी ऽ ऽ' सुली डोळ्याची अंधुक हालचाल करत पुटपुटली. सुबानानं पाण्याचा तांब्या आणला. तिच्या हातात दिला. सुलीनं सगळा तांब्या संपिवला तसा सुबाना कडाडला,

'आता नाव सांगायचं ऽऽ!' सुलीनं एक वेळ सुबानाकडं बघितलं. उगचच वळवळल्यागत केलं आणि पोटावर हात ठेवत म्हणाली,

'घोरपड्याचं बबन्या ऽ ऽ!' सुबाना एकाएकी गळाटला. त्याचं मस्तक पुन्हा फिरलं– 'रांडंचा असला निघाला. आता किती दिवस गावात ऱ्हातोयच बघतो...' सुबानाचा व्हट आवळतच गेला. एवढ्यात बायजा त्याला म्हणाली,

'रांडंला कितवा म्हयना इच्यारा ऽ ऽ' सुबाना पुन्हा भानावर आला. त्यानं सुलीकडं फक्त बघितलं.

'सहा संपून पंधरा दिवस झालं ऽ ऽ' सुलीला आवाज फुटंना.

'रांडंनं दिवसापतोर हिशोब ठेवलाय ऽ ऽ' बायजा पुटपुटली.

'आनी आजून तुला म्हाईती न्हाई ऽ ऽ तूबी तिच्या आयला उडाळ लवड्याचीच...' म्हणत सुबाना बायजाकडं सरकला. बायजा डोळं फटफटीत करून सुबानाला बघत ऱ्हायली. सुबाना थबकला. त्यानं त्याच रागाच्या भरात सुलीच्या पेकाटात पुन्हा लाथ चढवली. सुलीनं तोंडावर हात मारला. तसा सुबानानं तिच्या गळ्याभोत्यानं दोन हात आवळले. सुली एकदम घोगारली. बायजा एकाएकी ओरडली, 'सोडा ऽ ऽ' सुबाना ढिला पडत गेला. त्यानं जागा सोडली. तो आपल्या अंथरुणावर बसून ऱ्हायला. त्याला बबन्याच्या मुडद्याशिवाय काय दिसत नव्हतं. बायजा मात्र 'रांडंनं नापत घालीवली ऽ ऽ' एवढंच पुटपुटत भिन्न बडवल्यागत बसून ऱ्हायली. तिचा डोळा मिटायलाच तयार नव्हता. अंधार मात्र जराजरा विरघळत चाललाता.

आठवडा झालता. बायजानं कसलं ते पाणी सुद्धा तोंडात घालाय नव्हतं. सुबाना अंगात भरल्यागत रानोमाळ नुस्ता बबन्याच्या शोधात हिंडालता. बबन्यानं कव्वाच गाव सोडलतं. सुलीचं अंग हिरवंगार पडलतं. बायजाची थोरली भावजं इचनाळस्नं घरात आलती. श्याण-पाणी बघालती. खरं कुणाला कोण बोलत नव्हतं. सगळ्यास्नी कशानंतरी झपाटल्यागत झालतं. बायजाला आता मराण आलं तर बरं व्हईल, आसं वाटलंतं.

गल्लीतल्या आयाबाया बायजाजवळ यायच्या. खा-खा म्हणून मिणत्या करायच्या. बळंना पाणी जरी तोंडात घालायच्या. खरं बायजा कुणालाच दाद द्यायला

तयार नव्हती. गावातल्या बापयांनी सुबानाची समजूत काढून बघितली, पण काय उपेग व्हयाला तयार न्हवता. सगळं गाव चुकचुकाय लागलंतं. कोण पायजे ते तोंडाला ईल ते बरळाय लागलंतं. सगळ्या गावात सुली आणि सुलीचं घर चर्चेचा विषय झालता. शेवंताक्काचा जीव तीळ-तीळ तुटायला लागलाता. दिवसातनं एक तरी फेरी तिची बायजाकडं व्हयाची. भंडारा लावायची, परडीवर हात मारायची. देवाला शपथ घालायची आणि सुलीच्या उशाला बसून तिच्या वाढत्या पोटाकडं बघून रडरडून परतायची. बायजाच्या भावजंला हितनं पळून जावावं असं वाटाय लागलंतं. खरं, बायजा आज न्हाई उद्या कायतरी शिवंल, एवढीच तिला आशा व्हती.

दसरा चार दिवसांवर आलंता. लोकांची रानातली घाई वाढायला लागलीती. माणसाला माणूस मिळंना झालतं. सुबानानं शेताकडं फिरकून सुद्धा बघायला नव्हतं. बायजाच्या भावजंला सगळंच गुडारत वाटाय लागलतं. तिनं गल्लीतलं पोरगं शेवंताक्काकडं पाठीवलं. शेवंताक्का आली तवा दुपारचं ऊन कापायला आलेल्या भातागत झालतं.

'आक्कासाब, जरा आमच्या गावाकडं कुणालातरी पाठवा ऽ ऽ मला ह्येंचं सगळ्यांचंच काय खरं वाटंना झालंय ऽ ऽ सगळ्यास्नी येवा म्हणून तेवढं सांगा ऽ' बायजाची भावजं काळीज फाटल्यागत बोलली. शेवंताक्काचा गळा एकाएकी भरून आला. तिला काय बोलवंना. तिनं सुलीच्या अंथरुणाकडं बघितलं. ती कोरकी व्हवून भित्तीला डोळं भिडवून पडलीती. शेवंताक्का बराच वेळ तशीच बसून ऱ्हायली. तिला उठावं असंबी वाटंना. बायजाची भावजं गालाला हात लावून बसलीती.

शेवंताक्कानं जागा सोडली. घर गाठलं. मांगल्याच्या शंकऱ्याला बलवून घेतलं आणि त्येच्याकडनं इचनाळला सांगावा पाठवला. ती त्याच इच्चारात गुतपाळलीती.

...त्या येळंला आवदसीनीला म्हणालतो मोकळी करूया, कबूल झाली न्हाई... 'माझं मी निस्तारतो' म्हणाली. नवं घर कराय जमलं न्हाई तर गाव सोडतो म्हणाली आणि आता...

क्षणभर तिला सुलीची दया आली. लगेच तिच्याबद्दलचा राग तिच्या मनात साचत गेला. एवढ्यात मान्याची शांता तिच्याजवळ आली.

'कसल्या लई इच्यारात दिसत्यासा?'

'कुठला इच्यार? कायतरी आसतंय झालं ऽ ऽ'

'कसलं गुडारत पडलंय सांगा तरी–'

'कसलं न्हाई बाई...' शेवंता सुस्कारली.

'सुलीचं काय कळलं...?' शांतानं विचारलं आणि शेवंताक्काचं डोकं भडाकलं. जी-ती रांड नुस्ती सुलीचं काय झालं? तिला आता तिचा बाबा ठेवंल काय? गप्प सुलीनं गाव सोडून जोगवा मागून खायाचं व्हतं...! सुलीनं आसलं श्याण खायाचं नको

व्हतं... आसलंच काय-बाय इचारत्यात, म्हणत्यात, हेच्यानं त्यास्नी काय मिळत आसंल? शेवंताक्का आपल्याच विचारात तापत गेली तशी शांता मानीन म्हणाली,

'तुमाला काय कळाय नसंल?'

'काय कळायचं? हाईत की बरी.' शेवंताक्कानं राग आवरत सांगितलं.

'खरं ऽ ऽ सुबानानं बी एवढं कराय नको व्हतं... किती केलं तरी देवाची बाई ऽ ऽ एकानद्या बापयाला वस व्हणारच की.'

'आमाला कशाला बाई त्येंचं?' शेवंतानं डाफरत शांता मानीनीला गप्प बसवलं आणि जागा सोडला. तिच्या डोळ्याम्होरं आजूनबी ताजंतवानं आसल्यालं सुलीच्या पाठीवरचं वळ दिसाय लागलं.

इंचनाळास्न बायजाचा भाऊ, धाकटा भाऊ, तात्या आणि दोघं अशी चौघं-पाचजन घरात आली. बायजाच्या भावजंच्या जिवाचा घोर मिटला. तिनं त्यास्नी आल्या-आल्या सगळं कानावर घातलं. बायजाच्या थोरल्या भावाला सगळंच गुडारत वाटाय लागलं. धाकट्याची मात्र शिर तटतटली. सुलीच्या नरडीचा घोट घ्यावा, असं त्याला वाटाय लागलं. सगळ्यांनी बायजाचं अंथरुण येरगटलं. बायजाच्या अंगात डोळं उघडायची ताकद नव्हती. ती फक्त वळवळत कण्हायला लागली. तसा बायजाचा थोरला भाऊ तिच्या कानाजवळ पुटपुटला.

'बायजा, मी आलोयऽऽ'

बायजानं किलकिल्या डोळ्यानं त्याच्याकडं बघितलं आणि तिच्या डोळ्याला पुन्हा धार लागली. सगळ्यांनी बायजाला उठवून बसवली. बायजाचं तोंड कांद्याच्या पातीगत झालतं. तिनं आलेल्या सगळ्यांच्यावर नजर फिरवली. तिला पुन्हा भडभडून आलं. तिनं थोरल्याच्या मांडीवर डोकं ठेवून हुंदकं द्यायला सुरुवात केली. घटका घटका त्यातच निघून गेला.

अंधार पडला. सुबाना आजूनबी यायला नव्हता. दिवस उगवायच्या आदी भाईर पडलेला सुबाना आता रोजच जेवणगताशिवाय गावात पाय ठेवत नव्हता. सारखा पिसाळल्यागत रानभर भटकत होता. सगळ्यांनी त्याच्याच वाटंकडं डोळं लावलं. सुलीला कुणी का म्हणून बी इच्यारलं न्हाई. बायजाच्या धाकट्या भावानं तेवढं तिचं सुजलेलं तोंड निरखून बघितलं आणि तिथल्या तिथंच तिचा गळा घोटल्यागत वळवळला.

सुबाना जेवणवगताला घरात आला. घरात एवढी माणसं बघितल्या बघितल्या गड्याचा धीर सुटला. त्यानं उभ्याउभ्याच पावण्यांच्याकडं न बघताच अंगावरची पोत्याची खोळ खोपड्याला व्हलपटली आणि हातातला इळा तसाच भित्तीला उभा करून ठेवला. थोरल्यानं सुबानाचं हे रूप बघून धसकाच घेतला. त्याला बायजापेक्षा सुबानाचीच काळजी वाटाय लागली. कोण कुणाशी विशेष बोललं न्हाई. थोरला

सोडून सगळ्यांनी सुबानाला बरोबर घिऊन आतडं वल्ल केलं. सुबानाला आज जेवाण जेवतानं कडू ईक कायतरी खाल्ल्यागत वाटाय लागलं. त्यानं ताट अर्ध्यावर सोडलं. तो तसाच उठला.

थोरल्यानं दुधात कालवलेला भात थाटीतनं आणला आणि तो बायजाजवळ बसला. बायजानं तोंड झाकून घेतलं. ती मुरका मारून पडली, तसा थोरला म्हणाला,

'हे बघ, तू खाल्ली न्हाईस तर मी खानार न्हाई; आणि वागागत तुझा भाऊ असताना एवढं कुणाला भ्यालीसऽऽ ह्या सगळ्याचा निकाल लावल्याशिवाय गावातनं जाईत न्हाईऽऽ'

त्यानं बायजाला काय पायजे ते सांगून बघितलं. बायजा काय दाद द्यायला तयार नव्हती. शेवटी एकाएकी थोरल्याच्या गळ्यातनं हुंदका बाहेर पडला आणि बायजा काचबारली. तिनं हळूच उठून बसत त्याला समजावलं आणि घास हातात घेतला. जड आवाजात म्हणाली,

'ह्या रांडेला माझ्या तोंडाआड करून गेलास तर बरं, न्हाईतर-' तिनं वाक्य अर्धच सोडलं. सुलीला कायकाय वाटलं न्हाई. तिच्या मनानं सगळ्याची तयारी कव्वाच करून ठेवलीती. तिनं समाधानानं डोळं मिटिवलं.

थोरल्यानं आतडं वल्ल केलं आणि हात पुसतच तो सुबानाजवळ जात म्हणाला,

'आसं किती दिवस घालीवणार?'

'त्यो सापडोपतोर.' सुबाना डाफरला.

'खरं ह्या घरातल्यांचं काय-?'

'मला सगली मेली!' सुबाना चिघळला.

'मी सुलीला मोकळी करून आणावी म्हणतोयऽऽ'

'मातीत पुरून येवा जावाऽऽ'

'खरं, अशानं सगळ्यांचं वाटुळं हायऽऽपोरीचा पाय घसरला आता त्येला काय इलाज हायऽऽ'

'मला इलाज मिळाला तर करणार, न्हाई तर–' सुबानानं पांढऱ्या मिश्यावर हात फिरवला. एवढ्यात धाकटा म्हणाला,

'हिला घरात कशाला ठेवायची? उद्या तिचा ती रस्ता बघू देऽऽ'

'व्हय, तसंच करू देऽऽज्येच्याबरबर व्हती त्येच्याकडं जाऊ देऽऽ'

सगळ्यांनी असंच कायतरी बडबडाय सुरू केलं. थोरल्याला मात्र कुणाचंच काय पटंना. त्यानं डोकीला हात लावून खोपड्यातल्या अंधाराकडं बघायला सुरुवात केली.

सगळ्या घरभर अंधार माचून भरल्यागत भरलाता. सगळ्यास्नी हळूहळू डोळा लागत गेलता. सुली एकटीच आपल्या जड झालेल्या पोटावर हात फिरवत वळवळाय लागलीती. अंगावरचा प्रत्येक वळ ठुसठुसाय लागलाता. ती ताळमाळ ताळमाळ

करीत आपल्याच विचारात लोळालती. तिला बबन्याशेजारी असल्यागत मधीमधीच वाटायला लागलंतं. गळ्यातला आवंढा हळूहळू वर यायला लागलाता. बाबा आता बबन्याला राकत न्हाई, या एवढ्याच धसक्यानं तिला सगळं सपल्यागत वाटायला लागलतं. बाबानं बबन्यापरास मलाच सपवावं, बबन्याच्या विचारानं ती एकाएकी कण्हाय लागली.

झटका आल्यागत ती अंथरुणात उठून बसली. तिनं सगळी सामसूम पडल्याचा अंदाज घेतला. पाय न वाजवता ती दाराकडं वळली. क्षणभर थांबली. पुढल्या सोप्यात सगळ्यास्नी झोप लागण्याची पुन्हा एकदा खात्री करून घेतली आणि मग तिनं भाईरच्या दाराच्या कडीला हात घातला.

'खळऽ' असा आवाज आला. थोरला घाबरून उठला. त्यानं दार गाठलं. सुलीच्या बावट्याला धरलं आणि खोपरानं धक्का मारतच तिला उभा केलं. अंधारातच त्यानं विचारलं, 'कुठं निघालीस?'

'मरायला–' तिचा हुंदका भाईर पडला. थोरल्यानं वडतच तिला अधल्या सोप्यात आणलं. ढकललं. ती अंधारात हेलपाटली. वळवळली. तिथंच आडवी झाली. थोरल्याच्या बायकोनं काडी वडली. अंधाराची फिक्कट पिवळी वर्तुळं तयार झाली. थोरला त्याच गिचमिडीत आडकला. बुडला. बुडतच गेला-बायजाचा जीव मात्र अंथरुणातच झारऽऽझारऽऽ झाला.

सुली इंचनाळला जाऊन आता आठवडा झालता. पाठीमागं कसलंच सांगणं पाठवायला नव्हतं. मागं कुणाला आठवण येणार न्हाई, असंच सगळ्यानी मनात धरलतं. बायजाला सारखं कव्वा एकदा ही मोकळी झाल्याचं सांगणं येतंय, आसं झालतं. मोकळी व्हता व्हता मेली तर लई बरं व्हईल, त्याच इच्चारात तिला उगावल्याचं आणि मावाळल्यालंबी कळत नव्हतं.

सुबानाला मात्र सुली मेल्यागतच झालती. सुलीचं घरात घेतल्यालं नावसुद्धा त्याला इंगळी डसल्यागत डसायचं. सुलीनं आता आपला मुलूक धरावा, तिनं घरात पायसुद्धा ठेवू नये, असं त्याचं म्हणणं व्हतं. त्याच्या सुरकुतलेल्या तोंडावर कसली ती रया उराय नव्हती.

गावातली गल्लीतली माणसं आदीमदी घरात यायची. सुली आलीया काय, अंदाज घ्यायची. बायजाच्या थोरल्या भावजंला धीर देऊन निघून जायची. बायजाला आता त्यांचाबी ईट आलता. घरात कोणबी आलं की ती वाकळंची मुरकुंडी मारायची. कितीबी हाळ्या मारल्या तरी जागं व्हयाची न्हाई. येणारं माणूस कटाळायचं. बायजाच्या भावजंबरोबर बोलायचं आणि काढता पाय घ्यायचं. तर सुबाना घरात कव्वा थांबायचाच न्हाई. रानात कुठल्यातरी झाडाखाली दिवस घालवून

जेवणवक्ताला यायचा. सगळं इपरीत चालल्यागत चाललंतं.

किनीट पडायच्या वक्ताला बायजाचा थोरला भाऊ येशीत आला. आजून पाक्क अंधारून यायचं व्हतं. अशा अर्ध्या उजेडात जातानं कोणीतरी भेटंल, काय-बाय इच्यारलं, असं त्याला वाटायं लागलं. तो पांदीतच थांबला. हिकडनं-तिकडनं येणाऱ्या वाटंवर नजार टाकून अंदाज घेतला. तंबाखूची पिसवी धरून तो कितीतरी वेळ उभा ऱ्हायला. आतला तंबाखू भाईर काढावा, असंबी त्याला वाटंना. आकिरला तंबाखूची एक चिमट त्यानं हातात घेतली. त्यातली एकाद दुसरी काडी बाजूला केली आणि चुन्याची डबी हातात खेळवत तो उभा ऱ्हायला. त्याच्या मनात रेंगाळणारं सगळं आता निचरून गेलतं. फक्त दाट व्हणारा अंधार तेवढाच त्याला काळाभोर वाटाय लागलाता. त्यानं तोंडात तंबाखूची गोळी टाकली. चौ-भोत्यानं बघितलं. धोतरातनं बघितल्यागत दिसाय लागलंतं. त्यानं जागा सोडली.

गावातल्या गल्लीत पाय टाकल्यावर त्यानं मान एकदम खाली घेतली. गल्लीतनं माणसांची वर्दळ भलतीच चाललीती. त्याला चोरल्या चोरल्यागत व्हयाला लागलं. त्यानं पायाची गती वाढवली. तो झपाटल्यागत सपापा चालला. त्याच्या पायाचा आवाज त्याचा त्याला जाणवायला लागला. त्यानं उंबऱ्यात पाय ठेवला आणि घरभर नजर टाकली. दिव्याचा उजेड फक्त चुलीजवळच दिसाय लागलाता. त्यानं पुढच्या सोप्यात पाय वाजवले. बायजा मधल्या सोप्यात हळूहळू वळवळली. त्यानं खाकरा काढला आणि चुलीजवळ असणाऱ्या त्याच्या बायकोनं त्याचा आवाज वळीकला. ती दिवा घिऊन म्होरल्या सोप्याला आली. न्हवऱ्याचं तोंड तिला भलतंच सोकल्यागत वाटाय लागलंतं. तिनं हसून त्याच्याकडं बघितलं, पण त्याच्या तोंडावरची रेघ हालली नाही.

'आक्का कुठं गेली?' त्यानं उभ्या उभ्याच विचारलं. त्याचा आवाज कानावर जाताच बायजा गप्पाकन उठून बसली. थोरला तसाच मधल्या सोप्याला आला. त्याच्या बायकोनं दिवा मधल्या सोप्याला ठेवला. बायजानं किलकिल्या डोळ्यानं त्याच्याकडं बघितलं. हनवट हातावर ठेवली. कायतरी विचारण्यासाठी तिचं डोळं हाललं. थोरला मात्र भनीच्या वाळून गेलेल्या तोंडाकडं भिन्न व्हवून बघालता. कसली उंबरागत असणारी भन म्हयन्यात चिपाडागत झालती. त्याच्या काळजाला पीळ पडला. डोळ्यात पाणी साठलं. काय दशा झाली, तो त्याच्याच इच्यारात गुतपाळला. बायजा मात्र ह्यो आता बोललं, मग बोललं, म्हणून त्याच्याकडं न बघताच खाली मान घालून बसली.

'आसं काय सुतक आल्यागत आल्यापास्नं बसल्यासा? जरा कायतरी बोला कीऽऽ' बायजाची भावजं आतनं भाईर येतच म्हणाली. थोरल्याला जाणवलं, आपण कितीतरी वेळ न बोलताच गप्प बसलोय. तो वळवळला. बायजा मात्र त्याच्याकडं बघायला तयार

नव्हती. थोरल्याचीबी जीभ हालंना झालती. तो टकामका बघतच ऱ्हायला.

बायजाची भावजं जेवाण आटपून मधल्या सोप्यात आली. तवपतोर कोण कोणाशी बोललेलं नव्हतं. ह्या भनीभावंडास्नी झालंय तरी काय? ती दोघांच्याजवळ आली. ही आसंच बसली तर ह्यास्नी खूळ बडवंल, ती त्येंच्या मुटकुळा झालेल्या अंगाकडनी बघतच म्हणाली,

'असं बसून काय व्हणार हाय? घडा घडा बोलल्यासा तर मनातलं तरी सगळं भाईर पडंल.'

'काय बोलायचं..?' थोरला खाली बघतच म्हणाला आणि बायजा जराशी वळवळली. दोघा भनीभावंडांची नजरानजर झाली. बायजानं पुन्हा गप्पाकन आपली नजर खाली वळवली. तिच्या डोळ्याला पाणी भरलं.

'घरात काय काय चाललंय?'

'काय चालणार? हितं तसं तिथंऽऽ' तो बोलायचा थांबला. बायजाचं कान टवकारलं. पुन्हा कोण बोलायला तयार नव्हतं. बायजाच्या भावजंला ऱ्हावंना. तिनं त्याला विचारलं,

'सरंबळवाडीला गेलत्यासाऽऽ?'

'गेलतोऽऽ'

'काय झालं?'

'उपेग न्हाईऽऽ आता सगळं आटपलंय म्हणालाऽऽ'

'मग रांडंला तिथंच पुरायचा व्हतासऽऽ' मघापास्न गप्प बसलेल्या बायजाचा बांध फुटला. तिनं हाणून बडवून घ्यायला सुरुवात केली. थोरल्याची बायको पाक ढासाळली. तिला आता कायच बोलता येईना. एकाएकी डोस्क्याची ल्हायी झाल्यागत उभा ऱ्हायली. थोरल्यानं मान गुडघ्यात घातली. बायजाला गप्प ऱ्हा म्हणायचं धाडस सुद्धा आलं न्हाई.

जेवणवक्ताला सुबाना आला. मेव्हण्याला बघितल्यावर त्याला बोलावं असंबी वाटलं न्हाई. आपल्याच तंद्रीत त्यानं भाईरच्या सोप्यात येरझाऱ्या घालाय सुरुवात केली. थोरल्याला आपणहून पावण्याला बोलवावं, असं वाटाय लागलं. खरं एकदम वस्साकन अंगावर ईल, या भीतीनं त्यानंबी सुबानाला बलीवलं न्हाई. बायजा मात्र रडून रडून सरकदान व्हवून डोळा लागल्यामुळं बेसुद पडलीती.

जेवता जेवता सुबानाच्या डोस्क्यात एकदम सणक आली. त्यानं ताट अर्ध्यावर सोडलं आणि थोरल्याला म्हणाला,

'काय करायचं ठरलं तिचं?'

'मोकळी तर व्हईत न्हाई. मग काय करायचं तेच इच्याराय आलतो.'

‘तिकडंच पुरायची. खरं माघारी लावून द्यायची न्हाई. आता हितं दिसली तर खपल्याशिवाय ऱ्हाणार न्हाई, एवढंच सांगा तुमी तिला...’ सुबाना बडबडतच ऱ्हायला. थोरल्याला मात्र ह्यातनं कोणता मार्ग काढायचा, ह्या दोघास्नी कसं सांभाळायचं, हेच समजंना. त्येच्या जिवाला सगळा घोर पडलाता. अन्नावरची वासनाच उडालती. त्याच्या तोंडावर कसलं त्ये पाणी ऱ्हायाल्या न्हवतं. सुबानाला समजून सांगावं म्हटलं तर काय आणि कसं सांगायचं, ह्या इच्यारातच त्यानं ताटात हात धुतला आणि भाईरच्या सोप्याला आला. शिस्तीनं बसत तंबाखूची पिसवी काढत सुबानाला म्हणाला,

‘अशी डोस्क्यात राक घालून घिवू नकोसऽऽआदीच गावात हासं झालंय, त्यात दात इचकून पडाय नकोऽऽजरा दमानं घिऊ याऽऽ’

‘दमानं घिऊ म्हणजे तिचं बाळतपण करून बारसं घालूऽऽ?’ सुबाना वस्साकन अंगावर आला. तसा थोरलाबी चवताळला,

‘मग घालाय नकोऽऽदेवाला सोडतानं समजत न्हवतंऽऽआज म्हणजे पोरीला तीन-चार पोरं व्हवून संसारात पडली असती तवा घर मोठं वाटलं, देव मोठा वाटला, मग हे एवढंच का नको व्हयालंय?’

सुबानाच्या खांडकाची खपली निघाली. त्याला मेव्हण्याच्याबी नरडीचा घोट घ्यावा, असं वाटाय लागलं. चिघळतच म्हणाला,

‘ह्या ह्या रांडाला इच्यार. कोण देव बसवूया म्हणालं, कोण नको म्हणालं. एक म्हयना तुझ्या या भनीनं आणि त्या मेलेल्या बाईनं रण मांडलाताऽऽ हेनी सगळं वाटोळं केलं. आणि ह्यो देव न्हवं राक्षस घरात आला.’

बायजाला सुबानाचा एकएक शब्द काळजाला भोक पाडून पोखरत गेला. कायतरी बोलावं, ह्येच्या मदी पडावं, असं वाटूनसुद्धा तिचं हातपाय हाललं न्हाईत. थोरल्यानं तोंडाला आवरलं. दोघंबी मेव्हणं-पावणं गप्प बसले. सुबानाला मात्र सगळंच आवरंना झालतं. त्यानं समोर ठेवल्याली तंबाखूची पिसवी हातात घेतली आणि दार उघडलं. गल्लीत आल्यावर त्याला मोकळं वाटाय लागलं. त्याच्या डोस्क्यातलं सगळं हळूहळू उतरत गेलं.

बायजाच्या भावजनं दोन ताटात वाढून घेतलं आणि बायजाला हाळी मारली. बायजाला उठायचीबी ताकद ऱ्हायल्याली नव्हती. ती तशीच निपचित पडून ऱ्हायली. तशी भावजं ताट उशाजवळ घेऊन आली. बायजानं माननंच नकार दिला. तिनं मिणत्या करायला सुरुवात केली. बायजानं न बोलताच तोंडावर वाकाळ वडली. भावजं कायबाय पुटपुटत आत वळली. आतल्या उंबऱ्याजवळ येतच ती म्हणाली,

'उद्या हितनं जाऊयाऽऽ ह्येंचाच हेका खरा आसंल तर आमाला तरी हेच्यात कशाला पडाय पायजे...?'

भावजंचं बोलणं बायजाच्या कानात घुमलं. थोरल्यानं ऐकता ऐकताच डोळं मिटलं. त्याच्या डोळ्याम्होरं लांबलचक सापाचं गाठोळं दिसाय लागलं.

कसाळ्याचा पावणा एकाएकी दारात बघितल्यावर थोरल्याचा जीव झारऽऽझार झाला. त्यानं कसाळ्याला आत बलीवलं. धाकल्याला लवकर कसाळ्याची वळकच गावंना. धाकल्यानं कसाळ्याकडं बघितलं आणि तो घरात घुसला. थोरल्यानं कसाळ्याला बसायला पोतं टाकतच विचारलं,

'आता कसं काय हिकडं फिरल्यासा?'

'तुमच्याकडंच लाऊन दिलंयऽऽबायजाकाकूला जास्ती झालंय, लवकर येवा म्हंटलंयऽऽ' कसाळ्यानं सगळं दमात सांगून टाकलं आणि आत अंधारात बसल्याली सुली एकदम घसकून भाईर आली. कसाळ्यानं तिच्या वाढलेल्या पोटावर नजर रुतवली. सुलीच्या घशाला एकाएकी कोरड पडली.

'काय व्हतंय गा आईला?'

'आनी काय व्हयाचं? सक्काळधरनं वाचा गेलीया. डोळं हालना झाल्यात. शेवंताक्का घरात आलती. तिनं लाऊन दिलंय.' कसाळ्यानं सुलीकडं तिरस्कारानं बघतच सांगितलं. सुली अवसान गेल्यागत खाली बसली. कसाळ्या सारखा वळवळून घर निरखून बघालता. धाकला भाईर आला. त्यानं परत इच्यारलं, 'कुणाला जास्ती झालंय?'

'बायजाकाकूला.' कसाळ्या पुटपुटला. थोरल्यानं अंग झटकलं. अंगावर अंगी टाकली आणि पायात पायताण चढवून तो कसाळ्याला घिऊन बाहिर पडला. धाकला त्येंच्या मागोमाग घरातनं निघाला. सुली तिघांकडं बघतच बसली. तिला कुणी चलबी म्हटलं नाही. ती तिच्याच मनात घोळत बसली. तिच्या गळ्यात आवंढ्यांची माळ अडकली. बराच वेळ भिन्न व्हवून बसली.

एकाएकी सुली भलतीच गडबडली. तिनं लुगड्याच्या निऱ्या सरळ केल्या. पोटावरनं सरळ पदर वर घेतला आणि तिनं सरळ घर सोडलं. कुणाला सांगावं असंबी तिला वाटलं न्हाई. तिनं इचनाळची शीव वलंडली. तिच्या जडावलेल्या पायांना वेग आला. झप्पाझप पावलं उचलत ती थोडं थोडं अंतर कापाय लागली. आपण चालतोय का पळतोय, हेचाच तिला पत्ता लागंना.

बेळगुंदीच्या चढाला सुली आली. तिला भलतंच दमल्यागत वाटाय लागलं. पायात गोळं चढल्यासारखं व्हयाय लागलं. तिला दम आवरंना. आता पडतोय काय,

मग पडतोय, असं तिला वाटायं लागलं. तरीसुद्धा तिच्या पायाचा वेग व्हता तसाच व्हता. तिला कव्वा एकदा घर गाठतोय, आईला बघतोय, असं झालतं.

चालताचालता सुली मदीच थांबली. आई आपण आलोय म्हंटल्यावर डोळं उघडूनसुद्धा बघणार न्हाई. बाबाच्या तळपायाची आग मस्तकाला जाईल. ह्येच्या परास आपण न गेल्याचंच बरं, असं तिला वाटाय लागलं. खरं तिचं मन तिलाच आवरायला तयार नव्हतं. तिचं पाय कव्वाच पळायला लागलंत. तिचं उपड्या गाडग्यागत झाल्यालं प्लॉट चालता चालता हालायला लागलतं.

सुली गावात आली. तिला कसंतरीच झालं. गल्लीतला खडंबी आपल्याला छळाय बसल्यागत तिला वाटाय लागलं. ती गल्लीतनं आसंल तेवढं बळ काढून पळाय लागली. गल्लीत असणारं एकाद-दुसरं माणूस सुलीकडं आवाक व्हवून बघायला लागलं. सुली घरात आली. घर माणसांनी भरलंतं. सगळ्यांच्या तोंडावर कसलंतरी भ्या दाटलंतं. सुलीच्या पोटात खड्डा पडल्यागत झालंतं. घरातल्या माणसांपैकी कुणीतरी सुलीला बघितलं. मध्येच कोणतरी वराडलं,

'सुली आली. तिला तरी दूध घालाय लावून बघाऽऽ'

सगळी काचबारली. कुणाला काय करावं समजंना. सगळी बघतच ऱ्हायली. सुली सरळ अंथरुणावर जाऊन आईच्या अंगावर कोसळली. बायजा किंचित कण्हली. सुली 'आईऽऽ' म्हणतच वरडली. बायजाची पापणी किंचित लवलवली. सुलीनं तिच्या तोंडाजवळ तोंड न्हेलं. बायजानं जिवाच्या करारावर पापणी हलवली. किंचित सुलीचं तोंड बघितलं. तिच्या नाकाच्या पाळ्या फुरफुरल्या. पापण्या हालता हालता बंद झाल्या. सगळ्यास्नी बायजाच्या नजरंतला तिरस्कार ओळखला. सुलीला वडून बाजूला केलं. एवढ्यात कोणतरी पुटपुटला,

'हे काय खरं न्हवं. हिंग्लजाला न्ह्याय पायजेऽऽ'

एवढ्यात शेवंताक्का ओरडली, 'देवाऱ्यावरचा भंडारा आणि जरा लावा.'

कुणीतरी भंडारा लावला. तोंडात चिमट टाकला. सुली जागची हालली. देव्हाऱ्याकडं वळली. तिनं देव्हाऱ्यावरची परडी आणि कवड्यांची माळ उचलली. दारातल्या सारणीत न्हेऊन व्हलपटली. सगळी टकामका बघाय लागली.

सुली तिथंच ढसढसाय लागली. कुणाला कशाचा पत्ता लागंना. सगळ्यांच्या डोळ्यात फक्त बायजाचं मिटलेलं डोळं...

घटका घटका न बोलताच निघत गेल्या. आणि एकाएकी लक्ष्मी कसाळीन आरडली,

'आगाऽऽ बायजाक्का थंड पडलीऽऽ'

सगळी तळामुळातनं काचबारली. सुलीनं तोंडावर हात मारला. थोरल्यानं

बोंब ठोकली. कुणाला कुणाची दाद ऱ्हायली न्हाई. सगळं घर आरडबोंबीनं बुडालं. गावम्हारोडा गोळा जाला. सुबाना मात्र गल्लीकडं डोळं करून थंडगार बसला. त्याच्या ढोळ्यात पाण्याचं ठिपूस येईना. व्हटाचा पापुद्राबी हालंना. डोळ्याची बावली जितल्या तिथंच गोठली. बापय माणसांनी त्याला हालवून रडवायचा प्रयत्न केला. सुबाना व्हता तसाच बसून ऱ्हायला. सगळ्याच्या काळजाचं पाणी पाणी झालं.

...हाऽहाऽऽ म्हणता पावणं-पै गोळा झालं. गल्लीतल्या सगळ्यास्नी सामानसुमान गोळा केलं. खरं कुणालाबी सुबानाकडं बगवंना. सगळ्यांच्या डोळ्यात त्येच्या बसण्यानं पाणी आलं. सुलीचं हंबरणं सगळ्या गल्लीभर घुमाय लागलं.

बायजाला भाईरच्या सोप्याला आणायला उचलली आणि सुलीनं हाणून बडवून बोंब मारायला सुरुवात केली. त्यातच एकाएकी तिची दातकुळी बसली. सुली भुईवर आडवी झाली. सगळ्यांचा धीर सुटला. गड्याला बघायचं, काय पोरीला धरायचं, काय सुबानाला रडवायचं. कुणालाच काय समजंना. सगळी भिन्नाटल्यागत टाळा बघाय लागली. जाणत्या म्हाताऱ्या माणसांनी सगळ्यास्नी हळूहळू समजूत काढून कामं वाटायं सुरुवात केली.

सुलीला किंचित सूद आली. तवा तिला जाणवलं. आपल्या पोटातनं कसलीतरी जोराची कळ यायला लागलीया. तिच्या अंगाला घाम फुटला. लगेच तिला आठवलं, आईला घरातनं न्हेलं. तिच्या डोळ्याला पुन्हा धरबंद ऱ्हायला न्हाई. पुन्हा तिनं हंबरायला सुरुवात केली. शेजारी बसलेली शेवंताक्का तिची तळमळ बघत ऱ्हायली. तिची जीभच वळंना. सुलीला पोटातली कळ आवरंना झाली. तिचं अंग अंग ठणकाय लागलं. पोटाला गचकं बसाय लागलं. सुलीचं वरडणं वाढतच गेलं. सुलीनं वरडता वरडता शेवंताकडं बघितलं. भंडाऱ्याचा डबा मागितला.

सुलीनं कुडचाभर भंडारा टाळा पगळून तोंडात टाकला. एकदम गिळला, आरडली 'रांडं, सगळं न्हेलंस, आता ह्यातनं मला बी न्हेऽऽ'

शेवंताक्का एकदम धडपाडली. सुली अंगावर गडागडा लोळाय लागली.

सुली फक्त कुतता कुतता हंबरत गेली. हंबरता हंबरता एकाएकी सैल पडली. शेवंताक्कानं जन्मलेला मासाचा गोळा हाती घेतला. गडबडीनं बघीलं, पोरगी! तिचा जीव चराकला. ती पुटपुटली-

'आई! म्हातमाची बया म्हणून तुझी सेवा केली. खरं तूबी माणसागत खोटीच. तुझी जलमभर उगचच सेवा केली. ह्या भंडाऱ्याची माती झाली...'

तिच्याकडं पाहणारी आढ्यावरची पाल तळामुळासकट कुचऽऽकुचऽऽली!

❑